I0645307

CÕI CHỮ CÕI NGƯỜI

CÕI CHỮ CÕI NGƯỜI

TẬP II

Hình bìa: Nguyễn Trọng Khôi
Biên tập: Trần Thị Nguyệt Mai
Dàn trang: Công Nguyễn
NHÂN ẢNH xuất bản 2022, Hoa Kỳ
Copyright © by trandoanho@yahoo.com
ISBN: 978-1-0880-7328-5

TRẦN HỮU THỤC - TRẦN DOÃN NHO

CÕI CHỮ CÕI NGƯỜI

TUYỂN TẬP TIỂU LUẬN

TẬP II

CHÍNH TRỊ - VĂN HÓA
XÃ HỘI - NGÔN NGỮ

NHÂN ẢNH 2022

Mở

Tuyển tập tiểu luận này lựa chọn từ nhiều bài viết đủ loại đăng tải rải rác trên nhiều tạp chí giấy và mạng trong gần 30 năm qua, được ký, khi thì Trần Hữu Thục, tên thật, khi thì Trần Doãn Nho, bút hiệu, vốn thường sử dụng cho các sáng tác văn hay thơ. Để tránh những ngộ nhận không cần thiết xảy ra, tác giả đã sử dụng cả hai tên trong tập sách. Rất mong quý độc giả lượng thứ cho sự rườm rà này.

Toàn bộ tuyển tập gồm hai tập:

▪ Tập I: Biên khảo về văn chương và văn học.

▪ Tập II: Biên khảo về chính trị, văn hóa, xã hội và ngôn ngữ.

Hầu hết các bài viết đều được nhuận sắc hay chỉnh sửa lại cẩn thận nhưng vẫn giữ nguyên nội dung và văn phong trong thời điểm chúng xuất hiện. Dù đã cố gắng hết sức, nhưng chắc chắn tập sách không thể nào tránh được những sai sót và thiếu sót về hình thức cũng như nội dung. Tác giả mong muốn nhận được sự chỉ giáo của những bậc thức giả.

Thành thật cám ơn.

Trần Hữu Thục - Trần Doãn Nho
Dallas, tháng 7/2022

MỤC LỤC

HIỆN TƯỢNG CHỐNG MỸ

Nhà văn Ý Ignazio Silone có lần viết: "Nước Mỹ ở khắp mọi nơi."[1]

Có lẽ đúng thế! Hầu như không có nơi nào trên thế giới mà thiếu dấu vết Mỹ: đó có thể là các tòa đại sứ nguy nga, là những căn cứ quân sự to lớn cùng với bom đạn, máy bay, xe cộ dềnh dàng; đó cũng có thể là những sách báo, phim ảnh, xe hơi, áo quần đầy ấn tượng, là vô số các thứ lỉnh kỉnh khác như giày dép, hộp quẹt, kẹo bánh, giấy bút, đồ chơi, vân vân và vân vân. Và… tiếng Mỹ. Chúng mang lại những gì rất mới, rất tiện lợi, rất văn minh đồng thời kèm theo những gì rất đáng ngại: tạp chí Playboy, phim con heo, đồng đô la và đôi khi… cả chiến tranh. Thế cho nên trong cả thế kỷ (20) qua, Mỹ là một giải pháp mà đồng thời cũng là vấn đề của thế giới. Sự thành công hay thất bại và những gì sai lầm của nó, cách này hay cách khác, đều có một ảnh hưởng đáng kể trên tình hình chính trị, kinh tế, văn hóa và xã hội của cả hành tinh. Tuy thế, bàn đến nó không phải là điều đơn giản như bàn về một nước nào đó, Trung Quốc hay Pháp, chẳng hạn. Mỹ là một cái gì khác hơn, đa dạng hơn và phức tạp hơn một đất nước bình thường khác.

---

(1) America is everywhere (Ignazio Silone). Dẫn theo Fouad Ajami, *The Falseness of Anti-Americanism*, tạp chí Foreign Policy số 138 (9-10/2003), tr. 53.

Với mọi người trên thế giới, Mỹ mang tính nhị nguyên. Nói đến Mỹ là nói đến sự hùng mạnh, giàu có, năng động và tự do đồng thời cũng là nói đến bạo động, bá quyền, bất bình đẳng và phân biệt chủng tộc. Vừa là kẻ gây lắm rắc rối mà cũng là người cứu chuộc. Tòa Đại sứ Mỹ ở một nước Phi châu nào đó, vừa là mục tiêu hàng đầu mà những tổ chức khủng bố nhắm đến để phá sập, nhưng đồng thời cũng là nơi mà những người dân nước đó cố tìm vào bằng mọi giá để được cấp chiếu khán đến Mỹ, biến giấc mộng vàng mà họ khát khao thành sự thật. Mỹ là kẻ thù mà người cộng sản Việt Nam tìm mọi cách để thắng, bây giờ lại mở rộng vòng tay mời kẻ thù trở lại và đưa hàng trăm, thậm chí hàng ngàn cán bộ đến Mỹ thăm viếng, học tập. Trung tâm William Joiner (Boston), kể từ những năm cuối thập niên 1990, đón tiếp cả hàng trăm nhà văn, nhà thơ từ Việt Nam sang nghiên cứu, hội thảo về chiến tranh. Chưa bao giờ Mỹ và chính quyền cộng sản Việt Nam lại thân thiện như hiện nay.

Khi Mỹ là giải pháp thì là viện trợ, tham quan (như chuyến viếng thăm đầu tiên gây nhiều ấn tượng của thủ tướng CSVN Phan Văn Khải năm 2005 vừa rồi). Khi Mỹ là vấn đề, thì chống Mỹ, chửi Mỹ. Xu thế chống Mỹ diễn ra ở khắp mọi nơi, không chỉ ở các nước thuộc thế giới Hồi giáo, ở các nước châu Mỹ La Tinh, các nước Phi châu hay ở Trung Quốc, Việt Nam, Cuba, Bắc Hàn mà ở cả những đồng minh thân thiết nhất của Mỹ là các nước Tây Âu. Và lạ lùng hơn, xu thế đó cũng xuất hiện ngay cả… trong nước Mỹ. Mỹ đã là một vấn đề, vẫn còn là vấn đề và càng là vấn đề, nhất là sau biến cố 11/9 (tức là 9/11 hay September 11 theo cách gọi của người Mỹ)

Biến cố đó, thật trớ trêu, không giảm bớt cường độ chống Mỹ chút nào, mà trái lại, chuyển biến nó thành một hình thức chống Mỹ kỳ dị, đôi khi có tính cách bệnh hoạn. Ở một số nơi trên thế giới, nhiều người dân không những tỏ ra mừng rỡ trước biến cố 11/9, mà còn thống trách nạn nhân (tức là Mỹ) hơn là trách những kẻ khủng bố. Nhất là sau khi Mỹ đưa quân tấn công Afghanistan và Iraq trong một nỗ lực toàn cầu chống khủng bố theo một cung cách rất… Mỹ. Các thăm dò dư luận quốc tế về thái độ của thế giới đối với Mỹ do "Pew Research Center"[2] tiến hành, cho thấy uy tín của quốc gia Hoa Kỳ sút giảm một cách thê thảm trên toàn thế giới. Xu thế chống Mỹ gia tăng, nhất là tại các nước Hồi giáo và Âu châu. Ở Anh, đồng minh thân thiết nhất của Mỹ trong cuộc chiến tranh Iraq, đa số người dân xem Mỹ là đe dọa lớn nhất cho hòa bình thế giới không thua gì Iran và Bắc Hàn. Theo thăm dò năm 2002, 34 trong số 43 nước, đại đa số dân chúng không muốn xứ sở của họ chịu ảnh hưởng của Mỹ. Thăm dò tháng 3/2005 cho thấy, đại đa số người dân ở các nước Đức, Ý và Anh xem Mỹ là xứ sở phân biệt chủng tộc, bạo động và ưa thống trị. Tỷ lệ của những người có cảm tình với Mỹ chỉ là 48% ở Anh, 31% ở Pháp và 14% ở Tây Ban Nha.

Nhiều người Trung Quốc tin rằng chính Mỹ là thủ phạm gây ra bệnh dịch SARS[3] ở Trung Quốc năm 2003; các lãnh tụ Hồi giáo tại Nigeria không cho chích ngừa thuốc chủng chống sốt tê liệt cho trẻ em vì sợ rằng đó là âm mưu của Mỹ gây ra bệnh AIDS ở Phi châu, nhằm vào dân cư theo đạo Hồi. Một vài cuốn sách xuất bản ở Pháp và Đức cho rằng biến cố 11/9 là một âm mưu của Mỹ do cơ quan tình báo Mỹ phối hợp cùng các tổ hợp kỹ nghệ-quân

---

(2)Pew Research Center là một cơ quan thăm dò dư luận của Mỹ, trụ sở đặt tại Washington DC.

(3)SARS = Severe Acute Respiratory Syndrome, Hội Chứng Hô Hấp Cấp Tính Nặng, là một chứng bệnh đường hô hấp do một loại virus hình vương miện, bộc phát lần đầu tiên ở Á Châu vào tháng 2/2003, rồi lan ra nhiều nơi trên thế giới khiến khoảng 774 người thiệt mạng.

sự thực hiện nhằm tạo ra nguyên cớ để gây chiến tranh ở Afghanistan và Iraq. Điển hình là tác phẩm "September 11, A Big Lie" được bày bán tại Mỹ từ cuối tháng 8/2002, dịch từ nguyên tác Pháp văn "L'Effroyable Imposture" (Sự dối trá đáng sợ) của Thierry Meyssan, một tác giả thuộc tả phái, nguyên là lãnh tụ của đảng Xã Hội Cấp Tiến Pháp. Là một nhà lý thuyết về âm mưu (conspiracy theorist), ông cho rằng thảm kịch 11/9 chỉ là một sự lừa dối vĩ đại của chính phủ Mỹ. Theo ông, nhân dân thế giới cũng như nhân dân Mỹ hoàn toàn bị tung hỏa mù, tưởng rằng đó là sản phẩm của một vụ khủng bố quốc tế.

Đa số cho rằng chính quyền Bush và chính sách chống khủng bố, đặc biệt là vụ xâm chiếm Iraq, là nguyên nhân chính gây ra tình hình này. Đúng! Nhưng không hẳn chỉ thế. Theo nhận định của các nhà chuyên môn, đó mới là một phần sự thật. Hiện tượng đó lớn hơn nhiều so với cá nhân một tổng thống hay với một chính sách. Trong quá khứ, rất nhiều lần, một số chính sách giai đoạn nào đó của Mỹ cũng gây ra phản ứng giận dữ trên toàn thế giới, như chiến tranh Việt Nam chẳng hạn. Nhưng sau đó, khi mọi chuyện qua đi, thì thứ tình cảm đó lắng xuống. Lắng xuống, nhưng không hề biến mất. Sự sai lầm của một chính quyền hay một chính sách chỉ làm nổi bật lên một thứ tâm lý tiềm tàng, tồn tại từ lâu, rất lâu, ngay từ khi nước Mỹ mới được thành lập, gọi là hiện tượng chống Mỹ. Chưa có dấu hiệu cụ thể nào cho thấy là hiện tượng đó sẽ chấm dứt trong một thời gian có thể nhìn thấy trước, cho dù bản thân chính quyền Bush hay các chính quyền kế tiếp tìm cách sửa chữa lại những sai lầm của mình.

Hiện tượng chống Mỹ (HTCM),[4] tạm dịch từ nhóm chữ *anti-Americanism*. Nhóm chữ này, đúng ra, có thể

―――――――――

(4) Từ đoạn này về sau, chúng tôi dùng các chữ cái HTCM để chỉ nhóm chữ "Hiện tượng chống Mỹ".

hiểu theo nhiều cách, tùy trường hợp: "tình cảm chống Mỹ" (anti-American sentiment), "thái độ chống Mỹ", "phong trào chống Mỹ" hay "chủ nghĩa chống Mỹ". Xét về nhiều mặt, HTCM có vẻ như là một xu hướng hơn là một hệ thống bao gồm những niềm tin và phán đoán chặt chẽ nào đó. Nó là một nhãn hiệu chứa đựng ít ra là ba nội dung khác nhau:

- ▪ Chống lại các chính sách đối ngoại của chính quyền Mỹ;

- ▪ Chống lại bất cứ cái gì mang tính cách Mỹ, từ lối sống, từ các hình tượng, vật dụng, sản phẩm và người dân của nó;

- ▪ Chống lại "Hiện tượng Mỹ" (Americanism),[5] bài bác cái gọi là "Tín điều Mỹ" (American Creed). Trong một số trường hợp, HTCM được một số nhà trí thức Âu châu hệ thống hóa lại trong một số ý niệm căn bản đưa đến một cái gì từa tựa như một lý thuyết, một "chủ nghĩa" (sẽ được trình bày ở phần sau).

Anti-Americanism hiện hữu trước khi thuật ngữ chỉ nội dung của nó xuất hiện. Tuy nhiên, người ta không biết nhóm chữ này ra đời từ thời điểm nào. Chữ *Americanism* xuất hiện vào khoảng giữa thế kỷ 19, được dùng trong và ngoài nước Mỹ khá lâu trước chữ *anti-Americanism* và chắc chắn là lâu hơn nhiều so với cách dùng hiện nay của chúng ta. Nhưng vì có tiếp vĩ ngữ "ism", người ta đoán rằng chữ *anti-Americanism* ra đời vào khoảng những năm thập niên 1920 và 1930, là thời của sự phát triển các lý thuyết gọi là ý thức hệ.

______

(5) Xin tạm dịch Americanism là "Hiện tượng Mỹ".

Lịch sử Hiện tượng chống Mỹ

Xét như là một xu hướng văn hóa và chính trị, các nhà nghiên cứu chia HTCM ra làm năm giai đoạn:[6]

1. Giai đoạn sơ khai: từ trước khi nước Mỹ được thành lập (1776). Dựa trên lập luận cho rằng vùng đất mới mà về sau quốc gia Mỹ được thành lập là một vùng đất suy đồi, sẽ không thể là nơi sống còn được, người ta hình thành nên một lý thuyết gọi là lý thuyết suy đồi.

2. Giai đoạn từ ngày lập quốc (1776) cho đến Nội chiến Mỹ (Civil War/1861-1865). Khi nước Mỹ đã trở thành một thực tế và đang càng ngày càng phát triển, thì người ta cho rằng Mỹ là một phòng thí nghiệm chế độ dân chủ. Nhưng vì là một xứ sở không vua, không truyền thống, không tôn giáo chính thức, nghĩa là vô căn (rootless), nên nền dân chủ sẽ thất bại. Immanuel Kant (1724-1804) cho rằng Mỹ là một thứ chủng tộc hạ cấp (sub-race), bán thoái hóa (half-derenerate), vô văn hóa và giả tạo. Samuel Johnson (1709-1784), nhà soạn tự điển vĩ đại của Anh, cho rằng người Mỹ là những người yêu tự do một cách giả dối, là những kẻ bách hại thổ dân và người da đen. Ông khẳng định, "Tôi yêu cả nhân loại, chỉ trừ người Mỹ."[7]

3. Giai đoạn từ sau Nội chiến Mỹ đến cuối Thế Chiến II (1945). Sau khi giành thắng lợi vang dội trong cuộc chiến tranh Mỹ-Tây Ban Nha (1898) rồi tiếp đó là vai trò hàng đầu trong hai cuộc thế chiến, Mỹ trở thành nhân tố của chiến thắng và tái lập hòa bình quốc tế. Đi cùng với sức mạnh quân sự, kỹ nghệ truyền thông, ngành giải trí và

---

(6) Xem Judith Colp Rubin, *The Five Stages of Anti-Americanism.*
(7) Xem Wikipedia, mục Anti-Americanism

chính sách ngoại giao Mỹ bắt đầu ảnh hưởng mạnh mẽ trên toàn thế giới. Nhưng đối với tầng lớp ưu tú Âu châu, Mỹ được xem như là một xã hội mới giàu lên, chứa đầy đầu óc cá nhân chủ nghĩa và có xu hướng biệt lập, chẳng có ích lợi gì cho thế giới về văn hóa và tri thức. Nhà văn Pháp Henry de Montherlant (1895-1972), qua miệng một nhân vật tiểu thuyết, cho rằng Mỹ là "một quốc gia tìm cách hạ thấp trí tuệ, luân lý, phẩm tính con người hầu như trên tất cả bề mặt địa cầu, một điều như thế không bao giờ có trước đây trên hành tinh. Tôi tố cáo Mỹ vì đó là một nhà nước tội phạm chống lại nhân loại."[8] Sigmund Freud (1856-1939), cha đẻ của học thuyết phân tâm, cho rằng "Mỹ là một lỗi lầm, một lỗi lầm khổng lồ."[9]

Rõ ràng là sự kiêu ngạo, khinh miệt của Âu châu mất dần, nhưng tinh thần chống Mỹ lại lan rộng, tăng cao và đầy cay đắng. Người châu Âu bắt đầu nhìn Mỹ với một thái độ ganh ty về sự thành công và giàu có của nó đi đôi với cảm giác bất lực, về cả ngoại giao lẫn thương mại, nhất là khi Mỹ thi hành "chủ nghĩa Monroe" (châu Mỹ chỉ dành cho người châu Mỹ), cấm không cho bất cứ quốc gia nào đụng đến Tân thế giới. Thời kỳ giữa hai cuộc thế chiến, các sản phẩm và lối sống Mỹ liên tục tràn ngập Âu châu với một hiệu quả phi thường. Thập niên 1930 chứng kiến một Âu châu vùng vẫy cố thoát ra khỏi sự chi phối về mọi mặt của lối sống Mỹ. Sách, báo, tạp chí đủ loại, đủ kiểu liên tục tung ra các bài viết phê phán, chỉ trích, chê bai Mỹ không tiếc lời, từ những bài nghiên cứu hàn lâm rất công phu với nhiều dữ kiện đầy tính cách thuyết phục cho đến đủ loại suy luận ấu trĩ lẫn vào với những thông tin vô căn cứ. Mục đích là tìm cách đánh tan ảnh hưởng của Mỹ trong xã hội Âu châu.

---

(8) Xem Wikipedia, như trên
(9) Judith Colp Rubin, bđd

4. Từ sau Đệ Nhị Thế Chiến đến khi chấm dứt Chiến tranh lạnh. Chỉ trừ khối Cộng Sản, Mỹ chinh phục toàn thế giới hầu như trên tất cả mọi phương diện: chính trị, kinh tế, quân sự, nếp sống. Lần này, HTCM được tăng cường thêm một yếu tố mới: chính sách ngoại giao của Mỹ được hình thành trên đồng đô la và áp lực hiện đại hóa. Một sự sợ hãi toàn diện về bá quyền Mỹ bắt đầu ám ảnh Âu châu trong suốt thập niên đầu tiên thời hậu chiến. Dẫu vậy, do nhu cầu chống lại khối Cộng Sản, HTCM tạm thời lắng xuống. Hơn nữa, ảnh hưởng Mỹ lại được tiếp sức bởi thế hệ trẻ nổi loạn của Âu châu vào hai thập niên 50 và 60. Trong lúc thách thức với các định chế lỗi thời của châu Âu, đột nhiên thế hệ tuổi trẻ này tìm ở văn hóa Mỹ một cảm hứng mới, khiến cho HTCM vốn là cái gì đáng trân trọng, bỗng trở nên khôi hài, lạc điệu.

Tuy nhiên, khi cuộc chiến Việt Nam trở thành điểm nóng toàn cầu, các chính phủ liên tiếp của Mỹ bộc lộ nhiều sai lầm trầm trọng, tinh thần chống Mỹ lại được hun đúc bằng nhiều yếu tố xuất phát từ thực tiễn. HTCM tìm thấy lại giá trị thuyết phục của nó do chính hiện thực Mỹ cung cấp: một nước Mỹ phơi bày đủ nét thô lỗ, kiêu ngạo, chia rẽ trầm trọng và cũng nếm mùi thất bại như bất cứ nước nào khác (trong cuộc chiến tranh VN).

5. Từ sau Chiến tranh lạnh: Liên Xô và khối Cộng Sản sụp đổ, Mỹ trở thành siêu cường độc nhất. Không còn sự đe dọa của chủ nghĩa cộng sản, Mỹ đột nhiên mất đi lợi thế của một kẻ bảo vệ. Và điều trớ trêu xảy ra: HTCM có cơ hội phục hồi mạnh mẽ. Tuy nhiên, tình hình chống Mỹ không như trước. Người ta không còn kịch liệt bài xích tất cả những gì dính dáng đến Mỹ, những gì Mỹ đại diện hay hành xử nữa mà thay vào đó là cuộc tranh đấu chống lại một số mệnh không tránh được giữa sự hội tụ (convergence) và

đồng hóa (homogenization) theo mẫu của Mỹ. Người châu Âu có một cảm giác hoàn toàn bất lực khi đối phó với khả năng tổng hợp đa dạng và không ngưng nghỉ của Mỹ trong bất cứ lãnh vực nào, từ điện ảnh Hollywood cho đến khoa học không gian, từ vệ tinh truyền hình cho đến máy điện toán và vũ khí. Tính cách sáng tạo và ứng biến của nó là không lường được. Một ví dụ điển hình là sự xuất hiện vừa thực vừa hư của hệ thống truyền hình CNN siêu quốc gia 24/24 giờ vào đầu thập niên 1980 cùng lúc với sự bành trướng quân sự của Mỹ mà đỉnh cao là chiến tranh vùng Vịnh năm 1991 hay sự phát triển thần kỳ của mạng lưới điện toán toàn cầu trong hai thập niên cuối thế kỷ 20 và đầu thế kỷ 21.

HTCM ghi được một thắng lợi lớn (tuy không toàn vẹn) khi Mỹ đơn phương quyết định tấn công Iraq: Pháp, Đức và một số nước khác kiên trì, không khuất phục trước các áp lực của Mỹ khiến cho Mỹ gặp phải rất nhiều lao đao về ngoại giao cho đến hiện nay [2006]. Max Gallo phần khởi viết trên tờ "Le Point": "Người Mỹ, được thúc đẩy bởi sự kiêu ngạo và sức mạnh quân sự của họ, hình như đã quên rằng không phải mọi sự đều được giải quyết bằng sức mạnh của vũ khí. Dân tộc nào cũng có một lịch sử, một tôn giáo, một xứ sở."[10]

Hiện tượng chống Mỹ ở các nước Á Rập

Xu thế chống Mỹ ở các nước Á Rập là một hiện tượng tương đối mới, xuất phát từ nhiều yếu tố khá phức tạp, chen lộn nhau, nên rất khó tìm ra một nguyên nhân

---

(10) James W. Ceaser, *A genealogy of anti-Americanism*, Archived Issue - Summer 2003.

chính xác. Đại thể, ta có thể quy vào ba điểm: một là chủ trương thân Do Thái; hai là chính sách nước đôi đối với các nước Á Rập; và ba là sự khác biệt giữa Hồi giáo và Thiên Chúa giáo.

▪ Chủ trương thân Israel: Trong suốt hơn 50 năm qua, Mỹ đứng trên cùng lập trường với Israel hầu như trong tất cả các cuộc đụng độ, hoàn toàn trái ngược với quan điểm của các nước Á Rập. Mỹ không bao giờ thẳng thắn lên án Israel ngay cả những lúc Israel hoàn toàn sai trái. Mỹ không bao giờ yêu cầu Israel rút quân ra khỏi các vùng đất chiếm đóng của Palestine và Syria. Tại Liên Hiệp Quốc, Mỹ luôn luôn phủ quyết bất cứ nghị quyết nào bất lợi cho Israel. Mặt khác, Mỹ viện trợ hết sức dồi dào cho Israel cả về kinh tế lẫn quân sự. Không có sự viện trợ lớn lao và liên tục này, Israel không bao giờ thắng được các nước Á Rập. Điều đó cho thấy chính sách của Mỹ là hoàn toàn thiên vị và có tính cách phân biệt chủng tộc.

▪ Áp dụng chính sách nước đôi đối với các nước Á Rập: Trong lúc ủng hộ hết mình một số nước và đặt căn cứ quân sự tại đó như Saudi Arabia, Qatar, Bahrain, Egypt, Jordan, Morocco thì Mỹ lại thù nghịch với một số nước khác như Syria, Libya, Iraq, Iran, đưa đến các cuộc không kích, cấm vận, xâm lăng khiến cho nhiều người dân vô tội ở đó bị chết oan. Việc thiết lập các căn cứ quân sự, sự hỗ trợ một số chính phủ Á Rập thân Mỹ cũng như cuộc xâm lăng mới đây ở Afghanistan và Iraq nằm trong ý đồ chiến lược của Mỹ nhằm vẽ lại bản đồ các nước Á Rập, kiểm soát các mỏ dầu hỏa, phục vụ cho quyền lợi đế quốc lâu dài của Mỹ. Ngoài ra, Mỹ giả dối trong chính sách ngoại giao. Một mặt, Mỹ luôn luôn đề cao tinh thần dân chủ và nhân quyền, nhưng mặt khác, Mỹ lại hỗ trợ các chế độ độc tài. Viện trợ

Mỹ dành cho các chế độ này không hề làm lợi cho nhân dân các nước đó. Không có một chế độ thân Mỹ nào thực sự được nhân dân hỗ trợ. Và các chế độ này tiếp tục tồn tại là nhờ các viện trợ về quân sự và kinh tế của Mỹ.

Tóm lại, theo một số nhà nghiên cứu quan hệ Mỹ-Á Rập như Ussama Makdisi thì "Tình cảm chống Mỹ là một hiện tượng diễn ra do các chính sách của Mỹ chứ không phải là một cuộc "Đụng độ giữa các nền văn minh" (Clash of Civilizations) như Samuel P. Huntington quan niệm.[11] Sự thù nghịch với Mỹ nhắm đến một số chính sách đặc biệt nào đó, chứ không phải đối với nước Mỹ hay với nhân dân Mỹ. Hàng ngàn người Mỹ làm việc hay du lịch sang các nước Á Rập đều được đón tiếp thân tình, không có những cử chỉ thô bạo nào. Mặt khác, nhiều người Á Rập mơ ước được du học, định cư hay làm việc ở Mỹ. Các cuộc thăm dò dư luận cho thấy một số đáng kể các người Á Rập bình thường rất ngưỡng mộ nền giáo dục Mỹ, sự tự do Mỹ, nền khoa học, phim ảnh, truyền hình Mỹ và dân Mỹ nói chung. Sự yêu/ghét Mỹ không xuất phát từ cội nguồn văn hóa mà xuất phát từ những gì người Mỹ thực hiện đối với các nước Á Rập. Họ không chống lại các giá trị về tự do, dân chủ, bình đẳng và lòng khoan dung của nước Mỹ.

▪ Sự khác biệt giữa Hồi giáo và Thiên Chúa giáo: Đề cập đến tình hình khủng bố từ các nước Á Rập, Paul Berman, trong một bài báo đăng trên New York Times, "The Philosopher of Islamic Terror",[12] cho rằng thái độ chống Mỹ không chỉ là sự giận dỗi đối với một số chính sách nào đó, mà xuất phát từ một quan niệm triết lý hẳn hoi do Sayyid Qutb, một trí thức Ai Cập, sáng lập, theo đó, chủ nghĩa đế quốc Tây phương chẳng có gì khác hơn là sự nối

(11) Samuel Huntington, *Clash of Civilizations*, tạp chí Foreign Affairs, USA, Fall 1993.
(12) Paul Berman, *The philosopher of Islamic Terror*, New York Times 23/3/2003.

tiếp cuộc Thập tự chinh thời trung cổ chống Hồi giáo. Qutb vạch rõ rằng ông chủ trương chống Mỹ đến cùng không phải do những sai lầm của nó mà do ở chỗ những nguyên tắc căn bản giúp hình thành nó. Nói cách khác, Qutb chống Mỹ không phải vì Mỹ thất bại trong nỗ lực của họ xây dựng một xã hội tự do dân chủ mà chính là vì nỗ lực của họ để xây dựng một xã hội như thế. Mối hiểm nguy thực sự của Hoa Kỳ không phải ở chỗ chủ nghĩa tư bản hay chính sách ngoại giao hay sự phân biệt chủng tộc hay quan niệm về nữ quyền, mà còn nằm ở chỗ chủ trương phân cách giữa Nhà Nước và Giáo Hội. Điều đó, theo ông, là di sản chính trị sai lầm của Thiên Chúa giáo: phân cách giữa cái thiêng liêng và cái trần tục.

Vậy sự tranh chấp giữa Tây phương và Hồi giáo chủ yếu là "ý thức hệ", tức là tôn giáo. Qutb muốn tất cả những tín đồ Hồi giáo phải hiểu rõ điều đó và hô hào tiến hành một cuộc thánh chiến liên tục, bền bỉ cho đến khi thắng lợi hoàn toàn.[13]

Hiện tượng chống Mỹ ở châu Mỹ La Tinh

Địa lý và lịch sử giữa Mỹ và các nước châu Mỹ đan bện vào nhau trong suốt mấy trăm năm. Xứ nào càng gần Hoa Kỳ, những mối ràng buộc lại càng phức tạp và khúc mắc. Tổng thống Mễ Tây Cơ Porfirio Díaz có lần than thở: "Pobre México, tan lejos de Dios y tan cerca de Estados Unidos" (Hỡi xứ Mexico tội nghiệp, quá xa Thượng Đế và quá gần Mỹ). Trong thực tế, Mỹ luôn luôn xem các nước

---

(13) Xem thêm Reuven Paz, *Islamists And Anti-Americanism*, Meria, Journal, Volume 7, No. 4 - December 2003.

châu Mỹ La Tinh như là "el patio de atrás" (back yard = sân sau) của Mỹ. Sân sau là gì? Là nơi anh tạm thời cất giữ những thứ mà anh không hay chưa cần, nơi anh ngồi dưới nắng uống bia, gãi ngứa, dắt chó đi tiêu đi tiểu, là khoảng không gian anh quay lưng lại, đóng cửa và không lo lắng gì. Ấy, tương quan Mỹ - châu Mỹ La Tinh y như tương quan giữa chủ nhà và khoảng không gian đằng sau nhà như thế. Nó trở thành mối quan hệ chính thức giữa hai thực tại. Kết quả là Mỹ tạo ra các chế độ độc tài quân phiệt ở vườn sau để dễ sai bảo. Tuy vậy, quan hệ đó không luôn luôn ổn định: *love-hatred*, yêu và thù. Khi cơm lành canh ngọt, Mỹ cư xử y như những người bạn chân thành. Khi cơm không lành canh không ngọt là Mỹ sẵn sàng xem như kẻ thù: lật đổ và trừng phạt không nương tay.[14]

Đầu thế kỷ thứ 19, Mỹ bắt đầu bành trướng đất đai và kinh tế tại các nước châu Mỹ. Sau khi cho ra đời chủ thuyết Monroe và tiếp đó trong suốt thế kỷ 19, Mỹ tự tung tự tác can thiệp bằng quân sự: chiến tranh Mỹ-Mễ Tây Cơ, chiến tranh Mỹ-Tây Ban Nha, đào kênh Panama, lần lượt chiếm quần đảo Haiti, cộng hòa Dominica, Nicaragua rồi Cuba, Puerto Rico. Từ năm 1869 đến 1897, trong vòng chưa tới 20 năm, Mỹ đã thực hiện tất cả khoảng chừng… 5980 hành động quân sự chống các nước châu Mỹ La Tinh. Sau cuộc chiến tranh Mỹ-Tây Ban Nha, tình cảm chống Mỹ ở châu Mỹ dâng cao. Nhân dân các nước đó tỏ ra căm thù Mỹ, tiến hành nhiều hành động phá hoại các quyền lợi và cơ sở Mỹ tại nước họ. Các chính trị gia và các nhà

---

(14) Trường hợp tướng Manuel Antonio Noriega của Panama chẳng hạn. Noriega, sinh năm 1934, là lãnh tụ quân sự và người hùng của Panama, được Mỹ hết lòng ủng hộ, trở thành tổng thống Panama từ năm 1983. Năm 1989, tổng thống George H. W. Bush (Bush-Cha) đem quân qua bắt Noriega, mang về xử tại Mỹ về tội buôn lậu thuốc phiện. Ông bị kết án 40 năm tù và bị nhốt tại Florida. Năm 2010, Mỹ trục xuất qua Pháp; năm 2011, Pháp trục xuất về Panama. Ông mất năm 2017.

văn gọi Mỹ bằng những danh từ như "đế quốc", "bọn can thiệp". Từ năm 1920, các học giả và báo chí châu Mỹ La Tinh sử dụng danh từ *Yankee* để chỉ Mỹ, tạo nên một thứ tình cảm bài ngoại gọi là *Yankeephobia* (tinh thần bài Mỹ).

Sau Đệ Nhị Thế Chiến, dưới thời chiến tranh lạnh, trong quá trình bành trướng ý thức hệ cộng sản trên toàn thế giới, Liên Xô và Trung Quốc đưa cán bộ tuyên truyền vào châu Mỹ. HTCM bây giờ mang thêm sắc thái mới, trở nên rộng và sâu vì được tiếp sức bởi lý thuyết cộng sản cũng như bởi sự hình thành các nước Thế Giới Thứ Ba (Third World) tập hợp để tạo thành Phong Trào Không Liên Kết. HTCM bây giờ bao gồm cả chống tư bản chủ nghĩa, chống vật chất chủ nghĩa, chống đế quốc chủ nghĩa và nêu bật tinh thần ái quốc. Từ năm 1960, Bộ Ngoại giao Mỹ bắt đầu sử dụng từ ngữ *anti-Americanism* để chỉ các cuộc nổi loạn chống Mỹ ở các nước thế giới thứ ba, trong đó có châu Mỹ La Tinh. Dần dần, từ chính trị, từ ngữ này mang thêm ý nghĩa tâm lý. Nhân dân ở đây vừa ngưỡng một sự thành công và giàu có của Mỹ đồng thời vừa đau đớn và sợ hãi. Đã thế, người Mỹ lại luôn luôn tìm mọi cách khoe khoang sự giàu mạnh của mình mà không chú ý đến tình cảm của nhân dân trong các nước này. Y như những người trong xóm thấy người láng giềng giàu có, thì vừa thèm muốn vừa giận dỗi lại vừa mặc cảm.

Trong thế kỷ 20, Mỹ đàn áp tất cả mọi nỗ lực cải cách dân chủ và tự trị về kinh tế của các nước Trung và Nam Mỹ. Lợi nhuận của chính sách này tuôn về hết ở thủ đô tài chánh thế giới, Wall Street. Viên tướng huyền thoại Smedley D. Butler trong công cuộc chinh phục Nam Mỹ tóm tắt vai trò mà ông ta đóng trong cái được gọi là "chiến tranh như một cuộc kinh doanh" như sau: "Tôi giúp làm cho nước Honduras trở thành 'hợp lý' cho các công ty trái cây Mỹ vào năm 1903. Tôi giúp làm cho Mexico, đặc biệt là Tampico, trở nên an toàn cho các quyền lợi dầu hỏa Mỹ vào năm 1914. Tôi giúp làm cho Haiti và Cuba trở thành nơi tươm tất cho các quý vị nhân viên ngân hàng National City thu thập lợi nhuận vào. Tôi đã giúp chiếm đoạt nửa tá nước cộng hòa Trung Mỹ vì lợi nhuận của Wall Street. (…) Tôi giúp làm trong sạch nước Nicaragua để xây dựng trụ sở ngân hàng quốc tế của Brown Brothers từ 1909 đến 1912. Tôi mang ánh sáng đến cho cộng hòa Dominica để bảo vệ an toàn cho quyền lợi Mỹ vào năm 1916."[15]

Hiện tượng chống Mỹ ở Âu châu

Nếu HTCM ở các nước Hồi giáo hay châu Mỹ La Tinh xuất phát từ các chính sách của Mỹ, nghĩa là từ thực tế, thì HTCM ở Âu châu xuất phát từ tư tưởng và xuất hiện ngay từ lúc nước Mỹ mới thành lập. Những khảo sát mới đây về nguồn gốc tri thức của các trào lưu chống Mỹ cực đoan trong Hồi giáo cho thấy, ngoài một số yếu tố về địa lý và tôn giáo, trào lưu này chịu ảnh hưởng khá sâu đậm của các dòng tư tưởng phương Tây.

Châu Mỹ, trước hết, là một sản phẩm thuần túy châu Âu. Theo Alfonso Reyes, châu Mỹ là "một vùng đất khao khát trước khi được tìm thấy," là "một dự cảm vừa khoa học lại vừa nhiễm chất thơ," bởi vì người Âu châu đã nhìn thấy mọi khía cạnh của nó trước khi là một thực tế được chứng minh.[16] Sự khám phá ra Mỹ châu không phải là một

---

(15) Smedley D. Butler, *War is a Racket*, Round Table Press, New York 1935, dẫn theo Andrew Ross & Kristin Ross, Anti-Americanism, tr. 2 và 3.
(16)Nguyên văn: "L'Amérique fut une région désirée avant d'être trouvée", Alfonso Reyes, dẫn theo Fernando Ainsa, La découverte de l'autre et l'invention de l'utopie, tạp chí Europe, số 756, tháng 4/1992, trang 48.

chuyện tình cờ. "Châu Âu tìm ra châu Mỹ bởi vì châu Âu cần nó," theo Leopoldo Zea. "Châu Mỹ không gì khác hơn là lý tưởng của châu Âu. Châu Âu chỉ muốn thấy trong Tân thế giới cái mà nó mơ ước được thấy."[17] Sau khi được khám phá, nó trở thành cái nôi chứa một Âu châu khác qua rất nhiều đợt di dân. Đó là những nông dân Âu châu nghèo đói hoặc là những tội phạm không chốn dung thân nơi quê nhà hoặc là những kẻ có đầu óc phiêu lưu và tinh thần tự do, khai phá, muốn đi tìm một đời sống mới. Có thể nói, ở một bình diện nào đó, Mỹ là một Âu châu mới, tự do, rũ bỏ quá khứ không thương tiếc.

Nhưng rồi, do những điều kiện rất riêng của lịch sử không ai ngờ trước, thoắt một cái, nước Mỹ được thành lập và không phải chờ đợi lâu, nó vuột khỏi tầm ảnh hưởng của Âu châu. Âu châu khựng lại, ngỡ ngàng để rồi rốt cuộc khước từ thừa nhận Mỹ như là một sản phẩm của chính mình. Càng về sau, người Âu châu càng bàn về hoặc chỉ trích Mỹ, y như thể nó là một cái gì hoàn toàn xa lạ và được hình thành từ một nguồn gốc khác.

Suốt hơn hai thế kỷ, Âu châu nung nẩy, dằn vặt, giận dỗi Mỹ không ngưng nghỉ. Thay vì xem Mỹ là một cái gì có thực, một xứ sở, một dân tộc chẳng hạn, thì họ xem Mỹ là biểu tượng của một cái gì quái dị, lố bịch, mất gốc. Từ đó, hiện tượng chống Mỹ vô hình trung trở thành một chủ nghĩa, chủ nghĩa chống Mỹ, có luận thuyết hẳn hoi với đầy đủ những lập luận và sự kiện chứng minh. Từ thành kiến, HTCM ở Âu châu được xây dựng thành tư tưởng.

---

(17)Leopoldo Zea, dẫn theo Fernando Ainsa, bđd trang 51.

Các "lý thuyết" chống Mỹ[18]

Lý thuyết về sự suy đồi: Vào giữa thế kỷ thứ 18, người ta tìm thấy những nghiên cứu khoa học về Mỹ hình thành nên một lý thuyết gọi là "Degeneracy Thesis" (Lý thuyết về sự suy đồi) do Comte de Buffon và Georges-Louis Leclerc chủ xướng và được những nhà tư tưởng như Immanuel Kant, G.W.F. Hegel và Friedrich von Schlegel ủng hộ. Đây là thời kỳ "tiền sử" của HTCM, vì nó xuất hiện ngay trước khi thành lập nước Mỹ và quy cho toàn thể lục địa mới, tức là châu Mỹ (America). Theo lý thuyết này, do những điều kiện môi sinh và khí hậu, đặc biệt là do sự ẩm ướt quá đáng, tất cả sinh vật ở châu Mỹ không chỉ thấp kém hơn những gì tìm thấy ở Âu châu, mà còn trên đà suy thoái. Một tác giả khác, Cornelius de Pauw, viết một bộ sách ba cuốn khảo sát về châu Mỹ bằng tiếng Pháp, bắt đầu bằng nhận xét, "Thật là một quang cảnh vĩ đại và khủng khiếp khi nhìn thấy một nửa quả địa cầu lại bị thiên nhiên bạc đãi đến nỗi mọi vật tìm thấy ở đó đều suy đồi và quái dị" (…) "Những người Âu châu, ngay khi mới đặt chân xuống đó, là họ bắt đầu ngay tiến trình suy thoái về cả thể xác lẫn tinh thần. Do đó, Mỹ châu không bao giờ có thể sản xuất ra được một hệ thống chính trị hay văn hóa gì đáng kể. Những con vật bốn chân chỉ nhỏ bằng 1/6 đồng loại ở Âu châu, đói rét và rất dễ bị nhiễm trùng. Cọp, sư tử ở Mỹ nhỏ bé và hèn nhát, ít nguy hiểm một ngàn lần hơn ở Á và Phi châu. Chó sói cũng thế. Những con chó mang sang từ Âu châu khó mà sống còn ở Mỹ. Chúng mất giọng, hết biết sủa. Đất đai thì đầy lươn, rắn, đủ loại bò sát gớm ghiếc."[19]

---

[18]James W. Ceaser, *A genealogy of anti-Americanism*, Archived Issue - Summer 2003.

[19]Có người cho rằng Cornelius de Pauw viết cuốn này có mục đích làm nản lòng những kẻ muốn di cư sang Mỹ châu, theo ý đồ của các triều đình Âu châu thời bấy giờ.

Do đó, theo nhà soạn bộ bách khoa tự điển Abbé Raynel, "Mỹ châu chẳng thể sản xuất ra được một thi sĩ hay một nhà khoa học nào."

Lý thuyết chống duy lý: Đến thế kỷ 19, khi cái quốc gia được mệnh danh là suy đồi đó vẫn tồn tại và có vẻ càng ngày càng vững chắc, thì người ta thay đổi cách chỉ trích, lần này, dựa trên nền tảng của quan điểm chống duy lý. Được sự hỗ trợ của các nhà tư tưởng lãng mạn Âu châu vào đầu thế kỷ 19, họ cho rằng sự suy thoái của Mỹ có nguyên nhân phát xuất từ bên trong, nghĩa là từ tư tưởng. Joseph de Maistre (1753-1821), nhà văn và nhà ngoại giao Pháp, chủ trương rằng thế giới này chỉ nên có một nước duy nhất và nước đó do Giáo hoàng cai trị. Giáo hoàng là lãnh tụ tinh thần của nhân loại, còn ngoài ra, loại nhà nước dựa trên tinh thần duy lý như Mỹ hay dựa trên cách mạng Pháp (1789) chỉ là những hình thức tạm thời. Vì chẳng có nguyên tắc duy lý nào là có giá trị phổ quát, tồn tại mãi mãi để hỗ trợ cho hình thức nhà nước đó. Maistre phủ nhận sự hiện hữu của cái gọi là "con người" (man) hay "nhân loại" (human-kind) trong "Tuyên ngôn Độc Lập" của Mỹ khi cho rằng "Tất cả mọi người sinh ra đều bình đẳng." Theo ông, "Chẳng có một cái gì trong thế giới này gọi là con người cả. Trong đời tôi, tôi đã từng thấy người Pháp, người Ý, người Nga… nhưng nếu là con người, tôi tuyên bố rằng tôi chẳng hề gặp một ai như thế cả; nếu quả thực hắn hiện hữu, tôi hoàn toàn không biết."[20]

Nikolaus Lenau (1802-1850), một nhà thơ Áo, sinh ra ở Hung, vốn được xem như là một Byron[21] của Đức (German Byron), quả quyết rằng Mỹ là một nước vô căn (rootlessness). Cái được gọi là tổ quốc ở Mỹ chỉ là một thứ

---

(20)James W. Ceaser, bđd, tr. 8.
(21)Lord Byron (1788-1824), thi hào Anh.

kế hoạch bảo hiểm tài sản (property insurance scheme). Nói khác đi, không có một cộng đồng thực sự ở Mỹ. Văn hóa Mỹ không xuất phát từ bên trong, mà chỉ là một thứ chủ nghĩa duy vật lụn bại. "Người Mỹ chẳng biết gì, chẳng tìm cái gì ngoài tiền bạc, nó không có lý tưởng." Đó là "Vùng đất cùng trời cuối đất thực sự, nằm ở mé ngoài của con người."

Nhà thơ Heinrich Heine (Đức gốc Do Thái, 1797-1856) gọi Mỹ là một "vùng đất tự do bẩn thỉu", là "nơi cư ngụ của những người quê mùa sống trong bình đẳng." Hơn thế nữa, đó là "một nhà tù vĩ đại của tự do", nơi mà thực chất chỉ là "một chế độ độc tài mở rộng" với một thứ "quyền hành thô lỗ".[22]

Lý thuyết phân biệt chủng tộc: Vào giữa thế kỷ 19, Arthur de Gobineau (1816-1882), một nhà văn, nhà ngoại giao và lý thuyết gia Pháp đề ra quan điểm "Aryan master race" (chủng tộc cao đẳng Aryan). Dùng lại khái niệm của Hegel xem "lý trí" là động cơ cao nhất của con người, Gobineau cho rằng "chủng tộc" là động cơ tạo nên lịch sử. Trong tác phẩm dày cả ngàn trang tựa đề là *An Essay on the Inequality of the Human Races* (1855), ông phân biệt nhiều chủng loại người khác nhau, được sắp thứ tự dựa theo sức mạnh, trí thông minh và lòng can đảm, trong đó, Aryan là chủng tộc thuần nhất và thông minh nhất. Để giữ gìn một giống dân như thế, không thể để cho họ sống chung đụng với những giống dân khác. Cách hay nhất là quy tụ họ về một vùng đất mới. Mỹ được xem là chỗ tốt nhất, nơi giống dân Aryan có thể bảo đảm ưu thế của họ trên thế giới. Nhưng theo ông, tiếc thay, Mỹ lại chấp nhận chế độ dân chủ. Một chế độ dân chủ thì đưa đến sự hợp chủng và

____
(22)James W. Ceaser, bđd, tr. 9.

do đó, không thể duy trì một giống dân thuần chủng. Mỹ, rốt cuộc, trở thành một thùng rác để Âu châu vứt vào đó tất cả những "rác rưởi" của họ: những di dân nghèo đói bỏ quê hương đi tìm cuộc sống mới. Từ đó, Mỹ tạo nên một giống dân mới, là giống dân cuối cùng của loài người. Một nước Mỹ hợp chủng, trong tương lai, sẽ tạo nên một xứ sở tầm thường cả về thể chất, sắc diện, tri thức. Kết quả là, nước Mỹ trở thành "vô nghĩa" (nothingness), theo Arthur de Gobineau.

Quan điểm của Friedrich Nietzsche: Khi phát triển cao độ về kỹ thuật, Mỹ được nhìn dưới một biến dạng khác: một thứ người khổng lồ kỳ dị. Friedrich Nietzsche (1844-1900), triết gia Đức, là người đầu tiên chỉ trích phương pháp sản xuất hàng loạt, qua đó, mọi thứ biến thành con tính. "Cái cách họ làm việc vội vội vàng vàng không kịp thở đang bắt đầu lây lan một cách hung hãn sang Âu châu cũ và truyền bá một thứ tinh thần rỗng tuếch trên toàn lục địa." Arthur Moeller Van Den Bruck (1876-1925), một môn đệ của Nietzsche, đề nghị gọi ý niệm trên là "Amerikanertum" (Americanness), Mỹ-tính. Hiểu như một khái niệm về tri thức, Mỹ-tính "đánh dấu một bước quyết định qua đó, con người mở lối từ một sự lệ thuộc trên trái đất đến chỗ sử dụng trái đất, một bước cơ khí hóa và điện khí hóa vật chất bất động và làm cho những thành tố của thế giới biến thành những thứ cho con người sử dụng." Con người dùng tinh thần chinh phục, sử dụng và khai thác đến tối đa thiên nhiên, đó là tinh thần kỹ trị (technologism = die technik). Ở Mỹ, mọi thứ đều là một khối, chuộng chủ nghĩa thực dụng và làm việc theo hệ thống kiểu Taylor toàn quốc.[23]

———————————

(23)James W. Ceaser, bđd, tr 11,12.

Quan điểm của Martin Heidegger: Chuyển HTCM thành khái niệm triết lý là sản phẩm của Martin Heidegger (1889-1976), triết gia Đức.[24] *Americanism*, theo Heidegger, là "yếu tính còn phơi mở chưa đầy hay chưa hoàn tất của một thứ kỳ quái xuất hiện trong thời hiện đại."[25] Do đó, Mỹ là *katestrophenhaft*, "nơi của tai họa" (site of catastrophe).

Với sự phát triển không thể cưỡng chống của *Americanism*, Heidegger cho rằng Âu Châu nằm giữa một gọng kềm lớn, bị ép một bên là Liên Xô và bên kia là Mỹ. Nhìn từ quan điểm siêu hình, Liên Xô và Mỹ giống nhau, với cùng một thứ kỹ thuật cuồng loạn và buồn chán, cùng một thứ tổ chức không hạn chế của một con người trung bình. Người Âu châu, vốn phát minh ra khoa học, nhưng luôn luôn kềm chế để nó không đi quá đà, còn với Liên Xô và Mỹ thì ý niệm về lượng tính tách khỏi phẩm tính và rồi phát triển thành "một thứ hổ lốn vô biên giới lạnh lùng và luôn luôn giống nhau."[26]

Cả Mỹ và Liên Xô đều là ác quỷ. "Bolshevism chỉ là một biến thể của Americanism." Nhưng Mỹ mang lại một đe dọa lớn hơn và có ý nghĩa hơn, theo Heidegger. Chính vì thế, sau Đệ Nhị Thế Chiến, Heidegger cho rằng Âu châu có thể "đối thoại" với Liên Xô bởi vì nó có cảm quan về ý

---

(24)Những ý tưởng của Heidegger lấy từ Martin Heidegger, *An Introduction to Metaphysics* (các trang từ 45 đến 50); Denis Lacorne, *Anti-Americanism and Americanophobia: A French Perspective*; và James W. Ceaser, *A genealogy of anti-Americanism*.

(25)Nguyên văn: "Americanism is 'the still unfolding and not yet full or completed essence of the emerging monstrousness of modern times." Dẫn theo James W. Ceaser, bđd, tr. 13.

(26)Nguyên văn: "In America and in Russia this development grew into a boundless et cetera of indifference and always-the-sameness – so much so that the quantity took on a quality of its own." Dẫn theo Martin Heidegger, *An Introduction to Metaphysics*, tr. 46.

nghĩa lịch sử. Còn với Mỹ thì không thể, vì Mỹ không có ý nghĩa thực sự. "Chủ nghĩa Mỹ là hình thức nguy hiểm nhất của tính vô biên giới, bởi vì nó xuất hiện trong đời sống của giai cấp trung lưu hỗn hợp với Thiên Chúa giáo và tất cả cái đó đặt trong một không khí hoàn toàn thiếu vắng ý nghĩa về lịch sử." Nhận định về việc Mỹ tham gia Đệ Nhị Thế Chiến, Heidegger viết, "Sự tham gia của Mỹ vào chiến tranh thế giới này không phải là đi vào lịch sử, nhưng là hành động mang tính cách Mỹ cuối cùng của sự vắng mặt ý nghĩa lịch sử của Mỹ."

Trong khi tạo ra biểu tượng Mỹ, Heidegger thu tóm vào bên trong nó nhiều nan đề hay bệnh hoạn của thời đại tân tiến, từ sự xuất hiện của ngành truyền thông toàn cầu cho đến sự hờ hững với môi trường và sự giản lược văn hóa thành một hình thức tiêu thụ. Heidegger đặc biệt quan tâm đến chủ nghĩa tiêu thụ (consumerism) mà ông cho là tượng trưng cho tinh thần của thời đại chịu ảnh hưởng nặng nề của Mỹ. "Tiêu thụ chỉ với mục đích tiêu thụ là thủ tục độc nhất tiêu biểu cho lịch sử của một thế giới đã trở thành một không-thế-giới (unworld). Tồn tại hiện nay là thứ tồn tại có thể thay thế." Nó là hiện thân của sự nhái theo (ersatz), bắt chước, hấp thu (absorption), biến cái độc đáo và cái đích thực thành cái đồng phục và tiêu chuẩn.

Nối bước Nietzsche, Heidegger diễn tả Mỹ là một lực lượng xâm lược, chiếm đoạt linh hồn của Âu châu, làm suy yếu chiều sâu và lý trí của nó. "Yếu tính Đức đã hàng phục yếu tính Mỹ đến chỗ thỉnh thoảng tạo ra hiệu quả tai hại đến nỗi nước Đức hiện nay cảm thấy hổ thẹn rằng dân tộc của nó đã từng được xem là "dân tộc của thi ca và tư tưởng." Bởi thế, Âu châu xem như đã chết, nhưng chưa chết hẳn. Nó vẫn còn ngắc ngoải chờ đợi cái mà Heidegger gọi là "Cái sẽ tới" (The Happening). Nhưng "Cái sẽ tới" đó sẽ chỉ có thể có nếu nó biết huy động sức mạnh tiềm tàng bên trong nó để đẩy lùi thứ "Mỹ tính" về bên kia bán cầu.

Do Heidegger đã từng ủng hộ Đức Quốc Xã, nên tư tưởng của ông giảm đi nhiều ảnh hưởng về sau. Nhưng sau chiến tranh, phe tả châu Âu nắm lấy những ý tưởng nòng cốt để tăng cường thêm tư tưởng chống Mỹ của riêng họ. Khi các chế độ cộng sản Đông Âu sụp đổ, trái với mọi dự đoán, HTCM không những không chết đi mà lại vẫn dai dẳng sống, sống còn mạnh hơn và đi vào giòng tư tưởng chính của châu Âu. Thay vì nằm giữa gọng kềm của Liên Xô và Mỹ, bây giờ châu Âu trở thành một cực đối nghịch với Mỹ. Điều đó cho thấy, giới trí thức Âu châu không những chỉ phê phán Mỹ, mà là bài Mỹ (Americanophobia) vì nó bác bỏ tất cả những giá trị xã hội cũng như chính trị Mỹ, xem chúng như một cái gì man dã, một loại "thiến hoạn về Tinh Thần" (émasculation de l'Esprit) theo cách nói của Heidegger.

Hiện tượng chống Mỹ ở Pháp

Hiện tượng chống Mỹ bàng bạc ở khắp Âu châu, nhưng Pháp có lẽ là nơi mà xu hướng này mạnh mẽ, dai dẳng và điển hình nhất, đến nỗi bất kể quan hệ Pháp-Mỹ như thế nào về hình thức, luôn luôn có một khoảng cách khó thể san bằng giữa hai nước. Hình ảnh về nước Mỹ mà người dân Pháp có được xuyên qua sách, báo hàng ngày được mô tả như sau:

Mỹ là một xã hội hoàn toàn bị điều khiển bởi tiền bạc. Nó không có bất kỳ một giá trị nào khác, dù là luân lý, gia đình, tôn giáo, quyền dân sự, văn hóa hay nghề nghiệp. Mọi thứ đều là hàng hóa, được đánh giá và sử dụng chỉ bằng giá trị vật chất. Một người chỉ được phán đoán qua số tiền mà người đó có trong trương mục ngân hàng. Mọi tổng thống Mỹ đều có quyền lợi dính líu chặt chẽ trong các công ty dầu hỏa, các tổ hợp kỹ nghệ-quân sự, nông nghiệp và thị trường chứng khoán ở Wall Street. Mỹ là một "khu rừng hoang", phi luật pháp, là một thứ tư bản chủ nghĩa dã man, ở đó người giàu cứ giàu thêm và người nghèo càng ngày càng nghèo. Người dân không được hưởng trợ cấp thất nghiệp và không có hưu bổng. Chỉ có những người may mắn lắm mới được chăm sóc sức khỏe và sống một đời sống đàng hoàng. Học phí đại học rất đắt, chỉ dành cho những người giàu có. Mỹ là xứ sở của bạo động tràn lan, hoành hành khắp nơi. Cái gọi là dân chủ ở Mỹ chỉ là dân chủ hình thức. Vân vân và vân vân.

Nghe như một loại tài liệu tuyên truyền rẻ tiền được sử dụng nhằm bôi xấu Mỹ trong các nước cộng sản thời còn bế quan tỏa cảng. Ấy thế mà đó là những gì có thật được chính một tác giả Pháp, Jean-François Revel, ghi lại trong tác phẩm "Anti-Americanism" xuất bản vào (2003).[27] Revel không quá lời. Ông cho biết, chính một đại sứ Mỹ ở Anh cũng đã phát biểu một điều tương tự vào năm 1987, "Mỹ bạo động, Mỹ dốt nát, Mỹ vụng về, tất cả những thứ đó trở thành hình ảnh thường nhật của Mỹ ở châu Âu."

Đối với Pháp, dù nước Mỹ được xem là tượng trưng cho tiến bộ, dân chủ, bình đẳng, hiện đại, nhưng nó đồng thời là đe dọa lớn nhất đối sự sống còn của văn hóa châu Âu nói chung và văn hóa Pháp nói riêng. Người Pháp không

---

(27) Jean-François Revel, *Anti-Americanism* (nguyên bản Pháp ngữ: "L'obsession anti-américaine: Son fonctionnement, ses causes, ses inconséquences"), Diarmid Cammell dịch, nxb Encounter Books, San Francisco, 2003, tr. 77.

thể chấp nhận văn hóa Mỹ vì hai lý do: tính thương mại và sự lắp ghép tùy tiện (bricolage).[28]

▪ Văn hóa Mỹ kết hợp hai yếu tố vốn không thể đi đôi với nhau: dân chủ và thương mại. Đáng lẽ ra, cái gì cao thượng thì tách bạch ra khỏi cái bình thường. Ở Mỹ, văn hóa đòi hỏi phải bình đẳng và dân chủ, do đó, văn hóa phải đi vào quần chúng, bất kể là thành phần nào. Hậu quả là: các sản phẩm văn hóa trở thành phổ thông và đến với thị trường y như bất cứ sản phẩm tiêu dùng nào khác. Văn hóa, như thế, trở thành hàng hóa. Là hàng hóa, thì phải sản xuất hàng loạt. Do sản xuất hàng loạt, chúng cần thị trường tiêu thụ. Vì không được sự bảo trợ của văn hóa Âu châu, nó tự tạo ra khách hàng của chúng để đủ sức trang trải phí tổn. Thế là, với thị trường càng ngày càng mở rộng, văn hóa Mỹ rời bỏ phẩm tính để đi vào lượng tính.

▪ Một thứ văn hóa như thế tất nhiên phải xuất phát từ một sự lắp ghép tùy tiện. Nó bất chấp mọi tiêu phạm, trộn lẫn giữa cao cấp và bình dân, giữa cái cao thượng và cái tầm thường. Tất cả tiêu chuẩn đều bị san bằng, giảm xuống cùng một loạt như nhau, kiểu cá đối bằng đầu. Văn hóa Mỹ trở thành phản-lịch sử, phản-siêu hình và phản-cơ cấu, vì nó chuộng thành phần hơn toàn thể.

Không lạ gì, nhiều nhà trí thức nổi tiếng Pháp, từ Charles Baudelaire cho đến anh em nhà Goncourt (Goncourt brothers), từ Georges Duhamel, François Mauriac, cho đến Jean-Paul Sartre, Simone de Beauvoir, đều không tiếc lời chê bai Mỹ mỗi khi có dịp. Năm 1865, nhân cuộc triển lãm quốc tế đầu tiên tổ chức ở Paris với sự tham dự của Mỹ, nhà thơ Baudelaire phát biểu: "Con người hiện đại đã bị

---

(28) Bricolage: something made or put together using whatever materials happen to be available.

Mỹ-hóa đến nỗi nó đánh mất cả khái niệm về sự khác biệt đặc trưng cho những hiện tượng trong thế giới vật lý và thế giới luân lý, sự khác biệt giữa cái tự nhiên và cái siêu nhiên." Tờ "Journal" của anh em Goncourt (về sau, thành lập giải thưởng văn chương Goncourt) viết: "Triển lãm quốc tế là cú đánh cuối cùng cho sự Mỹ-hóa nước Pháp". Simone de Beauvoir gọi dân Mỹ là một dân tộc cừu (un peuple de moutons), toàn những kẻ nhắm mắt đi theo, thiếu tinh thần phê phán và sáng tạo. [29]

Thập niên 1930 là thời kỳ HTCM phát triển mạnh ở Pháp khi ảnh hưởng của lối sống và cung cách làm việc của Mỹ bắt đầu lây lan sâu rộng trong xã hội Âu châu. Mỹ bị tấn công liên tục và dữ dội với nhiều tác phẩm nghiên cứu hay biên khảo phân tích về chủ nghĩa Mỹ và những sai trái của nó. Chẳng hạn như "Scènes de la vie future" (Khung cảnh cuộc sống tương lai) của Georges Duhamel, "Le monde sans âme" (Thế giới vô hồn) của Henri Daniel-Rops và đặc biệt là hai cuốn "Décadence de la nation française" (Sự suy đồi của nước Pháp) và "Le cancer américain" (Ung thư Mỹ) của Robert Aron và Arnaud Dandieu. Tất cả đều cùng tập trung vào một chủ điểm: lên án "con quỷ của thời đại" chỉ biết đến giá trị vật chất là Mỹ. Trong "Décadence de la nation française", Robert Aron (1898-1975) và Arnaud Dandieu (1897-1933) nhận xét: "Sự duy lý hóa toàn bộ của xã hội hiện đại dưới sự hỗ trợ của Ford, Taylor và Young, đã phi nhân hóa tất cả hệ thống quy chiếu của chúng ta." [30] "Giáo điều kỹ nghệ mới" của Mỹ đưa đến hai lần phản bội: phản bội tình cảm yêu nước cũ xuất phát từ truyền thống cách mạng Pháp và phản bội truyền thống tư bản

---

(29) Denis Lacorne, *Anti-Americanism and Americanophobia: A French Perspective.*
http://www.ceri-sciences-po.org
(30) Robert Aron và Arnaud Dandieu, *Décadence de la nation française,* Paris, Rieder, 1931, trang 107, 108, dẫn theo Denis Lacorne, bđd.

Pháp. Theo hai ông, khi chạy theo triển vọng "vật chất và lượng tính", nước Pháp đã "thua trận và tự hy sinh mình cho những cơ cấu xã hội hoàn toàn đối nghịch với nó." Và do đó, nó trở thành "vật ký sinh" của đế quốc Mỹ, đã phá hoại "tất cả những biểu lộ tình yêu đất và yêu quốc gia." Họ đề nghị nước Pháp nên "trở lại một thứ cá nhân chủ nghĩa thực sự, tình cảm và chống duy lý" (anti-rational).

Trong "Le cancer américain", hai ông đánh giá lại căn bệnh Mỹ, một thứ bệnh ung thư tiềm ẩn xâm nhập vào tất cả cộng đồng con người. Họ vạch rõ Mỹ "là một phương pháp, một kỹ thuật, một thứ bệnh của tinh thần." Họ bài bác "tính cách Mỹ", cho đó là một thứ "chủ nghĩa man rợ đe dọa toàn thể loài người." Bản tuyên ngôn thành lập nhóm "Esprit"[31] năm 1932 bài bác một nước Mỹ đại độc tài, một xã hội được cai trị y như các hãng, xưởng mà các chủ nhân của nó cố tìm cách biến con người thành máy móc để tìm kiếm lợi nhuận. Trong tình huống đó, đời sống con người bị giằng xé giữa dục vọng và nhân cách, đưa đến rối loạn về mặt tâm lý, dễ gây ra giết người và tự sát. Giải pháp là phải cứu vớt con người bằng cách làm cho nó ý thức về căn cước thực sự của chính nó, nêu lên sự quan trọng của ý chí chống lại thứ chủ nghĩa duy lý lạnh lùng của "con vật kinh tế" (homo oeconomicus) được xiển dương bởi các chủ ngân hàng và các tập đoàn kỹ nghệ Mỹ.

Sau Đệ Nhị Thế Chiến và trong suốt thời kỳ chiến tranh lạnh, nhận định nổi tiếng của Heidegger về Liên Xô và Mỹ (xem lại tiểu mục "Quan điểm Heidegger" ở phần trên) được tán thành bởi nhiều nhà trí thức tầm cỡ của Pháp như Merleau-Ponty, Jean-Paul Sartre hay Etienne Gilson và được lặp đi lặp lại không mệt mỏi bởi một số chính

---

(31) Nhóm "Esprit" do Robert Aron và Arnaud Dandieu thành lập năm 1930, xuất bản tờ tạp chí "Ordre nouveau" đặt lại vấn đề về nền văn minh Tây Phương.

trị gia theo chủ nghĩa De Gaulle (Gaullisme) như Jacques Thibau trong "La France colonisée" (Nước Pháp thuộc địa hóa/1976), Jean-Marie Benoist trong "Pavane pour une Europe défunt" (Điệu nhảy cho một Âu châu không còn tồn tại /1980), Anicet Le Pors trong "Marianne à l'encan" (Marianne tại cuộc đấu giá /1980)...[32] Chính trị gia Pháp, Alain de Benoist, một trong những lãnh tụ của tân hữu phái Pháp, trong một tác phẩm viết vào năm 1981, nhận định: "Sự thực là có hai hình thức độc tài toàn trị y hệt như nhau. Cái trước nằm ở phương Đông (ám chỉ Liên Xô) với bỏ tù và hành hạ thể xác, nhưng còn có chỗ cho hy vọng. Cái kia, ở phương tây (ám chỉ Mỹ), đưa đến sự tạo ra những con người máy hạnh phúc (happy robots). Nó điều hòa không khí địa ngục và giết chết linh hồn."[33] Có thể xem đây là một trong những lập luận nền tảng của tư tưởng chống Mỹ trong hàng ngũ trí thức và chính trị gia Âu châu.

Trong bài viết "Questions aux vrais maîtres du monde" (Câu hỏi cho những ông chủ thực sự của thế giới) trước hội nghị quốc tế về "Viện Bảo tàng truyền hình và truyền thanh" (Musée de la télévision et de la radio = MTR) ngày 11/10/1999, đăng lại trên tờ Le Monde,[34] Pierre Bourdieu, một trong những trí thức hàng đầu của Pháp hiện nay, cho rằng Mỹ đang kiểm soát toàn bộ hệ thống truyền thông trên thế giới. Đó không phải là một quyền năng chính trị hay kinh tế, mà là một thứ quyền năng biểu tượng (pouvoir symbolique), một thứ quyền hành tác động trực tiếp trên tinh thần và trí tưởng tượng của con người xuyên qua các sản phẩm văn hóa của nó: sách báo, truyền hình, phim

---

(32) Xem Tony Judt, *Past Imperfect: French Intellectuals, 1944-1956*, Berkeley, University of California Press, 1994. Dẫn theo Denis Lacorne, bđd.

(33) Dẫn theo Denis Lacorne, bđd.

(34) Pierre Bourdieu, *Questions aux vrais maitres du monde*, Le Monde 14/10/1999.

ảnh. Quyền hành được củng cố, bành trướng xuyên qua thị trường tự do quốc tế. Chúng được thúc đẩy bởi lợi nhuận, không lưu tâm đến yếu tố văn hóa. Cái mà thế giới nhận được chỉ là thuộc loại chuyện trong nhà ngoài phố, loại phim ảnh dung tục, hạ cấp khai thác những ham muốn tầm thường của con người. Văn hóa thực sự là tác phẩm của những người nghệ sĩ xem khán giả và độc giả như những người kế thừa chứ không phải được đo lường bởi đám người chen chúc trong các rạp hát, theo ông.

Hiện nay, Pháp dị ứng nhất với Mỹ về ba chính sách: chủ nghĩa đa văn hóa (multiculturalism), án tử hình và toàn cầu hóa (globalization).

- Đa văn hóa là một thách đố với một nước Pháp thế tục, cộng hòa và đồng hóa (assimilationist). Nếu áp dụng nó, nước Pháp sẽ bị chia cắt thành những "ghetto" chủng tộc, những cộng đồng cô lập, hoàn toàn trái với chủ trương cố hữu là một nước Pháp "duy nhất không thể phân chia" (one and indivisible).

- Án tử hình đã được bãi bỏ ở Pháp từ năm 1981. Vì thế, dư luận Pháp hết sức kinh tởm khi thấy hàng ngàn người nằm chờ án tử hình trong các nhà tù Mỹ nhiều năm (death-row inmates) như Karla Tucker, Betty Beets, Gary Graham, Odell Barnes… Có người nằm chờ hành quyết đến cả hai chục năm.

- Toàn cầu hóa chính là Mỹ hóa. Vì với ưu thế của văn hóa phổ thông và thị trường tự do, đặc biệt là từ khi có mạng lưới điện toán toàn cầu, "toàn cầu hóa", dưới con mắt của tầng lớp ưu tú Pháp, là "con ngựa thành Troie" (Trojan Horse) của Mỹ.

Tinh thần chống Mỹ trở nên cuồng nhiệt đến nỗi có người mong muốn nước Mỹ thất bại về quân sự, thậm chí, muốn nó sụp đổ toàn diện. Một ngày sau biến cố 11/9, nhật báo Le Monde cho chạy một bài xã luận do đích thân chủ bút Jean-Marie Colombani viết, có tựa đề là "Nous tous sommes américains" (Tất cả chúng ta đều là người Mỹ), bày tỏ nỗi xúc động lớn lao trước một tai họa đổ xuống đất Mỹ; thì lập tức ngay sau đó, vô số người Pháp, cả độc giả lẫn những người viết báo, phản ứng mạnh mẽ vì cho rằng không có gì để phải than khóc cho nước Mỹ, nếu không bày tỏ nỗi hân hoan khi Mỹ phải chịu đựng một tai họa như thế. Mỹ xứng đáng nhận lãnh hậu quả! Không lâu sau đó, trong tác phẩm "Tous Américains? Le monde après le 11 septembre 2001" (Tất cả đều là người Mỹ? Thế giới sau ngày 11/9/2001), Colombani hoàn toàn đổi giọng, diễn tả Mỹ là một loại xí nghiệp Thiên Chúa giáo cực đoan, các quan tòa của nó chỉ chăm chăm muốn kết án tử hình tội phạm, cảnh sát thì tàn bạo đối với người da đen, vân vân.

Trong một bài viết khác một tháng sau đó, cũng trên Le Monde, triết gia Jean Baudrillard[35] không ngần ngại cho rằng, ít ngày sau 11/9, người Pháp âm thầm mong nước Mỹ sẽ tiêu vong luôn. Dùng thuật ngữ *schadenfreude* để chỉ niềm vui khi thấy kẻ khác (ở đây là Mỹ) phải đau khổ, ông bảo: Mỹ chết vì nó đáng chết! Theo Baudrillard, niềm vui đó tương ứng với óc "tưởng tượng khủng bố của chúng ta" được chia sẻ bởi nhiều người. Bản chất "hy sinh" của cuộc tấn công là không diễn tả nổi. Nó trình diễn sự bạo động ở mức cao nhất, một phối hợp kỳ lạ giữa "xảo thuật điện ảnh" (magie blanche) và "ma thuật khủng bố" (magie noire). Ông viết, "Chúng ta đã từng mơ về một biến cố như thế này, tất cả mọi người không trừ một ai, đã từng mơ về nó, vì không thể không muốn hư vô hóa thứ siêu cường

---

(35) Jean Baudrillard, triết gia hậu hiện đại, hậu cấu trúc Pháp, nổi tiếng với lý thuyết "phồn thực" (tạm dịch từ chữ hyperreality = the simulation of something which never really existed).

bá quyền như thế, cho dù điều này là không thể chấp nhận được với các giá trị đạo lý phương Tây, nhưng chính đó là một sự kiện, và sự kiện này rõ ràng phơi bày ra thứ cảm xúc mãnh liệt của tất cả mọi nỗ lực phủ nhận nó."[36]

Một lý thuyết mới về Mỹ: đế quốc Mỹ sẽ sụp đổ

Emmanuel Todd, tiến sĩ sử học Pháp, một chuyên gia chuyên nghiên cứu về sự hưng thịnh và suy tàn của các dân tộc và văn hóa trong lịch sử một ngàn năm vừa qua, bắt đầu nổi tiếng với tác phẩm "La chute finale: essai sur la décomposition de la sphère soviétique" (Sự sụp đổ cuối cùng: Bàn về sự tan rã của thế giới Xô Viết) xuất bản năm

---

(36) Xin trích lại nguyên văn một đoạn: "Que nous ayons rêvé de cet événement, que tout le monde sans exception en ait rêvé, parce que nul ne peut ne pas rêver de la destruction de n'importe quelle puissance devenue à ce point hégémonique, cela est inacceptable pour la conscience morale occidentale, mais c'est pourtant un fait, et qui se mesure justement à la violence pathétique de tous les discours qui veulent l'effacer. A la limite, c'est eux qui l'ont fait, mais c'est nous qui l'avons voulu. Si l'on ne tient pas compte de cela, l'événement perd toute dimension symbolique, c'est un accident pur, un acte purement arbitraire, la fantasmagorie meurtrière de quelques fanatiques, qu'il suffirait alors de supprimer. Or nous savons bien qu'il n'en est pas ainsi. De là tout le délire contre-phobique d'exorcisme du mal: c'est qu'il est là, partout, tel un obscur objet de désir. Sans cette complicité profonde, l'événement n'aurait pas le retentissement qu'il a eu, et dans leur stratégie symbolique, les terroristes savent sans doute qu'ils peuvent compter sur cette complicité inavouable. Cela dépasse de loin la haine de la puissance mondiale dominante chez les déshérités et les exploités, chez ceux qui sont tombés du mauvais coté de l'ordre mondial. Ce malin désir est au cœur même de ceux qui en partagent les bénéfices. L'allergie à tout ordre définitif, à toute puissance définitive est heureusement universelle, et les deux tours du World Trade Center incarnaient parfaitement, dans leur gémellité justement, cet ordre définitif." (L'Esprit du terrorisme, Le Monde ngày 2/11/2001).

1976, tiên đoán đế quốc Xô Viết sẽ sụp đổ, 15 năm trước khi điều đó trở thành sự thật. Năm 2002, ông xuất bản "Après l'empire: Essais sur la décomposition du système américain" (Hậu đế quốc: Bàn về sự tan rã của hệ thống Mỹ)[37] đưa ra một tiên đoán mới: nước Mỹ sẽ sụp đổ. Xuất hiện trong thời kỳ hiện tượng chống Mỹ lên cao tại Âu châu, tác phẩm bán rất chạy ở Pháp và Đức. Lập luận của Todd có thể tóm tắt qua vài điểm như sau:

▪ Sau gần hai thế kỷ thành lập, với nguồn tài nguyên thiên nhiên mới mẻ và dồi dào, với vốn liếng và lao động từ Âu châu, Mỹ trở thành cường quốc trên thế giới, thay thế hẳn các nước châu Âu. Sau năm 1945, trong thời gian chiến tranh lạnh, dù phải đối đầu với khối cộng sản đang bành trướng mạnh, nhưng với lực lượng quân sự và tiềm lực kinh tế hùng mạnh cộng với lý tưởng dân chủ tự do, Mỹ kiểm soát phần còn lại của hành tinh với một quyền lực và ảnh hưởng ngang tầm với hai chữ "đế quốc". Trong giai đoạn này, do phải tranh giành ảnh hưởng với Liên Xô, Mỹ đóng vai trò của một kẻ cứu tinh hào hiệp, một người xây dựng hòa bình, chuyên giúp đỡ các dân tộc khác thoát ách độc tài, thực dân và nghèo đói.

▪ Sau khi Liên Xô sụp đổ, Mỹ trở thành siêu cường độc nhất, muốn kiểm soát toàn thế giới, bắt đầu lộ rõ ra tham vọng đế quốc của mình. Tuy nhiên, Mỹ không thể làm được điều đó một cách hiệu quả vì thế giới bây giờ quá đông đúc, quá rộng, quá văn minh và quá dân chủ.

▪ Trong vòng 20 năm vừa qua, Mỹ đứng giữa hai chọn lựa: quốc gia hay đế quốc. Về phương diện lịch sử, một đế quốc thực sự phải có hai đặc tính: một là, có đủ sức mạnh

---

(37) Ấn bản tiếng Anh, *After the Empire: The Breakdown of the American Order*, Jon Delogu dịch, nxb Columbia University Press, Hoa Kỳ, 2004.

quân sự để duy trì quyền lực trên toàn lãnh thổ chiếm được; và hai là, thu góp đủ tài nguyên để nuôi sống bộ máy trung ương và có chủ trương hòa đồng (universalism), nghĩa là cư xử với các dân tộc bị chinh phục y như những công dân bình thường. Nhưng hiện nay, Mỹ không có đủ những điều kiện đó.

- Về phương diện quân sự, quân lực Mỹ quá lớn đối với một quốc gia, nhưng lại quá nhỏ nếu như muốn kiểm soát toàn thế giới, nhất là kiểm soát trung tâm hùng mạnh là Âu-Á (Eurasia). Vả lại, quân đội Mỹ có một sự yếu kém về cơ cấu vì từ khi thành lập, Mỹ chưa bao giờ thực sự đối đầu với một địch thủ ngang sức. Thêm vào đó, nuôi dưỡng ý đồ của một cuộc chiến tranh thắng mà không đổ máu (về phía Mỹ) cho thấy từ trong căn bản, quân đội đó là yếu kém. Thành thử, quân đội Mỹ không thể chiếm và giữ đất để xây dựng thành một thứ không gian đế quốc (imperial space) theo nghĩa truyền thống. Về phương diện ý thức hệ, sau chiến tranh lạnh, Mỹ càng lúc càng xa dần với chủ nghĩa hòa đồng. "Sự biến mất áp lực [của khối Cộng Sản] cho phép tâm thức Mỹ lấy lại sự cân bằng tự nhiên của nó."[38] Mỹ theo xu thế phân biệt (differentialism), chỉ chọn liên kết với một số đối tượng thích hợp. Bên trong thì liên kết dân da trắng, tách biệt khỏi dân da đen và dân gốc Tây Ban Nha và thổ dân; bên ngoài thì liên kết với dân Do Thái và tách biệt với dân Hồi giáo. Chế độ dân chủ của Mỹ suy đồi, vì sau quá trình phát triển ghê gớm, một giai cấp mới xuất hiện, gọi là *overclass* (siêu giai cấp) khoảng 20% dân số. Do sức mạnh kinh tế, giai cấp này đi đến chuyên quyền. Một điều trớ trêu xảy ra: trong khi cả thế giới đang tiến đến dân chủ thì Mỹ mất dần các đặc tính dân chủ. Do đó, Mỹ không còn hòa thuận với thế giới nữa. Todd nhận xét: Mỹ chẳng hề mất tất cả những đặc tính quốc gia của mình và sẽ thất bại như là một đế quốc.[39]

---

(38) Emmanuel Todd, sđd , tr. 109.

(39) Nguyên văn: The country has by no means lost all of its national

- Về phương diện kinh tế, Mỹ chủ trương tự do kinh doanh. Chủ trương này lúc đầu có lợi cho Mỹ. Nhưng dần dần, do sự phát triển của các nước, do trình độ dân chúng nâng cao, do nhu cầu giảm xuống, Mỹ trở thành một kẻ phàm ăn.[40] Do thặng dư kinh doanh, đồng tiền thực sự bây giờ tích lũy ở Âu châu và Á châu trong lúc Mỹ trở thành một "kẻ ăn mày đáng sợ của hành tinh."[41] Mỹ càng ngày càng lệ thuộc vào các nước khác, cả về hàng hóa lẫn vốn liếng. Từ một nước sản xuất nhiều hơn tiêu thụ, Mỹ tiến dần đến chỗ tiêu thụ nhiều hơn sản xuất. Mỹ đang "trở thành trung tâm của một hệ thống, trong đó, công việc số một là tiêu thụ hơn là sản xuất." Do đó, ngân sách càng ngày càng thâm thủng. Hiện nay, cứ mỗi ngày, mức thâm thủng trung bình là một tỷ rưỡi đô la.

▪ Đã thế, vai trò "đế quốc" không phải là chọn lựa tự giác của Mỹ, mà lại là sản phẩm của tình thế: sự sụp đổ bất ngờ của khối Xô Viết. Nói khác đi, Mỹ không có một kế hoạch cụ thể nào trong vai trò đế quốc bỗng nhiên rơi vào tay mình.

▪ Rốt cuộc, sự lệ thuộc về kinh tế, sự bất toàn về quân sự, sự suy yếu về chủ nghĩa hòa đồng cộng với sự thụ động trước tình thế mới, góp phần ngăn cản Mỹ hình thành một cái nhìn bình đẳng, công chính và đầy trách nhiệm về thế giới. Mỹ không còn cách nào khác để xác định vai trò bằng cách cư xử sai trái với những nước nhỏ.[42] Đây chính là cái lập luận ẩn giấu đàng sau các chính sách của Mỹ hiện nay. Todd gọi đó là một thứ "kịch bản đầy mê sảng của

---

characteristics, and it will fail as an empire (tr. 74)

(40) Nguyên văn: heavy consumer.

(41) Nguyên văn: the planet's glorious beggar (Emmanuel Todd, sđd, tr. 58).

(42) Nguyên văn: minor powers.

những xung đột hạng hai" (hysterical dramatization of second-order conflicts).[43] Sau biến cố 11/9, cuộc tấn công Afghanistan và Iraq, đe dọa Bắc Triều Tiên, khiêu khích Trung Quốc là nằm trong kịch bản đó. Hành động đó được ông gọi là "theatrical micro-militarism" (chủ nghĩa tiểu quân phiệt có tính cách trình diễn). Nó chỉ có mục đích "trình diễn sự cần thiết của Mỹ trong thế giới bằng cách tiêu diệt những đối thủ yếu kém."[44] Đánh những kẻ yếu (nhất là các nước thiếu hẳn hệ thống phòng không hữu hiệu như Afghanistan và Iraq), Mỹ trở lại với đường lối quân sự truyền thống trước đây: đánh giết thổ dân. Chơi con bài chống-Á Rập là cách chơi dễ dàng nhất. "Không còn gì phải thắc mắc, đây là cách của Mỹ, cách chơi của một siêu cường, nhưng là một siêu cường vô quyền muốn duy trì sự kiểm soát của mình trong một thế giới quá lớn và quá đa dạng đối với nó."[45] Mỹ "trước đây được xem như là một kẻ tạo hòa bình, bây giờ trở thành kẻ gây rối."[46]

Todd kết luận: trong một tình hình tiến thoái lưỡng nan và bế tắc như thế, "đế quốc" Mỹ, trước sau gì, cũng sẽ sụp đổ. Trong lúc đó, Nga sẽ trở lại sân khấu thế giới như là một cường quốc vì có một kho vũ khí không thua gì Mỹ, lại giàu tài nguyên và có tinh thần hòa đồng chủ nghĩa. Và quan trọng hơn, các nước Âu châu và Nhật sẽ được giải phóng khỏi ảnh hưởng của Mỹ. Sau một thời gian dài bị Mỹ khống chế, Âu châu bây giờ đã giàu có, thịnh vượng, không còn muốn trở thành một thứ công dân hạng hai dưới mắt Mỹ.

Thật là một lời tiên đoán đầy lạc quan!

---

(43) Emmanuel Todd , sđd, tr. 132.
(44) Emmanuel Todd , sđd, tr. 134.
(45) Emmanuel Todd , sđd, tr. 143-144.
(46) Nguyên văn: "Formerly perceived as a peacemaker, America become a troublemaker." Dẫn theo Emmanuel Todd , sđd, tr. 169-170.

Không biết có bao nhiêu phần trăm lời tiên đoán này sẽ thành sự thật, nhưng phải thừa nhận rằng, khác với cung cách chống Mỹ khá ấu trĩ của một số nhà trí thức Âu châu trước đây (đã nêu ở phần trên như Georges Duhamel, Daniel Rops, Robert Aron, Arnaud Dandieu, kể cả Jean-Paul Sartre hay Jean Baudrillard), luận điểm của Todd chứa đựng nhiều điểm sắc sảo, mới mẻ và khá lý thú. Dẫu vậy, quan niệm cho rằng Nga và các nước Âu châu khác sẽ vượt Mỹ rõ ràng chứa đựng một thứ "mặc cảm châu Âu" hay nói cho rõ ra, "mặc cảm Pháp", một thứ mặc cảm vừa tự ti vừa tự tôn đối với Mỹ. Ngoài ra, có một điều khá lạ lùng là Todd không mấy quan tâm đến Trung Quốc và Ấn Độ, những nước mà sự phát triển thần kỳ trong mấy thập niên qua chứng tỏ họ có đủ tiềm năng để thách thức đế quốc Mỹ hơn Âu châu rất nhiều.

Có một điểm cần nhấn mạnh: HTCM, nói chung, đối với người Pháp, che giấu một tâm lý đặc thù khác, đó là tâm lý bài Anh (Anglophobia). HTCM là sự nối dài được tăng thêm cường độ của tư tưởng chống Anh. Tư tưởng chống Anh là thiên hướng của tầng lớp ưu tú Pháp trong các thế kỷ trước, kể từ khi Anh thay thế Hòa Lan, trở thành cường quốc châu Âu vào cuối thế kỷ 17. Hình ảnh của một nước Anh tàn bạo, man dã, bội bạc và tài phiệt mà nhóm Jacobins thời cách mạng Pháp và Napoléon tuyên truyền chống Anh, không khác gì mấy với hình ảnh của nước Mỹ mà người Pháp vẽ ra ngày nay. Những sỉ nhục và cản trở mà Pháp chịu đựng từ Mỹ hôm nay có phần tệ hơn vì chúng gợi nên những vết thương cũ mà Anh gây ra cho Pháp vào hai thế kỷ 18 và 19. Lúc đầu, khi cảm hứng bởi cách mạng Mỹ để thực hiện cuộc cách mạng 1789, Pháp hy vọng rằng một khi giành được độc lập từ Anh rồi,

Mỹ sẽ cùng với Pháp đứng chung một chiến tuyến chống Anh. Thế nhưng, Mỹ theo chân Anh, vẫn không xem Pháp là đồng minh. Đã thế, với chủ nghĩa Monroe, Pháp hoàn toàn bị đẩy ra ngoài. Talleyrand,[47] nhà ngoại giao nổi tiếng Pháp thế kỷ 19, chua chát nhận định, "Tôi không tìm thấy một người Anh nào không cảm thấy thân tình với Mỹ và không tìm thấy một người Pháp nào không cảm thấy mình xa lạ với Mỹ."

Mỹ, rốt cuộc, là một phủ định khác của Pháp!

Hiện tượng chống Mỹ trong nước Mỹ: Noam Chomsky

Con số những nhà trí thức Mỹ chống lại một (hay nhiều) chính sách nào đó của một (hay nhiều) chính phủ Mỹ, lúc này hay lúc khác, không phải là ít. Trong cuộc chiến tranh Việt Nam hay trong cuộc chiến tranh xâm lăng Iraq mới đây chẳng hạn, con số đó lên đến hàng trăm, có khi, hàng ngàn. Nhưng khuôn mặt điển hình nhất cho HTCM ở ngay tại nước Mỹ trong vòng mấy thập niên trở lại đây không ai khác hơn là Chomsky. Chomsky chống Mỹ vì đó là nước Mỹ. Hay nói khác đi, ông chống tất cả các chính sách Mỹ và qua đó, chống tất cả các chính phủ Mỹ.

Avram Noam Chomsky, giáo sư Đại học MIT (Massachusetts Institute of Technology), sinh năm 1928, gốc Do Thái, tốt nghiệp tiến sĩ ngữ học năm 1955. Sau khi tốt nghiệp, ông viết "Syntactic Structures" (Cơ cấu cú

---

(47) Charles Maurice de Talleyrand-Périgord (1754-1838) là nhà ngoại giao nổi tiếng Pháp trải qua 5 triều đại: vua Louis XVI, Cách mạng tư sản, Napoléon đệ I, Louis XVIII và Louis Philippe.

pháp) là tác phẩm nổi tiếng nhất trong lãnh vực ngữ học thế kỷ 20, tạo ra hẳn một trường phái ngữ học riêng biệt mang tên ông, cách mạng hóa việc nghiên cứu ngữ học. Chomsky đã sử dụng vai vế, tiếng tăm và tầm vóc trong lãnh vực ngữ học để trở thành tiếng nói hàng đầu của Tả phái Hoa Kỳ vào thập niên 1960. Tờ báo Anh The Guardian cho biết, "Chomsky được xếp ngang hàng với Marx, Shakespeare và Thánh Kinh như là một trong 10 nguồn tra cứu được trích dẫn nhiều nhất trong các môn khoa học nhân văn." Tạp chí "Foreign Affairs" (Hoa Kỳ) thừa nhận Chomsky rất có uy tín ở châu Âu và nhiều nơi trên thế giới. Tờ New York Times cho biết ông là tiếng nói từ Mỹ được đọc nhiều nhất về chính sách ngoại giao trên hành tinh này. Ông là diễn giả được mời đi diễn thuyết nhiều nhất: Lịch thuyết trình luôn luôn đặc kín, cơ quan nào muốn mời phải đặt cọc trước ít nhất là hai năm. Mỗi lần ông nói chuyện, có cả hàng ngàn người tham dự. Tính quần chúng của Chomsky trở thành một hiện tượng văn hóa. Giới ca nhạc (như nhóm Bone of U2) gọi ông là "một kẻ nổi loạn không ngừng nghỉ, một Elvis (Presley) của giới hàn lâm." Nhiều nhóm hoạt động chống chiến tranh và chống toàn cầu hóa xem ông là nguồn cảm hứng. Ngày nay, các nghệ sĩ, ca sĩ, nhà văn và sinh viên vẫn dựa trên các tư tưởng và công trình của Chomsky để phát triển HTCM.

Từ bục giảng của một trong những trường đại học lớn nhất Hoa Kỳ, được sự bảo đảm của quy chế tự trị đại học và của quyền tự do phát biểu quy định trong Hiến Pháp, ông dùng ngòi bút và tiếng nói của mình để tấn công, không những vào một cá nhân, một chính quyền hay một đường lối nào đó, mà hầu như toàn diện vào nhà nước Hoa Kỳ với một sự bền bỉ, mãnh liệt và cực đoan nhất. Sự nghiệp của ông bắt đầu bằng thái độ lên án chiến tranh Việt Nam. Bài viết đầu tiên của ông, "The Responsibility of Intellectuals"

(Trách nhiệm của người trí thức), xuất hiện trên tờ "The New York Review of Books" vào năm 1967, được xem là bản tuyên ngôn của trí thức cánh tả Hoa Kỳ chống lại cuộc chiến tranh này. Trong bài báo khá dài đó, ông lên án các nhà trí thức, thay vì hành xử như những nhà trí thức tự do thách đố với dư luận, đã trở thành những kẻ phản bội bằng cách tự khép mình làm tôi tớ cho nhà nước kỹ nghệ-quân sự Mỹ. Họ trở thành một lớp quan lại mới, biến Hoa Kỳ thành một sức mạnh đế quốc. Chiến tranh Việt Nam được thiết kế và hành xử bởi những quan lại mới đó, theo ông.[48] Sau đó, ông liên tục viết sách, viết báo và đi diễn thuyết khắp các trường đại học, kêu gọi sinh viên đứng lên, đồng thời cùng với sinh viên xuống đường chống lại cuộc chiến. Theo ông, Mỹ can thiệp quân sự ở Việt Nam mà không hề có sự đồng ý của nhân dân Nam Việt Nam, tức là chống lại ý chí của họ, do đó, những gì Hoa Kỳ thực hiện ở Việt Nam là một tội ác. Dùng các phương tiện kỹ thuật tân tiến và hiện đại để tấn công Cộng Sản là tấn công vào "một xứ sở Á châu bơ vơ" (helpless Asian country). Và vì bản chất phi lý của cuộc chiến, cho nên một chiến thắng của Hoa Kỳ ở đó, nếu có, sẽ là một thảm kịch. "Sự kiện giản dị nhất là không có bất kỳ một quyền lợi hay nguyên tắc hợp pháp nào xác định cho sự sử dụng lực lượng quân sự ở Việt Nam," Chomsky khẳng định.

Nhìn lại các hoạt động cũng như quan điểm của Chomsky, ta nhận ra ngay một thực tế là: Chomsky đã đóng một vai trò tích cực đưa đến sự thất bại của Mỹ trong cuộc chiến tranh Việt Nam. Từ lâu, người quốc gia Việt Nam, điển hình như Nguyễn Tiến Hưng trong "Khi Đồng Minh tháo chạy", không ngần ngại đổ lỗi sự thất bại của

---

(48) Noam Chomsky, *The Responsibility of Intellectuals*, The New York Review of Books, 23/2/1967.

Xem: *http://www.chomsky.info/articles/19670223.htm*

VNCH cho những người có thẩm quyền trong chính giới Mỹ như Henry Kissinger, Richard Nixon, Gerald Ford hay nói chung, cho sự thất hứa của chính quyền Mỹ đối với các cam kết bảo vệ miền Nam. Đúng là chính quyền Mỹ thất hứa, nhưng không mấy ai nhận ra rằng, đàng sau sự thất hứa đó, là tác động tích cực của giới trí thức chống chiến tranh Mỹ mà Chomsky đứng ở hàng đầu. Một bài báo, một bài diễn thuyết hay một lời hô hào của Chomsky đều là cú đấm ngàn cân vào các nỗ lực của Mỹ và của VNCH trong cuộc chiến.

Thực ra, như đã đề cập ở trên, Chomsky chống chính quyền Mỹ, không phải chỉ vì nó tiến hành cuộc chiến tranh ở Việt Nam, mà là chống bản chất của chính quyền đó. Theo ông, hệ thống chính quyền Mỹ, tự bản thân, là một cái gì hư hỏng. Qua những chính sách được thực hiện ở khắp mọi nơi, nó đang dần dần trở thành phát-xít. Cái được gọi là chế độ dân chủ tự do và kinh tế thị trường mà chính phủ Mỹ ra sức xiển dương trên khắp thế giới, theo ông, chỉ che giấu những điều dối trá. Nền dân chủ Mỹ, thực ra, là một loại độc tài, "độc tài bốn năm" (four-year dictatorship)[49] và các cam kết kinh tế thị trường tự do chỉ là ngụy trang cho các quyền lực của các đại công ty Mỹ. "Căn cứ vào bất cứ tiêu chuẩn khách quan nào, Hoa Kỳ đều là thứ quyền lực xâm lăng nhất, là đe dọa lớn nhất đối với nền hòa bình, quyền tự quyết quốc gia và sự hợp tác quốc tế," ông phát biểu.

Sau biến cố 11/9, trong lúc cả nước Mỹ và toàn thế giới bàng hoàng vì hàng ngàn người chết do cuộc tấn công khủng bố tại New York thì ngay ngày hôm sau, 12/9/2001, trong một bài báo ngắn có tựa đề "A Quick Reaction" in

---

(49) "Độc tài bốn năm": ám chỉ sự thay đổi chính quyền mỗi bốn năm qua các cuộc bầu cử tổng thống; thay đổi nhân sự nhưng không hề thay đổi chính sách.

trên tạp chí CounterPunch,[50] Chomsky quả quyết tổng số người chết là quá "nhỏ nếu so với những nạn nhân thuộc thế giới thứ ba bị chết vì chính sách khủng bố của Hoa Kỳ." Sau đó, ông cho xuất bản thêm hai tác phẩm nữa, ghi lại những lần phỏng vấn kể từ sau ngày 11/9; cả hai đều là những tác phẩm bán chạy nhất và một trong hai cuốn được quay thành phim. Có thể nói mà không sợ lầm lẫn rằng, Chomsky là nhà trí thức nổi bật nhất của nước Mỹ đã "hợp pháp hóa" cuộc tấn công khủng bố của Al-Qaeda ngày 11/9. Và lại một lần nữa, Chomsky trở thành khuôn mặt trí thức hàng đầu chống lại chính sách chống-khủng-bố của tổng thống Bush (Con). Ông lên án cuộc tấn công lật đổ chế độ độc tài Taliban ở Afghanistan và Saddam Hussein ở Iraq. Những cuộc tấn công đó chính là hành vi khủng bố chứ không phải là chống khủng bố, theo ông. Ông không ngần ngại gọi chính quyền Hoa Kỳ là "nhà nước khủng bố hàng đầu" (a leading terrorist state) vì "khủng bố chính là vũ khí của kẻ mạnh," chứ không phải của người yếu.[51]

Trong suốt 40 năm nói và viết, thông điệp của ông gửi ra qua thời gian hầu như không thay đổi: Hoa Kỳ là sức mạnh của kẻ ác trong thế giới. Có thể tóm tắt một số luận điểm của Chomsky như sau:

- Chính phủ Mỹ là chính phủ phản dân chủ, phản tự do. Tổ hợp kỹ nghệ-quân sự là một công cụ nằm trong tay những thành phần lãnh đạo doanh nghiệp và chính trị. Họ là những người duy nhất có lợi nếu muốn duy trì nguyên trạng. Vì thế, để bảo đảm quyền lợi của mình, tập đoàn này phải bành trướng quyền lực của họ ra nước ngoài bằng

---

(50) Xem: *http://www.counterpunch.org/chomskybomb.html*
(51) Noam Chomsky, *Hegemony or Survival: America's Quest for Global Dominance,* Metropolitan Books, Henry Holt and Company, New York, 2003, 188-193.

những đường lối phá hoại cao nhất, chống lại giai cấp thợ thuyền và nông dân trong các xứ đó.

- Tập đoàn này tìm cách đè bẹp các sự chống đối bằng tất cả các phương tiện truyền thông nằm trong tay họ. Trong tác phẩm "Manufacturing Consent: The Political Economy of the Mass Media" (Chế tạo đồng thuận: Kinh tế chính trị của Truyền thông đại chúng) viết chung với Edward S. Herman, Chomsky cho rằng tự do báo chí trong xã hội Mỹ chỉ là màn khói mù che giấu những tham vọng của các nhóm đặc quyền chinh phục xã hội. Truyền thông, trước khi đến với độc giả bình thường, phải đi qua năm bộ lọc: 1. Chủ nhân của truyền thông là những đại công ty; 2. Đa phần lợi nhuận của nó là nhờ các quảng cáo chứ không dựa trên độc giả, vì thế tin tức và bình luận phải phản ảnh ước muốn và giá trị của các doanh nghiệp đăng quảng cáo; 3. Lệ thuộc vào các định chế nhà nước; 4. Các luật lệ không cho các nhà báo dễ dàng vượt rào gọi là *flak*; 5. Các tiêu phạm làm báo, được chia sẻ bởi nghề làm báo. Cho nên bất cứ đơn vị truyền thông nào bước ra ngoài hàng là sẽ bị chơi sát ván bằng những màn kiện tụng, tố cáo… Tóm lại truyền thông không vô tư mà đầy thiên vị.[52]

- Kẻ thù mà họ nêu lên làm mục tiêu để dọa dẫm quần chúng đều không có thực: cộng sản không hề đe dọa đến quyền con người và tự do.

- Mỹ là kẻ có tội chính khi liên kết hay thừa nhận các nhà nước độc tài và áp bức trên thế giới. Bán vũ khí cho họ, ủng hộ họ tức là đồng lõa.

- Ngay khi Mỹ đúng, Mỹ cũng sai: khi tham gia vào hai trận thế chiến, thực ra Mỹ chỉ nhằm mục đích cột chặt các đồng minh của họ vào sự lệ thuộc.

---

(52) Noam Chomsky, *What Uncle Sam Really Wants.*

- Chính sách đối ngoại của Mỹ căn cứ trên "đe dọa của tấm gương tốt" (threat of good example),[53] một loại lý thuyết *domino*. Hoa Kỳ dùng sức mạnh để giữ những quốc gia chư hầu lệ thuộc vào mình, sợ rằng nếu họ thoát khỏi ảnh hưởng của mình, sẽ lôi kéo những quốc gia khác bắt chước làm theo.

Qua hình ảnh của Chomsky, có thể nói HTCM ngay tại nước Mỹ còn có tính cách cực đoan hơn HTCM tại nhiều nơi trên thế giới: nước Mỹ tự phơi bày chính nó, tự lột mặt nạ nó: từ vụ thảm sát Mỹ Lai ở Việt Nam cho đến vụ tra tấn tù nhân Iraq tại nhà tù Abu Ghraib hay tại Guantanamo, và bao nhiêu vụ tai tiếng khác, hầu hết, nếu không muốn nói là tất cả, những tiết lộ động trời về thâm cung bí sử Mỹ đều do báo chí Mỹ và những nhà trí thức Mỹ chủ động tìm tòi, khám phá và đưa ra ánh sáng. Có thể nói, HTCM nằm ngay chính trong Hiện tượng Mỹ, *Americanism*. Nói khác đi, HTCM là một trong những đặc điểm của cơ chế Mỹ. Nếu nó gây ra nhiều tai hại cho nước Mỹ thì ở một điểm khác, nó lại giúp điều hòa sinh hoạt chính trị và xã hội Mỹ. Nó giúp "năng động hóa" cơ chế Mỹ. Nó giúp sửa chữa sai lầm của chính nó. Và đây là điểm đặc sắc, phân biệt Mỹ ra khỏi các nước Âu châu. Thay vì làm khó dễ Chomsky như thời còn mồ ma của McCarthyism (chủ nghĩa chống Cộng cực đoan), cách đối phó duy nhất với Chomsky, không phải là cấm đoán hay bắt bớ, mà là tranh luận. Nhiều trận đụng độ nảy lửa diễn ra dài dài giữa Chomsky cùng những người ủng hộ ông và những trí thức chống đối ông, nổi bật là các tác giả như William F. Buckley, Jr., Lionel Abel, Stephen Morris, Arthur M. Schlesinger Jr., David Horowitz, vân vân. Họ cố tìm cách bẻ gãy lý luận của Chomsky - và qua đó, bài bác HTCM nội địa. Theo nhiều tác giả, tranh luận

---

(53) Noam Chomsky, *The Culture of Terrorism*, South End Press, Boston, 1988, phần "The Threat of an Example", 217-222.

với Chomsky không dễ dàng gì vì ngòi bút của Chomsky rất sắc bén. Văn của ông là một loại văn đặc biệt, pha trộn giữa sự kiện, hư cấu khiến người tranh luận rất dễ lầm lẫn và lạc lối.

Tuy vậy, chính cái mạnh của Chomsky lại chứa đựng một điểm yếu rất căn bản: cực đoan. Đứng hẳn về một phía, giữ duy nhất một lập trường thường đưa đến một nghịch lý buồn cười. Thiếu hẳn cái nhìn biện chứng nhiều mặt, những tư tưởng tiến bộ nhất, theo thời gian, lại trở thành bảo thủ nhất. Thái độ cực đoan, không những phản trí thức mà còn đưa đến hoang tưởng, xa rời thực tế. Thử nhìn lại thái độ của Chomsky về những vấn đề quốc tế từ trước đến nay: ông ca ngợi đến cùng các chính sách tập thể hóa nông nghiệp ở Liên Xô, ca ngợi chính sách cải cách ruộng đất và cuộc cách mạng văn hóa ở Trung Quốc, bênh vực nhà nước Cộng Sản Bắc Việt trong cuộc chiến tranh Việt Nam, bảo vệ nhà cầm quyền diệt chủng Pol Pot, và rồi mới đây bảo vệ cuộc tấn công vào tòa tháp đôi New York của nhóm khủng bố Hồi Giáo. Nếu sự phê phán của ông đối với các chính sách đối ngoại của Hoa Kỳ vẫn còn có giá trị ở một mức độ nào đó, thì sự tan rã của đế quốc Xô Viết, sự kết thân của Trung Quốc và Việt Nam với Mỹ, chuyển đổi chính sách của họ từ kinh tế xã hội chủ nghĩa đến thị trường tự do, sự sụp đổ của chế độ Pol Pot, vân vân là những chứng minh hùng hồn rằng cái nhìn của Chomsky đi ngược lại thực tiễn và hoàn toàn sai lầm.

Trong một thời đại mà mọi sự thay đổi nhanh đến chóng mặt, bất cứ một quan điểm cực đoan nào cũng đều bị thực tế vùi dập không thương tiếc.

Nước Mỹ qua lăng kính của
Hiện tượng chống Mỹ

Như đã đề cập ngay từ đầu bài, HTCM xuất phát từ nhiều nguyên nhân khác nhau, tùy từng quốc gia, từng giai đoạn và từng chính sách, đi từ sự chống đối lại một hay nhiều chính sách nào đó của Mỹ cho đến sự bài Mỹ một cách dai dẳng và có hệ thống. Tất cả tùy thuộc vào cách nhìn nhận nước Mỹ, cung cách hành xử cũng như các chính sách của nó từ vị trí của mỗi một quốc gia trên thế giới. Hình ảnh nước Mỹ xuất hiện qua lăng kính của HTCM đại khái bao gồm các điểm sau:

- Triết lý kinh tế: Chủ trương kinh tế thị trường tự do nhắm vào cạnh tranh, tư hữu hóa và tự cung tự cấp dựa trên cá nhân chủ nghĩa của Mỹ là một hệ thống tạo ra những bất bình đẳng to lớn. Thế nhưng Mỹ tìm cách duy trì vĩnh viễn và tăng tiến hệ thống kinh tế kiểu này trên toàn thế giới. Các ông chủ xí nghiệp Mỹ ép buộc một lối sống đồng dạng (uniform way of life) trên toàn thế giới: *cocacolonization*.[54] Sự hình thành các trung tâm buôn bán lớn (malls), các siêu thị (supermarkets) hay các chi nhánh "thức ăn nhanh" (fast food) của McDonald, Burger King, Starbucks…là biểu tượng của lối sống Mỹ, giết chết cách làm ăn buôn bán địa phương cổ truyền ở các nước khác.

- Chính sách ngoại giao của Mỹ đơn phương được kèm theo những ngôn từ đẹp đẽ như tự do, nhân quyền, dân chủ, nhưng thực tế cho thấy Mỹ chỉ áp dụng khi nào chúng phù hợp với quyền lợi thiết thân của Mỹ. Khi cần, Mỹ có khuynh hướng dùng sức mạnh quân sự để bành trướng ảnh

---

(54) Cocacolonization = to bring (a foreign country) under the influence of U.S. trade, popular culture, and attitudes. (dictionary.com) = Cô-la-cô-la-hóa hay toàn cầu hóa.

hưởng trên thế giới. Với chính sách đó, sự bất bình đẳng càng ngày càng tăng trên thế giới vì sự giàu có càng ngày càng tập trung ở Mỹ.

- Tự do phát biểu: Luật tự do phát biểu của Mỹ đụng chạm nhiều đến các nước khác, nhất là từ khi xuất hiện mạng lưới Internet. Thông tin xuất hiện trên Internet đủ dạng đủ loại, dễ dàng tiếp cận, khiến chúng gây ra nhiều đụng chạm đến nền tảng văn hóa, phong tục riêng của mỗi xã hội.

- Tôn giáo ở Mỹ: Người Mỹ cho rằng họ có sứ mạng bảo vệ thế giới khỏi bọn "quỷ", hướng về Thượng Đế. Quốc hội Hoa Kỳ thông qua một dự luật thừa nhận một ngày cầu nguyện để bảo vệ Mỹ và các chiến sĩ của họ chống khủng bố. Trong thời gian vừa qua, tổng thống Bush không ngần ngại tuyên bố rằng ông chủ trương đánh chiếm Iraq là theo ý Thượng Đế. Trong đồng bạc của Mỹ có ghi "In God we trust" (Chúng ta tin Chúa) như một châm ngôn. Những điều này hoàn toàn đi ngược lại hiến pháp Hoa Kỳ là tách rời tôn giáo ra khỏi chính quyền. Mặt khác, Mỹ luôn luôn đề cao chủ trương tự do tôn giáo. Chủ trương đó không có gì sai trên nguyên tắc. Nhưng đối với một số nước, nó tạo cơ hội cho những tôn giáo khác bành trướng, đưa đến sự xung đột với truyền thống văn hóa và tôn giáo lâu đời của họ. Thực ra, ngay ở Mỹ, chủ trương này cũng không được hoàn toàn ủng hộ, chẳng hạn người Công giáo không mấy hài lòng với nhiều tôn giáo được sinh hoạt và phát triển tự do ở Mỹ mà bản chất của họ là chống-Công giáo như giáo phái Mormon, Jehovah hay Tin Lành.

- Anh văn: Ưu thế của Anh văn trên thế giới được xem như là một hình thức thuộc địa hóa về mặt văn hóa của Mỹ, ngay cả đối với những nước mà Anh văn là ngôn ngữ chính. Anh văn bây giờ gần như là quốc tế ngữ. Người Mỹ không cần phải học thêm bất cứ ngoại ngữ nào khác, trong lúc các nước khác, dù không muốn, cũng phải học tiếng Anh. Ở Cộng đồng Âu châu, người ta tranh cãi dằng dai về việc nên chọn Anh văn là ngôn ngữ chính thức hay không, đưa đến nhiều xung đột và giận dỗi, vì trong số đó, chỉ có 1/8 số nước là nói tiếng Anh. Nếu chọn Anh văn thì vô hình trung là thừa nhận ảnh hưởng của Mỹ trong lúc việc thành lập Cộng đồng kinh tế Âu châu là để chống lại ảnh hưởng của Mỹ.

- Văn hóa đại chúng Mỹ: Xuyên qua sách, báo, truyền hình và Internet với số lượng và thời lượng dồi dào, phong phú, hấp dẫn, văn hóa đại chúng Mỹ xâm nhập ồ ạt và sâu xa vào tất cả mọi xã hội bất kể các rào cản về phong tục, tập quán, truyền thống tôn giáo và các biện pháp công quyền (có lúc rất chặt chẽ và cương quyết), đưa đến hiện tượng được gọi là "thặng dư thương mại" (trade surplus) các chất liệu văn hóa Mỹ tại khắp nơi trên thế giới. Trong nhiều xứ không có các luật lệ bảo vệ văn hóa mạnh, các sản phẩm Mỹ tự do xâm nhập, làm xáo trộn xã hội và đè bẹp các sản phẩm văn hóa địa phương.

Thị trường phim ảnh gần như Mỹ độc quyền. Mỹ xuất cảng nhiều mà không nhập cảng mấy. Sách, truyện cũng vậy. Sách Mỹ dịch ra tiếng ngoại quốc thì nhiều mà sách nước ngoài dịch ra Anh văn rất giới hạn (chưa tới 3%). Họ cũng chào đón các nền văn học nước ngoài, miễn là chúng xuất phát từ địa phương và mang bản sắc địa phương Mỹ, nghĩa là được viết bởi những nhà văn đã là công dân Mỹ, viết từ nhãn quan Mỹ. Nói chung Mỹ không mấy cần đến văn hóa nước ngoài. Văn hóa nước ngoài tự đi vào Mỹ qua di dân, tự thoát xác, hội nhập vào Mỹ hay đúng hơn là bị Mỹ-hóa.

Riêng đối với các nước Hồi giáo, các sản phẩm văn hóa phương Tây nói chung và Mỹ nói riêng – với tính cách đề cao lối sống tự do, quan hệ tình dục bừa bãi và đầy tính chất thế tục - tự bản thân chúng là một công cụ tuyên truyền chống Hồi giáo rất mạnh mẽ và hữu hiệu.

- Thái độ cao ngạo: Người Mỹ thường tỏ ra hãnh diện một cách công khai về sự giàu có, về các thành tích thần kỳ trong lãnh vực khoa học và kinh doanh. Đặc biệt là, xiển dương lòng ái quốc kiểu Mỹ (American patriotism), theo đó, Mỹ tự cho mình là "quốc gia vĩ đại nhất chưa bao giờ hiện hữu trên trái đất." Lòng ái quốc đó không những chỉ để bảo vệ nước Mỹ mà còn để "cứu vớt cả thế giới". Thứ chủ nghĩa ái quốc này, qua ưu thế của truyền thông, được truyền bá khắp thế giới. Theo Henry James, người Mỹ là người nghiện niềm tin cho rằng những quốc gia khác trên trái đất luôn luôn có âm mưu hạ giá trị của họ vì ganh ty.

Nước Mỹ, kể từ năm 1812, không hề chịu đựng một cuộc chiến tranh nào trên đất nước của họ, do đó, quân lực Mỹ hùng mạnh. Và bằng quân lực, họ dùng để đe dọa, để "blackmail" các nước khác, kể cả đồng minh của mình. Ở Anh, người ta so sánh sự kiêu ngạo của Mỹ (qua vũ khí) bằng hình vẽ một chiếc B52 thả bom, mà giá trị của nó lớn hơn ngân sách làm việc một năm của Liên Hiệp Quốc.

- Nhiều người Mỹ thiếu kiến thức về thế giới: Người Canada và Âu châu đều cho rằng đại đa số dân Mỹ thiếu các kiến thức căn bản về các vấn đề quốc tế, về lịch sử, địa lý và văn hóa của các nước khác. Sự thiếu kiến thức này được tăng cường thêm do ngành giáo dục và truyền thông Mỹ mang tính cách "chỉ biết có Mỹ" (Americentrist): cho rằng nước Mỹ, với đất đai mênh mông, có đủ danh lam thắng cảnh, lại đa chủng tộc (Mỹ có đến 146 sắc dân đến từ 146 quốc gia khác nhau), đa văn hóa, người Mỹ không cần phải đi tìm đâu xa.

- Môi trường: Cách sống của Mỹ là phí phạm và vô trách nhiệm đối với môi trường. Mỹ là nước tiêu thụ năng lượng lớn nhất trên thế giới. Với dân số chỉ bằng 4% dân số thế giới, họ tạo ra đến 25% ô nhiễm môi trường toàn cầu.

- Xã hội Mỹ, với sự pha tạp nhiều chủng tộc khác nhau, có nhiều dấu hiệu suy đồi. Mỹ là cơn ác mộng của hôn nhân dị chủng (miscegenation).

- Do chính sách cho sử dụng súng tự do, xã hội Mỹ là một xã hội bạo động với đủ loại tội phạm diễn ra hàng ngày.

- Mỹ vẫn còn duy trì án tử hình trong lúc tuyệt đại đa số các nước châu Âu đã bãi bỏ án tử hình. Người Âu châu cho đó là một biện pháp dã man, trái hẳn với lời hô hào nhân quyền của Mỹ.

Tóm lại, với cái nhìn của một kẻ nhiễm nặng đầu óc bài Mỹ, thì quả là Mỹ không có được một điểm tốt nào. Khuyết điểm thì không tốt đã rồi, mà chính những ưu điểm của Mỹ (tự do, giàu mạnh, phát triển) cũng đều không tốt. Thực ra, những quy trách ở trên, nếu xét kỹ, đa phần xuất phát từ sự khác biệt về quyền lợi giữa Mỹ và các quốc gia khác và xuất phát từ công cuộc hiện đại hóa. Xã hội Mỹ hiện đại hóa quá nhanh, quá táo bạo và quá hiệu quả khiến cho giữa Mỹ và phần còn lại của thế giới có một khoảng cách quá xa về giá trị cũng như về lối sống. Ngoài ra, nhiều quy trách xuất phát từ sự hiểu lầm hay từ cách đánh giá không đúng về lối vận hành hết sức đặc thù của xã hội Mỹ.

Điều quan trọng nhất cần ghi nhận, về bản chất, sự hình thành quốc gia Mỹ hoàn toàn khác hẳn với sự hình thành các quốc gia khác trong phần còn lại của thế giới. Sự hình thành chính sách của một quốc gia nào đó thường lệ thuộc nhiều điều kiện: truyền thống, lịch sử, dân cư, thói quen và cả thành kiến riêng. Là một quốc gia trẻ, không bị ràng buộc nặng nề bởi quá khứ, người Mỹ tự do làm theo cung cách riêng của họ, *American way*. Nếu một chính sách nào đó phù hợp với một ai đó trong một thời điểm nào đó, thì OK, thân Mỹ. Ngược lại, chống Mỹ. Thay đổi từ thái độ chống Mỹ sang thân Mỹ hay ngược lại có lẽ không có gì khó khăn và đòi hỏi quá nhiều điều kiện. Vả lại, người ta rất có thể thân Mỹ (ở chuyện này) và chống Mỹ (ở chuyện khác) cùng một lúc mà không cảm thấy mâu thuẫn gì lắm.

Chống Hiện tượng chống Mỹ
(Anti-anti-Americanism)

HTCM, theo một số sử gia, xuất phát từ một thái độ phổ biến: ganh tỵ với bất cứ quốc gia nào giàu mạnh nhất; trong những thế kỷ trước, là Venice (thế kỷ 15), rồi là Holland (thế kỷ 17), rồi là Anh (thế kỷ 18 và 19) và ngày nay là Mỹ. Đối với chính phủ Mỹ cũng như người dân Mỹ, HTCM không phải là điều gì mới mẻ. Trong quá trình vươn lên từ một quốc gia non trẻ có một lịch sử chưa đầy 250 năm đến chỗ trở thành cường quốc hùng mạnh nhất trên hành tinh, người Mỹ luôn luôn đụng phải thái độ thù nghịch ở nhiều nơi, trong nhiều lúc, từ bạn cũng như từ kẻ thù. Ảnh hưởng của Mỹ tràn đến đâu thì đồng thời cũng phát sinh ra xu thế chống Mỹ đến đó. Chính phủ Mỹ quảng bá, tuyên truyền chính sách và đường lối của họ cho nhân dân các nước sở tại với một cung cách khi nào cũng ra vẻ "kẻ cả": tùy nơi tùy lúc, khi thì sử dụng cây gậy (để dọa nạt), khi thì củ cà rốt (để dụ khị), khi thì tổng hợp cả hai cùng một lúc.

Các hình thức chống Mỹ quá nhiều, quá đa dạng và quá bất định đến nỗi những nhà hoạch định chính sách Mỹ không biết phải xoay sở như thế nào, tưởng như đó là điều không bao giờ có thể khắc phục được. Đừng nói gì đến những chính sách lớn lao mà Mỹ áp dụng vào một thời điểm nào đó để đối phó với một cuộc khủng hoảng nào đó và gây ra sự bất bình ở những quốc gia liên hệ, trong rất nhiều trường hợp, tình cảm chống Mỹ nổ bùng một cách mạnh mẽ, dữ dội chỉ vì một sự kiện rất nhỏ. Năm 2002, tờ Newsweek đăng tin về một nhân viên coi tù nào đó ở nhà tù Guantanamo giẫm chân lên cuốn kinh Qur'an và xả nước cho trôi xuống cầu tiêu. Không cần biết hư thực, ngay lập tức, ở khắp nơi trong thế giới Hồi Giáo, người ta rầm rầm biểu tình chống Mỹ, gây ra hàng chục người chết. Rõ ràng những sự kiện như thế chỉ là một lỗi lầm nhân sinh, có thể xảy ra bất cứ nơi đâu trên thế giới này, chẳng dính dáng gì đến tính cách Mỹ và chính sách của Mỹ cả.

Dù chuyện chống Mỹ không phải là điều mới mẻ đối với công chúng Mỹ, nhưng nó thực sự chỉ mới được quan tâm trong thời gian gần đây, nhất là sau cuộc tấn công khủng bố 11/9 và các cuộc xâm lăng Afghanistan và Iraq. Vào tháng 9 năm 2002, Sở Tình báo và Điều nghiên thuộc bộ Ngoại Giao (State Department's Bureau of Intelligence and Research) tiết lộ rằng họ đã hướng dẫn một cuộc nghiên cứu về HTCM trên toàn thế giới. Đồng thời, cùng hợp tác với CIA, cơ quan này tổ chức một hội nghị nhằm mục đích thăm dò nhiều hình thức biểu lộ và gốc rễ của HTCM. Theo Richard Boucher, phát ngôn viên của bộ Ngoại Giao, các quan chức Mỹ cần hiểu rõ "nguồn gốc và nguyên nhân khiến người ta không thích chúng ta ở một số nơi nào đó để chúng ta có thể phản công lại." Họ mời một nhóm học giả đến tham dự với mục đích nghiên cứu và cải thiện hình ảnh của Mỹ. Các đề tài thảo luận đại loại như "Thái độ từng vùng đối với Hoa Kỳ" (Regional Attitudes towards the United States). "Có phải mô thức Hoa Kỳ đã trở nên cột thu lôi cho diễn ngôn toàn cầu không?" (Has the American Model Become a Lightning Rod for Global Discourse?) …

Đồng thời, trong quần chúng và giới trí thức, nhiều sách báo, nhiều bài tham luận cũng được xuất bản, tập trung vào việc nghiên cứu xu thế chống Mỹ từ trong ra ngoài. Tuy thế, phần nhiều bài viết đều do các nhà báo, các viên chức chính phủ đặc trách đề ra chính sách, trong lúc các học giả thì không mấy lưu tâm đến HTCM. Hoặc giả nếu có lưu tâm, thì họ lại đưa ra một cái nhìn rất phiến diện. Trong vòng 20 năm qua, có khá nhiều tác phẩm viết về HTCM ở Trung Quốc, Đức, Canada, Hy Lạp hay Tây Ban Nha, nhưng những điểm chính yếu đáng quan tâm thì chỉ được đề cập sơ sài. Một trong những tác phẩm nghiên cứu tương đối toàn diện về vấn đề là "Anti-Americanism: Irrational and Rational" (Hiện tượng chống Mỹ: Phi lý và Hợp lý) của Paul Hollander. Dẫu vậy, chỉ có ba chương là nghiên cứu về HTCM ở nước ngoài. Phần còn lại, ông chuyên chú phân tích thái độ chống Mỹ ở trong nước Mỹ (domestic anti-Americanism). Thái độ đó là một hình thức tự phê hoặc phê phán một số chính sách đối ngoại hay đối nội nào đó của nhà cầm quyền Mỹ. Nhưng nhìn chung, theo ông, làm một người Mỹ mà lại chống Mỹ thì quả là phản bội nơi sinh ra và nuôi dưỡng mình. Ông cho rằng hầu hết các lý do căn bản của HTCM đều phi lý và xuất phát từ chỗ hiểu biết hoàn toàn lệch lạc về nước Mỹ.

Bernard Lewis, một học giả chuyên trách về Trung Đông, đi xa hơn và quá khích hơn. Trong một lần thuyết trình về chính sách Mỹ tại Trung Đông, Lewis bác bỏ ý kiến cho rằng những trả đũa quá mạnh bạo của Mỹ sẽ gây nên tâm lý bất lợi ở các nước Á Rập. "Trong phần đó của thế giới, không có gì quan trọng hơn là một ý chí kiên định và sức mạnh", theo ông. Một nhà nghiên cứu chuyên nghiệp như Lewis lại đưa ra một quan điểm vừa bảo thủ, cực đoan lại vừa bất chấp thực tiễn như thế thì không có gì ngạc nhiên khi Tom DeLay, lãnh tụ đa số Hạ Viện lúc đó, mạnh miệng quả quyết, "Trong thế giới Á rập trước 11/9, họ nghĩ rằng Mỹ là con hổ giấy. Một vị tổng thống của chúng ta (ám chỉ tổng thống Clinton) đã trả đũa khủng bố bằng cách ném một ít bom ở sa mạc. Họ cười ngạo. Và bây giờ họ thấy chuyện thật và sức mạnh thật. Và họ sợ sức mạnh."[55] Thứ quan điểm diều hâu và ấu trĩ như thế mà biến thành chính sách ngoại giao thì trách gì chính quyền Mỹ đi hết sai lầm này đến sai lầm khác trong các đối sách về Trung Đông và thế giới Hồi giáo. Tình hình Iraq và Afghanistan hiện nay cho thấy một cái nhìn phiến diện, ngạo mạn như thế để lại những hậu quả trầm trọng và lâu dài như thế nào đối với nước Mỹ.

Tác phẩm tương đối có một cái nhìn toàn diện và sâu sắc hơn về HTCM là "Anti-Americanism",[56] một công trình được sự góp mặt của nhiều học giả chuyên môn từ trường Đại học New York, tập trung phân tích HTCM qua nhiều vùng khác nhau như châu Mỹ La Tinh, Trung Đông, châu Âu, Đông Á và Hoa Kỳ. Đặc điểm của tác phẩm này là nó được viết bởi nhiều người thuộc các chủng tộc khác nhau và viết từ góc độ của người đứng ở vị thế chống Mỹ. Mục đích là để khêu gợi sự quan tâm của công chúng Mỹ đối với một hiện tượng mà từ lâu họ vẫn có vẻ không hiểu hay không tìm cách hiểu cho đến nơi đến chốn. Vì có hiểu được gốc rễ sâu xa của nó, người ta mới chống lại HTCM một cách hữu hiệu hay nói cho đúng hơn, điều chỉnh các

---

(55) Andrew Ross và Kristin Ross, *Anti-Americanism*, nhiều tác giả, nxb New York University Press, 2004, tr. 26, 27.
(56) Andrew Ross và Kristin Ross, sđd.

chính sách và tính cách Mỹ cho phù hợp với phần còn lại của thế giới để tạo nên một thế cân bằng nào đó.

Điều khá trớ trêu, trong số những tác phẩm chống lại HTCM mạnh mẽ và quyết liệt nhất lại là tác phẩm của một người Pháp, "Anti-Americanism", của Jean-François Revel.[57]

Với 9 chương sách, Revel lần lượt phân tích từng điểm một quan điểm chống Mỹ ở Pháp và đưa ra những lập luận cũng như bằng chứng cho thấy người Pháp hoàn toàn sai lầm trong việc đánh giá nước Mỹ. Revel bênh vực từ cách bầu cử tổng thống Mỹ, việc từ chối ký thỏa hiệp Tokyo về môi trường, chính sách cho sử dụng vũ khí cho đến án tử hình, hệ thống giáo dục và nền văn hóa Mỹ. Sau đây là vài điểm:

▪ Về vấn đề ô nhiễm môi trường: Nếu cho rằng quả thật Mỹ sản xuất ra 25% ô nhiễm môi trường thế giới thì "cần vạch ra rằng Mỹ cũng sản xuất ra 25% các sản phẩm và dịch vụ của hành tinh, và rằng 167 nước ký vào hiệp ước Kyoto đã tuyệt đối chẳng làm gì để giảm bớt, dù trên bình diện tập thể hay cá nhân, 75% phần ô nhiễm môi trường do họ gây ra, trước giữa năm 2001."[58]

▪ Về lời cáo buộc "Mỹ áp đặt kiểu mẫu kinh tế và xã hội trên các nước khác", Revel cho rằng: "khi nền kinh tế Mỹ chậm lại, phần còn lại của thế giới sớm muộn gì cũng bắt đầu chịu đựng hậu quả, và mọi người sốt ruột đợi chờ một sự 'phục hồi từ Mỹ'."[59]

---

(57) Jean-François Revel, *Anti-Americanism* (nguyên bản Pháp ngữ là "L'Obsession anti-américaine: Son fonctionnement, ses causes, ses conséquences"), Diarmid Cammell dịch, nxb Encounter Books, San Francisco, 2003.

(58) Jean-François Revel, sđd, tr. 25.

(59) Jean-François Revel, sđd, tr. 29, 30.

▪ Về quan niệm cho rằng văn học Mỹ là tầm thường, không biết đến cái ác, chỉ biết đề cao bạo động, tình dục và khoe khoang cái hay cái đẹp của nó, Revel cho rằng những người phê phán đã không hề biết đến tác phẩm của những nhà văn như Frank Norris, Theodore Dreiser, Upton Sinclair hay Sinclair Lewis, John Steinbeck hay John Dos Passos… tố cáo bất công, tham nhũng, vô văn hóa trong xã hội Mỹ.

▪ Về nghệ thuật, bài bác ý kiến cho rằng nghệ thuật Mỹ chỉ là các khúc hát thời trang của Madonna hay phim hành động với tài tử vai u thịt bắp Arnold Schwarzenegger thủ vai chính, Revel trưng dẫn nước Mỹ có đến 1700 rạp hát giao hưởng và hàng năm có đến bảy triệu rưỡi người đi xem; còn các viện bảo tàng thì hàng năm có đến 500 triệu khách xem, và tất cả các viện bảo tàng Mỹ đều do tư nhân là các nhà tư bản tài trợ, vào cửa hoàn toàn miễn phí.[60]

Revel than phiền nhiều người Pháp chỉ ngồi ở nhà suy luận mà không hề chứng kiến thực tế Mỹ. Tinh thần chống Mỹ nói chung, nhằm bài bác Mỹ hơn là phê phán Mỹ. Revel mỉa mai: "Ở đây chúng ta sẽ thấy người Mỹ có ích với chúng ta như thế nào: nó an ủi chúng ta về các thất bại của riêng chúng ta, dùng cái huyền thoại cho rằng họ tệ hơn chúng ta, do đó, mỗi khi có điều gì không tốt xảy ra với chúng ta thì đó là lỗi của họ. Mỹ là con dê tế thần, được sinh ra để gánh chịu hết những tội lỗi của thế giới."[61]

---

(60) Jean-François Revel, sđd, tr. 109, 110.
(61) Jean-François Revel, sđd, tr. 170.

Revel nhận định: "Quyền lực thống trị của Mỹ chỉ nợ một phần ở sự sáng tạo và quyết tâm của nhân dân Mỹ; nó còn xuất phát từ sự bỏ cuộc do các thất bại chồng chất của phần còn lại của thế giới: sự sụp đổ của chủ nghĩa cộng sản, sự đổ nát của Phi châu, sự chia rẽ của Âu châu, sự chậm chạp của Á châu và châu Mỹ La Tinh trong quá trình tiến đến chế độ dân chủ."[62]

Á châu và Hiện tượng chống Mỹ

Các nước Á châu có chống Mỹ không?

Tất nhiên là có. Nhưng, HTCM ở Á châu thiếu hẳn những nét điển hình như ở các vùng khác. Nó không trở thành một thành kiến, không xây dựng nên một chủ thuyết hay bày tỏ một thái độ cuồng tín. Người Á châu, nói chung, chống một số chính sách nào đó của Mỹ khi các chính sách này đi ngược lại quyền lợi của nhân dân hay của một nhà cầm quyền nào đó trong một giai đoạn nào đó. Khi chính sách này không còn nữa hay khi tình hình thay đổi, họ sẵn sàng chấp nhận Mỹ để tiến tới. Nhật Bản có lẽ là nước đầu tiên chọn thái độ này. Sau Đệ Nhị Thế Chiến, giữa những đổ nát và nhục nhã của một quốc gia thất trận và bị chiếm đóng, thế hệ những thanh niên mới lớn Nhật đã chấp nhận sự hiện diện của quân đội Mỹ và qua đó, lệ thuộc Mỹ, rồi lợi dụng tình hình đó để xây dựng lại một nước Nhật hoàn toàn mới. Và họ đã thành công. Tiếp đó là Nam Hàn. Cũng như Nhật, người Nam Hàn chấp nhận sự hiện diện quân sự của Mỹ, xem Mỹ như một cái ô dù về mặt quân sự để họ rảnh tay biến Nam Hàn từ một trong những nước lạc hậu

---

(62) Jean-François Revel, sđd, tr. 17.

nhất thế giới đến một quốc gia công nghiệp hóa không thua gì các nước hàng đầu châu Âu.

Nhưng sự thay đổi của Trung Quốc có lẽ là một trong những hình ảnh ngoạn mục và đầy ấn tượng. Sau mấy thập niên chống Mỹ một cách cuồng tín không thua gì các nhóm cực đoan Hồi giáo hiện nay, Trung Quốc, dưới sự lãnh đạo của Đặng Tiểu Bình, xoay một góc 180 độ. Tháng 2/1979, Đặng Tiểu Bình thăm Mỹ, cưỡi ngựa, đội mũ cao bồi và ca ngợi kẻ cựu thù về nhiều mặt. Trở về nhà một tháng sau, ông ta ra lệnh đánh Việt Nam, gọi là "cho Việt Nam một bài học", nhưng thực tế là giúp Mỹ rửa mặt sau thất bại ở Việt Nam bốn năm trước đó, để lấy lòng. Thành thật mà nói, các màn nặng tính chất trình diễn này, đã khôi hài lại ngu xuẩn, nhưng chứng tỏ quyết tâm của Trung Quốc muốn từ bỏ hẳn quan điểm chống Mỹ theo lối cũ, vừa vô ích vừa vô hiệu. Từ đó, Trung Quốc nghênh ngang vươn lên.

Và lần lượt, Đài Loan, Thái Lan, Singapore, Malaysia, Ấn Độ nối tiếp nhau dựa vào Mỹ để tiến bước. Đặc biệt Ấn Độ đạt được những thành quả phi thường không thua gì Trung Quốc.

Một trong những đặc điểm của tương quan Mỹ-Á châu là chọn giải pháp thỏa hiệp. Trong chừng mực cho phép, các nhà nước và nhân dân Á châu chấp nhận Mỹ, hay nói đúng hơn, lợi dụng Mỹ, để canh tân đất nước. Nữ ký giả Elisabeth Rosenthal, trên tờ International Herald Tribune, kể lại một mẩu chuyện tượng trưng cho đời sống của nhân dân Trung Quốc sau thời kỳ đổi mới. Một người dân Trung Quốc nói với bà: "So sánh cuộc sống chúng tôi bây giờ với mười năm trước đây cũng giống như so sánh giữa Trần Thế với Thiên Đàng. Người Mỹ không chỉ bán cho chúng tôi các sản phẩm của họ, mà họ bán cho chúng tôi cả một nền văn hóa, và đó là thứ văn hóa mà người Trung Quốc ham thích. Người ta nói rằng: khi anh mua một sản phẩm Mỹ, đồng thời anh cũng mua một cách sống mới."[63]

Qua quan hệ với Mỹ, nhiều nước chuyển sang hình thức dân chủ tự do kiểu Tây phương một cách êm thắm như Nhật, Đài Loan, Nam Hàn, Ấn Độ. Một số nước khác chọn giải pháp trung dung: hiện đại hóa theo kiểu Mỹ nhưng giữ một hình thức chuyên quyền nào đó, như Singapore chẳng hạn. Trung Quốc thì tìm một hình thức tồn tại mang tinh thần Đại Hán riêng của họ: phát triển kinh tế thị trường, chuyên quyền về chính trị và tiếp tục chính sách bá quyền khu vực. Lý do chính, một phần có lẽ do ở chỗ người Á châu không quá dị ứng với văn hóa Tây phương nói chung và văn hóa Mỹ nói riêng như các nước Trung Đông. Mặt khác, văn hóa Á châu lại được những nhà trí thức Tây phương và Mỹ yêu thích, cảm phục và đề cao. Phật giáo chẳng hạn, từng bước xâm nhập Tây phương một cách nhẹ nhàng, lúc đầu, qua các nhà sư Nhật Bản và hiện nay, qua hai khuôn mặt hàng đầu là Đức Đạt Lai Lạt Ma (Tây Tạng) và Thiền sư Thích Nhất Hạnh (Việt Nam). Cứ so sánh cảnh những người ôm bom tự sát diễn ra hàng ngày ở Israel hay ở Iraq với cảnh Đức Đạt Lai Lạt Ma đứng nói chuyện về lòng nhân ái và sự bao dung trước hàng chục ngàn khán giả Mỹ tại một công viên ở New York hay Thiền sư Nhất Hạnh thuyết trình về việc sống tỉnh thức với mấy ngàn người Mỹ ái mộ tại một thiền viện nào đó ở Massachusetts, thì quả là khác nhau một trời một vực. Ôm bom tự sát làm cho người Mỹ bối rối và kinh hoàng thật, nhưng đổi lại, biết bao nhiêu tài năng ưu tú của người Á Rập đã phí phạm đi một cách oan uổng. Người Á châu chống Mỹ bằng cách sử dụng văn hóa để chinh phục nó. Họ không thể và không muốn tạo nên những vụ giết người tập thể bằng *"car bomb"* hay *"suicide bombing"* ở Palestine, Iraq hay biến cố kinh hoàng 11/9 ở Mỹ. Thay vào đó, họ thách đố Mỹ bằng cách học hỏi kinh nghiệm của nó. Á châu phát triển bằng một phương thức

____

(63) Elisabeth Rosenthal, China, a Big Appetite for America, International-al Herald Tribune, 26/2/2002. Dẫn theo Jean-François Revel, Anti-Americanism, tr. 144.

nghịch lý: chống Mỹ bằng cách Mỹ-hóa chính mình. Một cách điều hòa giữa *Americanism* và *anti-Americanism*.

Tóm lại, với người Á châu, Mỹ không phải là cái gì để người ta phải chiến đấu một mất một còn. Mỹ không là cái Ác và phần còn lại của thế giới không là cái Thiện. Do đó, không cần phải là một đối đầu Thiện-Ác. Thay vì tốn công sức để bảo vệ những truyền thống lỗi thời và lạc hậu như những người Hồi giáo cực đoan, người Á châu tìm cách thích nghi truyền thống của họ với thời đại mới. Thay vì đào tạo những kẻ tuẫn giáo sẵn sàng ôm bom lao đầu vào các cơ sở Mỹ để tự sát và sung sướng nhìn thấy một nước Mỹ cuống cuồng, hoảng sợ thì người Á châu xây nhà máy, mời mọc tư bản Mỹ vào đầu tư và sản xuất các sản phẩm mỗi ngày mỗi tốt hơn, đẹp hơn để đưa vào cạnh tranh ngay trong thị trường Mỹ. Thay vì khư khư ôm mãi kinh sách lâu đời như của gia bảo, người Á châu hiện đại hóa tôn giáo và triết lý của mình để dễ dàng tiếp cận với xã hội Tây phương, từng bước đem ánh sáng văn minh phương Đông chan hòa vào phương Tây một cách hòa bình, trí thức và cao thượng. Phương cách đó có giá trị thuyết phục rất lớn đối với một nước Mỹ giàu có và đầy cao ngạo.[64]

---

[64] Ngày 13/9/2006, Hạ Viện Hoa Kỳ đã biểu quyết thông qua một dự luật tặng thưởng huy chương dân sự cao quý nhất của nước Mỹ, "Congressional Gold Medal", cho Đức Đạt Lai Lạt Ma vì "những đóng góp bền bỉ và ngoại hạng của ngài cho hòa bình, bất bạo động, nhân quyền và sự cảm thông về tôn giáo." Trước đó, vào tháng 5/2006, Thượng Viện Hoa Kỳ cũng đã thông qua một dự luật tương tự. Dự luật này được sự bảo trợ rộng rãi của 387 dân biểu và nghị sĩ của cả hai đảng Dân Chủ và Cộng Hòa, đại diện cho hơn 2/3 tổng số các nhà lập pháp Hoa Kỳ. Đồng thời ở Canada, một trung tâm đặt theo tên của ngài, International Dalai Lama Center for Peace and Education, cũng được thành lập tại thành phố Vancouver dưới sự điều hành của các lãnh tụ quốc tế như cựu tổng thống Mỹ Jimmy Carter, cựu tổng thống Tiệp Vaclav Havel, Tổng Giám mục Nam Phi Desmond Tutu… Ngoài ra, một tác phẩm viết về cuộc đời Đức Phật "Đường xưa mây trắng" (Old Path White Clouds) của Thiền sư Thích Nhất Hạnh, đã được ký hợp đồng quay thành phim, do nhà tỷ phú Ấn Độ B.K Modi bỏ tiền ra sản xuất và Michel Shane (từ Hollywood) làm giám đốc sản xuất.

Với một sự sai khác như thế thì tiên đoán của Huntington về một "sự liên kết quân sự và kinh tế giữa hai nền văn minh Khổng giáo – Hồi giáo" (Confucian-Islamic connection)[65] để chống Tây phương nói chung và chống Mỹ nói riêng là hoàn toàn thiếu cơ sở thực tế. Nói cách khác, thay vì xem chuyện chống Mỹ là nhu cầu sinh tồn, là lý do tồn tại của truyền thống, thì người Á châu xem đó là điều thứ yếu. Họ bận tâm với chuyện học hỏi và tiến bộ bằng chính phương cách của Mỹ hơn là cứ khư khư khước từ tất cả giá trị Mỹ.

Bây giờ đến lượt Việt Nam. Mỹ đến với Việt Nam khá sớm, từ những năm cuối Đệ Nhị Thế Chiến khi các sĩ quan tình báo OSS (Office of Strategic Services) Mỹ tiếp xúc với Việt Minh trong một nỗ lực chung đánh bại quân đội Nhật đang chiếm đóng. Nhưng phải đến sau khi hiệp định Genève (1954), người Mỹ mới thực sự có mặt ở Việt Nam. Do các yếu tố lịch sử, địa lý cùng với cuộc chiến tranh ý thức hệ đang ở thời kỳ cao điểm, quan hệ Mỹ - Việt trải qua những thời điểm đầy bi kịch: miền Bắc cộng sản chống Mỹ, miền Nam quốc gia thân Mỹ. Đó là trên hình thức. Thực ra, miền Bắc không thiếu người thân Mỹ và miền Nam cũng chẳng thiếu người chống Mỹ. Cùng với những khác biệt về chính kiến, ở một điểm khác, vô hình trung, xu thế thân Mỹ và chống Mỹ, một phần nào đó, đã góp phần đưa đến sự chia rẽ và hận thù dân tộc. Sau chiến tranh, người thắng trận cay đắng vì đã đánh cho "Mỹ cút ngụy nhào" mà đất nước cứ thụt lùi đằng sau, trong lúc người bại trận thì cay đắng vì "đồng minh tháo chạy". Nhưng ai cay đắng và dù cay đắng kiểu nào, thì ba thập niên trôi qua (1975-2006) [66] kể từ ngày chiến tranh Việt Nam kết thúc, rốt cuộc, Việt Nam vẫn chạy trời không khỏi… Mỹ. Mỹ đi rồi Mỹ lại về!

(65) Samuel Huntington, tạp chí Foreign Affairs, USA, Fall 1993.
(66) Bài này viết vào năm 2006.

Với chính sách xích gần với Mỹ của nhà cầm quyền cộng sản và với sự hiện diện của gần 1,5 triệu người Việt định cư ở Mỹ cùng với phong trào dân chủ đang dâng cao trong nước hiện nay, vấn đề bây giờ rõ ràng không phải là chống Mỹ hay thân Mỹ nữa. Vấn đề là người Việt Nam sẽ sử dụng "yếu tố" Mỹ như thế nào để đưa đất nước tiến lên?

Đó là câu hỏi mà tất cả những người Việt Nam phải tìm cách trả lời. Bằng thực tế.

*

Khoảng năm thập niên trước đây (1960s), một nhà hài hước Mỹ tên là Art Buchwald cho đăng một quảng cáo chọn lọc trên tờ báo "Times" ở Luân Đôn, đặt câu hỏi: Xin cho biết vì lý do nào mà người Anh lại ghét Mỹ như thế? Từ những câu trả lời thu thập được, Buchwald đi đến kết luận rằng hiện tượng chống Mỹ chỉ có thể được giải quyết nếu "Người Mỹ ngừng tiêu tiền một cách phung phí, ngừng ăn to nói lớn ở những nơi công cộng, chấp nhận một chính sách ủng hộ chế độ thuộc địa do các nước châu Âu thành lập, ủng hộ những cuộc phiêu lưu quân sự của Anh ở kênh Suez trong tương lai, đừng lấy dầu ra khỏi vùng Trung Đông, đừng nhai kẹo cao su, đừng xuất cảng nhạc Rock'n Roll, và nói tiếng Anh cho đúng với tiêu chuẩn của người Anh."

"Ngừng" và "Đừng"!

Đối với các nước khác, tùy theo quyền lợi riêng, mỗi một nước đòi hỏi Mỹ "ngừng" và "đừng" một cách khác. Với nước này, thì Mỹ nên "ngừng" đòi hỏi nhân quyền, dân chủ và "đừng" ủng hộ các "phần tử bất đồng chính kiến" trong nước; với nước khác, thì Mỹ nên "ngừng" tìm cách lật đổ nhà cầm quyền và "đừng" cổ xúy cho tự do báo chí tại nước họ; với nước nọ, thì Mỹ nên "ngừng" mua chất xám và "đừng" xuất cảng nhạc và văn hóa phẩm Mỹ vào; với nước kia, thì Mỹ nên "ngừng" can thiệp vào công việc nội bộ và "đừng" cấm vận kinh tế... Vân vân và vân vân.

Ai cũng muốn Mỹ đừng làm ông Ác!

Nhưng mặt khác, nước nào cũng muốn Mỹ "tiếp tục": tiếp tục viện trợ kinh tế và quân sự cho họ, tiếp tục mở cửa thị trường Mỹ với chính sách 'tối huệ quốc" để mua hàng hóa của họ, tiếp tục giúp họ chống bất công và nghèo đói trên xứ sở họ, tiếp tục đóng góp nhiều nhất cho Liên Hiệp Quốc, tiếp tục nhận thêm dân tỵ nạn, tiếp tục đổ đô la vào để cứu trợ thiên tai, tiếp tục cấp học bổng cho con em vào học các trường Đại học Harvard, MIT, Yale, Cornell...

Ai cũng mong muốn Mỹ trở thành một ông Thiện toàn diện!

Rốt cuộc, Mỹ tồn tại như một nghịch lý: anti-Americanism và Americanism. Phải chăng yếu tố này tương sinh với yếu tố kia?!

Thế giới này không ngừng tiến tới và thay đổi. Hiện tượng Mỹ hay Hiện tượng chống Mỹ không thoát khỏi vận động biện chứng của lịch sử mà toàn nhân loại phải kinh qua và chia sẻ, dù muốn hay không. Ngay cả đôi khi phải trả một cái giá rất đắt!

Nước Mỹ cũng như thế giới, mỗi bên nên tự rút ra những bài học từ kinh nghiệm của mình.

(9/2006)

VẤN ĐỀ TỰ DO DIỄN ĐẠT

Kiểm duyệt không phải là điều mới lạ trong lịch sử nhân loại. Nó đã có mặt và đi theo gần suốt chiều dài lịch sử để ngăn cản và tiêu diệt một kẻ thù vô hình nhưng dai sức: tự do diễn đạt.

Sự thể là thế này: một mặt, con người luôn luôn muốn bày tỏ, muốn nói lên những suy nghĩ của mình về cuộc sống, nhất là khi có chuyện bất bình, ý muốn bày tỏ càng mạnh mẽ hơn. Nhưng mặt khác, những kẻ trị dân lại chỉ muốn "trị", nghĩa là chỉ muốn nghe những gì mình thích nghe, những gì không có hại cho quyền lợi và địa vị của họ. Nghịch lý đó đưa đến chỗ: kẻ thì muốn nói, người lại tìm cách không cho nói. Kẻ muốn nói thì thấp cổ bé miệng; người không muốn nghe lại có gươm, có súng, có quyền. Thế là, kẻ có quyền phải tìm cách bịt miệng kẻ vô quyền. Để hợp pháp hóa hành vi bịt miệng của mình, kẻ có quyền sáng chế ra những quy định, những lệ, những phép – và khi cần, tự vi phạm chúng – nhằm mục đích buộc mọi người phải khuất phục. Đấy! Kiểm duyệt!

Hầu hết mọi người đều sợ, nên đành chịu để bị bịt miệng hoặc tự bịt miệng mình. Nhưng cũng có người không sợ, vẫn tìm cách này hay cách khác để nói. Thế là diễn ra cảnh cấm đoán, truy nã, bắt bớ, tù đày và giết chóc. Cấm thì cấm, bắt thì bắt, tù thì tù, giết thì giết, con người vẫn cứ nói.

Yêu ai cứ bảo là yêu
Ghét ai cứ bảo là ghét
Dù ai ngon ngọt nuông chiều
Cũng không nói yêu thành ghét.
Dù ai cầm dao dọa giết
Cũng không nói ghét thành yêu
(Phùng Quán)

Cấm nói và cứ nói. Kiểm duyệt và tự do diễn đạt.

Cuộc song đấu lịch sử này đã diễn ra, đang diễn ra và sẽ tiếp tục diễn ra.

*

Một trong những hình thức kiểm duyệt sớm nhất và phổ biến nhất đã diễn ra ở Trung Hoa vào thế kỷ thứ ba trước Tây Lịch. Vào khoảng năm 221, Tần Thủy Hoàng, vị hoàng đế đầu tiên của Trung Hoa, khi thống nhất đất nước sau hàng chục năm ly loạn, tìm cách tập trung mọi quyền hành trong tay. Là người bị ám ảnh về quyền hành tuyệt đối và sự bất tử của triều đại do mình lập ra, ông luôn luôn cảm thấy bất an về ngôi vị mà mình chiếm được, nên tìm mọi cách khống chế người dân, không những bằng hình phạt và đày ải mà còn bằng tư tưởng. Tiêu diệt tư tưởng tức là tiêu diệt mọi nguồn chống đối nhằm buộc mọi người phải tuyệt đối trung thành với mình. Cao điểm của chính sách kiểm duyệt này là sự kiện *"phần thư khanh nho"* 焚書坑儒 (đốt sách chôn học trò).

Chính sách này được cụ thể hóa như sau qua lời của thừa tướng Lý Tư tâu với Tần Thủy Hoàng:

"Thần xin đốt tất cả các sách sử, trừ những sách sử của nhà Tần. Trừ những người làm chức bác sĩ, ai cất giấu

Kinh Thư, Kinh Thi, sách vở của trăm nhà thì đều đem đến các quan thú, quan úy mà đốt đi, ai người dám bàn nhau về việc Kinh Thi, Kinh Thư thì chém giữa chợ, lấy đời xưa mà chê đời nay thì giết cả họ. Quan lại biết mà không tố cáo, thì cũng bị tội. Lệnh ban ra trong ba mươi ngày không đốt sách thì khắc vào mặt cho đi thú để xây và canh giữ trường thành. Những sách không bỏ là sách thuốc, sách bói, sách trồng cây. Ai muốn học pháp luật thì thờ quan lại làm thầy.” (Sử ký Tư Mã Thiên)[1]

Sau đó là đốt và giết. Giết và đốt. Nhưng không giết được hết mà cũng chẳng đốt được hết. Vì chỉ đốt và giết được cái hữu hình, nhưng không giết và đốt được cái vô hình: tư tưởng.

Nhưng nạn nhân điển hình đầu tiên của chế độ kiểm duyệt trong lịch sử nhân loại phải nói là Socrates (469-399 BC), một nhà hiền triết, sống hơn hai thế kỷ trước Tần Thủy Hoàng tại thành phố Athènes (Hy Lạp). Tuy chấp nhận chế độ dân chủ, trong đó, người dân được quyền phát biểu ý kiến của mình, nhưng nhà cầm quyền Athènes vẫn có những hạn chế đối với các phát biểu đụng chạm đến những niềm tin riêng và truyền thống có sẵn. Với sự tin tưởng mãnh liệt vào sức mạnh của các cuộc thảo luận tự do, Socrates không thừa nhận bất cứ hình thức kiểm duyệt nào. Những điều ông phát biểu thường khác hẳn, thậm chí, đi ngược lại những niềm tin truyền thống của thành phố. Vì thế, nhà cầm quyền đã mang ông ra xử vì tội đã, *“thứ nhất, không thờ phượng những thần thánh mà thành phố thờ phượng, và đưa vào những thần thánh của riêng mình, và thứ hai, là làm hư hỏng giới trẻ.”* Socrates chấp nhận bản án tử hình chứ nhất quyết không chịu thay đổi thái độ. Ông bị buộc uống thuốc độc chết vào năm 399 (trước Công nguyên).

____

(1) Phan Ngọc (dịch), *Sử ký Tư Mã Thiên*, nxb Văn Học, Hà Nội, 1964.

Điều trớ trêu là người môn đệ thân yêu của ông, Platon (428-348 BC), dù kết án những người xử tử thầy mình, nhưng lại không bênh vực quyền tự do tư tưởng. Không những thế, ông lại còn chủ trương thi hành chặt chẽ chính sách kiểm duyệt. Phác họa một đô thị lý tưởng, *kallipolis*, trong tác phẩm "Republic", Platon đòi áp đặt một số giới hạn trên nội dung và phương tiện truyền bá nghệ thuật mà ông cho là hàm chứa sự đe dọa đối với sự công chính là yếu tố mang lại thành công cho đô thị lý tưởng. Thi ca, kịch nghệ và âm nhạc cần dạy cho trẻ con, nhưng phải được kiểm duyệt chặt chẽ, nhất là âm nhạc. Vì theo ông, với phẩm tính trừu tượng của nó, âm nhạc có thể tạo nên điều *lành* nhưng đồng thời cũng tạo ra điều *dữ*. Ông đề nghị gửi những nhà thơ và nhà viết kịch ra khỏi đô thị lý tưởng của mình. Đồng thời đòi kiểm duyệt cả những câu chuyện thì thầm bên gối mà người mẹ hay người vú thường hay kể cho các ấu nhi nghe trên giường ngủ.

*

Kiểm duyệt, tiếng Anh là *censor*. Truy nguyên gốc gác của từ ngữ này đưa ta trở về với sự thành lập "Sở kiểm duyệt" (Office of Censor) ở cộng hòa La Mã[2] vào khoảng năm 443 (trước Tây lịch). *Censor*, người kiểm kê, là chức năng để chỉ hai viên thẩm phán cao cấp của nước cộng hòa, phụ trách đăng ký và kiểm tra dân số cũng như tài sản của người công dân nhằm mục đích thu thuế, tổ chức bầu cử và tuyển lính. Dần dà, công việc mở rộng và quyền hành của viên chức kiểm kê lớn dần và cuối cùng trở thành một người chính thức có quyền phán xét về tư cách và đạo đức của người công dân. *Kiểm kê* trở thành *kiểm duyệt*. Tất cả

---

(2) Cộng hòa La Mã, chế độ cộng hòa đầu tiên trong lịch sử nhân loại, bắt đầu từ năm 510 đến năm 44 (trước TL).

những công dân, thường dân cũng như giới giàu có, đều có thể mất đi quyền dân sự của mình nếu những viên chức kiểm duyệt cho là không tuân theo những chuẩn mực đạo đức được đề ra. Vào thời kỳ cuối của cộng hòa La Mã (khoảng giữa thế kỷ thứ 1 trước Tây lịch), *censor* là viên chức có quyền hành lớn nhất trong cộng hòa này.

Đến thời kỳ đế quốc La Mã (Roman Empire),[3] khi quyền hành tập trung vào một người là hoàng đế, thì kiểm duyệt lời ăn tiếng nói của người công dân mặc nhiên trở thành một trong những chính sách cốt lõi của nhà cầm quyền. Người công dân, ngoại trừ một thiểu số có đặc quyền đặc lợi, không có quyền phát biểu tự do giữa chốn công cộng; nếu bất tuân, họ sẽ bị xử phạt. Vua chúa mấy ai muốn nghe những lời trái tai! Hoàng đế Nero (37-68 sau Tây lịch) nổi tiếng không thua gì Tần Thủy Hoàng về chuyện đày ải những ai dám phê bình mình và sẵn sàng đốt sách của những người trí thức. Constantine (272-337) còn đi xa hơn Nero. Trong khi ban hành những đạo luật hợp pháp hóa Thiên Chúa giáo, ông ra lệnh đốt tất cả các tác phẩm của triết gia Hy Lạp Arius (256-336) chỉ vì nội dung của chúng không phù hợp với tư tưởng đương thời.

Vị vua kế tiếp, Theodosius (347-395), biến Thiên Chúa giáo thành quốc giáo, đưa đến sự thành lập giáo hội Công giáo La Mã, tạo nên một liên minh chặt chẽ giữa nhà nước và giáo hội, kéo dài hơn mười thế kỷ về sau. Với một hệ thống cai trị bao gồm cả thần quyền lẫn thế quyền, cơ chế Nhà nước-Giáo hội trở thành một quyền lực kiểm duyệt bao trùm. Giáo hội quyết định cái gì đúng cái gì sai, cái gì được đọc, cái gì bị cấm chỉ. Nói chung, bất cứ quan điểm nào chống lại, hoặc khác với quan điểm của giáo hội

____

(3) Đế quốc La Mã bắt đầu từ năm 27 (trước TL) khi Augustus trở thành hoàng đế, sau khi trải qua một thời kỳ chuyển tiếp từ năm 44 (trước TL), lúc Julius Caesar được bầu làm nhà độc tài suốt đời (perpetual dictator).

đều là sai lầm, là tà giáo, phải bị tẩy trừ. Năm 496, một sắc lệnh đặc biệt do giáo hoàng Gelasius I ban hành, liệt kê tất cả những cuốn sách bị xem là có tính cách tà giáo (heretical) và ngụy tác (apocryphal) cấm không được lưu hành trong công chúng. Để tăng cường hơn nữa sự kiểm duyệt, vào năm 1231, Giáo hoàng Gregory IX cho thành lập tòa án Dị Giáo (Inquisition), nhằm đưa ra xử những tác giả có quan điểm vượt ra ngoài sự kiểm soát của giáo hội.

Vào giữa thế kỷ thứ 15, máy in được phát minh. Sự xuất hiện của máy in đưa đến một hệ quả lớn lao là sự ra đời của sách in và rồi sau đó, là báo chí. Con người đột nhiên có thêm một nhu cầu hoàn toàn mới mẻ: thu thập và truyền bá thông tin. Nhu cầu này đưa đến một dịch vụ mới mẻ khác là ngành bưu điện. Được thành lập ở Pháp cũng vào thế kỷ 15, dịch vụ bưu điện sớm trở thành một phương tiện truyền bá thông tin vô cùng hữu hiệu và sâu rộng giữa cá nhân và cá nhân cũng như giữa quốc gia và quốc gia. Những phát minh và những dịch vụ mới mang lại cho nhà nước và giáo hội rất nhiều thuận lợi trong việc phổ biến sâu rộng các chính sách của nhà nước cũng như việc truyền giáo, nhưng đồng thời lại tạo ra những thách thức nghiêm trọng trong việc giữ gìn sự ổn định và truyền thống. Để đối phó với những thách thức đó, giáo hội La Mã tìm cách kiểm soát các trường đại học và các nhà xuất bản xuyên qua một sắc lệnh ban hành vào năm 1543, quy định: không cuốn sách nào có thể được in hay được bán ra nếu không có phép của giáo hội. Theo chân giáo hội, năm 1563, vua Charles IX của Pháp ban hành sắc lệnh tương tự: không cuốn sách nào được in hay bán nếu không có phép của nhà vua. Mặt khác, để chận đứng sự lan truyền các thông tin có hại, nhà nước độc đoán phải đặt một hệ thống kiểm duyệt thư từ và sách báo chuyển qua đường bưu điện.

Cũng trong thời gian đó, chữ "kiểm duyệt" có thêm ý nghĩa mới với sự ra đời của "Index Librorum Prohibitorum" (List of Prohibited Books/Danh sách những sách bị cấm lưu hành) do giáo hoàng Paul IV ban hành lần đầu tiên vào năm 1559. Đây là bảng liệt kê những cuốn sách được xem là nguy hiểm, có nội dung gieo rắc tà đạo. Danh sách này được bổ sung và cập nhật qua nhiều thế kỷ và nhiều triều đại giáo hoàng khác nhau. Đợt ban hành cuối cùng là vào năm 1948. Ước chừng, trước sau có đến hàng ngàn tác phẩm nằm trong danh sách cấm nói trên. Mãi đến năm 1966 thì giáo hoàng Paul VI mới chính thức bãi bỏ "Index Librorum Prohibitorum".[4]

Có thể nói, quyền tự do phát biểu và tự do tư tưởng là một đe dọa đối với những nhà cầm quyền trước kỷ nguyên Thiên Chúa giáo và lại càng là một đe dọa đối với thời kỳ liên kết giữa nhà nước và giáo hội La Mã. Thành thử, cuộc tranh đấu giành quyền tự do phát biểu luôn luôn đi bên cạnh lịch sử lâu dài của quyền lực kiểm duyệt. Nói một cách khác, lịch sử tư tưởng của nhân loại là lịch sử của cuộc đấu tranh giành giựt quyền tự do được phát biểu khỏi các nhà cầm quyền chuyên chế. Trong những thời kỳ đen tối nhất, nhiều tác phẩm vẫn được sáng tác, được chép, được bí mật truyền bá, bất chấp sự bắt bớ, tù đày hay giết hại. Đó là một cuộc đấu tranh thụ động, thầm lặng nhưng không kém phần gay gắt chống lại quyền lực và sự hành xử quyền lực một cách sai trái. Trong cuộc đấu tranh không cân sức này, người đấu tranh không hề muốn giành giựt bất cứ một quyền lợi nào khác ngoài một thứ quyền lợi tinh

____

(4) "Giáo hội Công Giáo và chuyện kiểm duyệt" có thể tìm thấy nhiều tài liệu trên Internet. Ở đây, tôi chỉ lược qua một vài sự kiện nổi bật, để dành đi vào phần chính ở đoạn sau. Một vài tài liệu ngắn nhưng tóm lược khá rõ ràng có thể tìm thấy ở hai bài viết *"The Catholic Church and Censorship in Literature, Books, Drama, and Film"* và *"Censorship of Books"*, địa chỉ trang mạng ở phần tài liệu tham khảo.

thần, thứ quyền đã được Socrates vinh danh qua cái chết đầy tính cách dâng hiến của mình mấy ngàn năm trước.

Trong thực tế, qua hàng ngàn năm, đó là một cuộc tranh đấu vô hình và bất tương xứng: những con người bé mọn, vô danh, vô quyền đương đầu với những hệ thống quyền lực khổng lồ, năng động và có khi, hoàn toàn vô tâm. Mãi cho đến thế kỷ 17, khi lý trí, quyền lợi và phẩm giá cá nhân được coi trọng thì quyền tự do phát biểu mới trở thành chủ đề cho các tranh cãi và sau đó dần dà được luật pháp bảo vệ. Khuôn mặt sáng giá nhất trong cuộc đấu tranh cho quyền tự do phát biểu thời kỳ này là John Milton (1608-1674). Có thể nói, bắt đầu từ Milton, sự tự do phát biểu hay tự do ngôn luận mới trở thành một lý thuyết, một thứ "quyền".

Milton vừa là nhà văn, nhà thơ, nhà biện thuyết và là một viên chức nhà nước. Ông chịu ảnh hưởng nặng nề của Thánh Kinh và các quan điểm cổ điển, nhưng lại hoàn toàn đứng ra ngoài dòng tư tưởng chính mạch đương thời. Vào ngày 23/11/1644, ông cho công bố một bài viết có tựa đề "Areopagitica, a Speech for the Liberty of Unlicensed Printing, to the Parliament of England" (Areopagitica, một diễn văn về quyền Tự Do in ấn không cần giấy phép, gửi cho Nghị Viện Anh) gọi tắt là "Areopagitica". Thay vì phát biểu trước Nghị Viện, ông cho in bài diễn văn trong một tập sách nhỏ phân phát cho các nghị viên với hàm ý thách thức với chính sách kiểm duyệt thời bấy giờ. Trong bài diễn văn, ông chống lại đạo luật về kiểm duyệt, "Licensing Act", do Nghị Viện ban hành một năm trước đó; đạo luật này đòi hỏi cho phép phục hồi lại chế độ kiểm duyệt tất cả nội dung sách trước khi xuất bản (pre-publication censorship) đã từng được áp dụng trước đó. Vừa trở về từ Ý sau khi viếng thăm nhà thiên văn học Galileo trong tù, Milton yêu cầu Nghị Viện không nên thay thế sự độc đoán của giáo hội Công giáo bằng sự độc đoán của nhà nước. Cần ghi nhận, Milton không bênh vực cho một thứ tự do phát biểu hay in ấn tùy tiện, nhưng chủ trương rằng sách không thể bị trù dập, bị cấm đoán trước khi xuất bản. Theo ông, những cuốn sách có nội dung phản phúc, vu cáo hay báng bổ phải được xử theo luật trước khi bị cấm và tác giả phải chịu hình phạt. Thông tin và các ý tưởng phải được trao đổi một cách tự do để người ta có thêm kiến thức và hiểu biết trên con đường tìm đến chân lý. Chân lý và sai lầm cần phải được tranh cãi. Chỉ qua tranh cãi, cái gọi là chân lý thực sự mới có điều kiện để lộ diện. Milton quả quyết: "Giết một con người cũng giống như tiêu hủy một cuốn sách hay: ai giết một người tức là giết đi một tạo vật có lý trí, hình ảnh của Thượng Đế; nhưng nếu anh ta tiêu hủy một cuốn sách hay, là anh ta vừa giết chết chính lý trí vừa giết chính hình ảnh chân thực của Thượng Đế trong mắt mình."[5] Milton kết luận bài phát biểu bằng cách nhấn mạnh đến tự do tinh thần, tự do ý thức và cho đó là thứ tự do cao hơn tất cả mọi tự do. "Hãy cho tôi tự do tìm biết, tự do phát biểu và tranh cãi một cách tự do theo ý thức, ở trên tất cả mọi thứ tự do."[6]

Nghị Viện Anh chẳng hề bị thuyết phục bởi lập luận của Milton và luật kiểm duyệt vẫn được duy trì, nhưng bài diễn văn của Milton đã trở thành một di chứng cho quyền tự do dân sự (civil liberty). Có thể xem đó là bài tham luận quan trọng đầu tiên về tự do ngôn luận, tự do báo chí, là ngọn hải đăng thực sự của thời kỳ ánh sáng. Nó ảnh hưởng

---

(5) Nguyên văn: "As good almost kill a man as kill a good book: who kills a man kills a reasonable creature, God's image; but he who destroys a good book, kills reason itself, kills the image of God, as it were, in the eye."

(6) Nguyên văn: "Give me the liberty to know, to utter, and to argue freely according to conscience, above all liberties."

mạnh mẽ đến nhiều tác giả đòi hỏi bãi bỏ kiểm duyệt về sau và là một trong những nguồn được trích dẫn nhiều nhất cho các lý luận về quyền tự do phát biểu. Nó cũng góp phần làm mất hiệu lực của đạo luật "Licensing Act" năm mươi năm về sau, 1694, và là tiền đề cho các đạo luật bãi bỏ kiểm duyệt ở các nước châu Âu vào thế kỷ thứ 18. Thụy Điển là nước đầu tiên bãi bỏ kiểm duyệt và đưa ra luật bảo vệ tự do báo chí vào năm 1766. Đan Mạch và Na Uy (lúc này đang ở dưới quyền cai trị của Đan Mạch) theo gương vào năm 1770. Năm 1787, Tu Chính Án Thứ Nhất (First Amendment) được đưa vào hiến pháp Hoa Kỳ và đạo luật về Quyền Dân Sự (Bill of Rights) sau này cũng được xem như là hiện thân trực tiếp của "Areopagitica". Năm 1789, quốc hội Pháp thông qua một đạo luật về tự do tư tưởng, xác định rằng, "Tự do truyền đạt tư tưởng và ý kiến là một trong những quyền quý giá của con người; mỗi một công dân do đó có thể phát biểu, viết lách và in ấn tự do."

*

Cuộc chiến đấu lâu dài và gian truân của con người qua hàng ngàn năm (có nước mắt và có máu) cho quyền tự do ngôn luận tưởng là đã có thể hoàn toàn chấm dứt vào thế kỷ 20. Không! Trong suốt thế kỷ 20 và kéo qua thế kỷ 21, lấy lý do an ninh quốc gia và quyền lợi đất nước trong thời kỳ có chiến tranh hay lấy lý do tôn giáo, chủ nghĩa hay nhiều lý do linh tinh khác, nhiều chính quyền vẫn cho áp dụng chính sách kiểm duyệt để kiểm soát tư tưởng của người dân. Ở những nước đó, quyền tự do phát biểu vẫn còn là điều cấm ky.

Nhưng có thể nói, không ở đâu mà chế độ kiểm duyệt kéo dài lâu nhất, tinh vi nhất, khắc nghiệt nhất bằng chế độ kiểm duyệt ở nước Nga Xô Viết. Đế quốc Nga trước đây vốn có một truyền thống kiểm duyệt nghiêm khắc, đã buộc phải lùi bước phần nào do ảnh hưởng của phong trào tự do tư tưởng phát triển mạnh mẽ ở các nước Trung Âu vào thế kỷ 19. Nhờ thế, nhân dân Nga được hưởng một thời gian kiểm duyệt được nới lỏng kéo dài khoảng một thập niên, từ 1855 đến 1865, dưới thời Nga hoàng Alexander II. Các tư tưởng cải cách được công khai phát biểu trên báo chí. Đến năm 1866, luật kiểm duyệt được áp dụng trở lại, làm tan biến mất những ý tưởng cải cách căn bản. Phải đợi đến đầu thế kỷ 20, một phần kiểm duyệt mới được bãi bỏ dựa theo một đạo luật được ban hành vào năm 1905. Mười hai năm sau, Chính Phủ Lâm Thời được thành lập sau khi nhân dân Nga đứng dậy lật đổ Nga hoàng, ban hành sắc lệnh ngày 27/4/1917, bãi bỏ tất cả mọi hình thức kiểm duyệt. Nhưng người dân Nga không hưởng tự do được lâu. Đến tháng 11/1917, sau khi Lenin và đảng Cộng Sản lên nắm chính quyền, một chế độ kiểm duyệt chặt chẽ, lâu dài và toàn diện được áp đặt lên nước Nga và các nước chư hầu, kéo dài mãi đến hơn bảy thập niên kế tiếp.

*

Để hiểu rõ hơn những ý tưởng nòng cốt của chính sách kiểm duyệt cộng sản nói chung và chế độ Liên Xô nói riêng, cách tốt nhất là tìm hiểu xem người đứng ra lãnh đạo cuộc cách mạng cộng sản đầu tiên trên thế giới, Vladimir Ilyich Lenin, quan niệm như thế nào về quyền tự do báo chí. Lenin đã đề cập rải rác về tự do báo chí trong nhiều tài liệu khác nhau, nhưng trong bài viết ngắn này, tôi xin đề cập đến một lá thư mà Lenin gửi cho Gavril Ilyich Myasnikov (1889-1945) đề ngày 5/8/1921 liên quan đến một bài viết nhan đề "Vexed Questions" (Những vấn đề nan giải) của ông đồng chí này.[7] Myasnikov vốn là đồng chí của Lenin, nhưng về sau, do có nhiều ý kiến bất đồng đối với các chính sách của trung ương, ông ta xây dựng một nhóm chống đảng ở quận Motovilikha thuộc vùng Perm Gubernia. Tuy không phải là một bài tham luận, nhưng theo tôi, qua lá thư này, quan điểm của Lenin đã được trình bày khá rốt ráo, thẳng thừng và cụ thể, cho ta thấy rõ chính sách nhất quán của nhà nước cộng sản đối với vấn đề tự do báo chí. Cho đến nay, đã gần một thế kỷ trôi qua, những ý tưởng của Lenin vẫn là kim chỉ nam cho chính sách đàn áp tư tưởng trong các nước cộng sản.

Đây là một lá thư dài 6 trang với giọng điệu vừa phê phán vừa thuyết phục.

Theo Lenin, tự do báo chí trong bản chất, là sản phẩm của giai cấp tư bản. Ông viết:

"Khẩu hiệu "tự do báo chí" trở nên một khẩu hiệu vĩ đại trên thế giới vào cuối thời Trung Cổ và vẫn còn duy trì đến thế kỷ thứ 19. Tại sao? Tại vì nó diễn tả những ý tưởng của giai cấp tư sản tiến bộ, nghĩa là, diễn tả cuộc tranh đấu của nó chống lại vua chúa và cha cố, đám lãnh chúa phong kiến và bọn chủ đất.

Không có xứ sở nào trên thế giới đã thực hiện việc giải phóng quần chúng khỏi ảnh hưởng của các cha cố và đám chủ đất nhiều như nước Cộng Hòa Xã Hội Chủ Nghĩa Nga đã và đang làm. Chúng ta đã thực hành chức năng "tự do báo chí" tốt hơn bất cứ ai trên thế giới này. Trên toàn thế giới, bất cứ nơi đâu có những nhà tư bản, tự do báo chí có nghĩa là tự do mua đứt các tờ nhật báo, mua đứt các cây bút, tự do hối lộ, tự do mua bán và ngụy tạo "dư luận" có lợi cho giai cấp "tư bản".

---

(7) V. I. Lenin, *Collected Works*, Volume 32, trang 504-509.

Do đó, tự do báo chí có nghĩa là tự do tấn công chế độ xã hội chủ nghĩa:

"Tự do báo chí ở nước Cộng Hòa Xã hội Chủ Nghĩa Nga, là nước đang bị bao vây bởi những kẻ thù tư sản trên toàn thế giới, có nghĩa là tự do tổ chức chính trị cho giai cấp tư sản và đám tôi tớ trung thành nhất của bọn chúng, tức là bọn Mensheviks và bọn Cách Mạng Xã Hội Chủ Nghĩa."

Lenin quả quyết: chấp nhận tự do báo chí là tự sát:

"Tập đoàn tư sản (trên toàn thế giới) vẫn còn mạnh hơn chúng ta rất nhiều. Đặt vào tay bọn chúng một vũ khí khác như tự do tổ chức chính trị (tức là tự do báo chí, vì tự do báo chí là cốt lõi và nền tảng của tổ chức chính trị) có nghĩa là tạo thuận lợi cho công tác của kẻ thù, có nghĩa là giúp đỡ kẻ thù của giai cấp.

Chúng ta không dại gì tự sát và vì thế, chúng ta sẽ không làm điều đó.

Chúng ta nhìn thấy rất rõ sự kiện này: "tự do báo chí" trong thực tế có nghĩa là tập đoàn tư sản quốc tế sẽ ngay lập tức mua đứt đám viết lách của các đảng Dân Chủ Lập Hiến, đảng Cách Mạng Xã Hội và Mensheviks, và sẽ tổ chức cơ sở tuyên truyền của chúng và chống lại chúng ta.

Đó là một thực tế. "Bọn chúng" giàu có hơn chúng ta và sẽ mua được một "lực lượng" mười lần lớn hơn lực lượng chúng ta hiện có, để chống lại chúng ta.

Không, chúng ta sẽ không làm như thế; Chúng ta sẽ không giúp bọn tư sản quốc tế."

Bác bỏ quan điểm của Myasnikov cho rằng "các sự vi phạm trắng trợn và lạm dụng quyền thế đang hoành hành trong xứ sở, tự do báo chí sẽ giúp vạch trần chúng," Lenin khẳng định:

"Tự do báo chí sẽ giúp cho lực lượng của bọn tư sản quốc tế. Sự thực là "tự do báo chí" sẽ không giúp gì cho đảng Cộng Sản ở Nga thoát khỏi một số nhược điểm, sai lầm, tai họa và tệ nạn (không thể phủ nhận rằng hiện đang có nhiều tệ nạn), bởi vì điều này không phải là điều mà bọn tư sản quốc tế mong muốn. Nhưng tự do báo chí sẽ là một vũ khí giao vào tay của bọn tư sản thế giới này. Bọn chúng chưa chết; chúng vẫn còn sống. Chúng đang lẩn trốn và rình chờ."

Vì thế, tự do báo chí không phải là thuốc chữa bệnh, mà là độc dược:

"Đồng chí muốn chữa bệnh cho đảng Cộng Sản và chộp lấy một thứ thuốc sẽ mang lại chết chóc trong tay đồng chí, dĩ nhiên, chứ không phải trong tay bọn tư sản thế giới.

Đồng chí quên đi một điểm nhỏ, rất nhỏ, đó là: bọn tư sản thế giới và cái thứ "tự do" của chúng là để mua đứt báo chí cho chính chúng và những trung tâm tổ chức chính trị. Không, chúng ta sẽ không chấp nhận đường lối này. Chín trăm trên mỗi một ngàn công nhân có ý thức sẽ khước từ đường lối này."

Một lần nữa, Lenin thừa nhận đảng Cộng Sản có sai lầm, nhưng sai lầm đó *"phải được chữa trị bởi giai cấp vô sản các biện pháp của Đảng chứ không phải bằng phương tiện của "tự do" (chỉ dành cho giai cấp tư sản)."*

Kết thúc lá thư, Lenin thúc giục Myasnikov hãy ra sức làm việc để chữa trị các tệ nạn, từ từ nhưng chắc chắn, thay vì cứ đuổi theo cái bóng ma trơi "tự do báo chí".

Thế là đã rõ: tự do phát biểu không hề nằm trong chính sách trị dân của đảng Cộng Sản Nga. Phải chăng Lenin thực sự sợ sức mạnh của tư sản, sợ rằng giai cấp vô sản không đủ tiền tài, sức mạnh và tài trí để đương đầu với phe tư sản trong cuộc cạnh tranh dân chủ, nếu để cho họ được tự do ngôn luận?

Không đâu! Tôi cho rằng, trong thực tế, Lenin chỉ sợ cái bệnh "tự do" truyền nhiễm vào trong chính hàng ngũ đảng cộng sản, chẳng hạn như "đồng chí" Myasnikov mà ông đang thuyết phục. Giai cấp tư sản chỉ là con ngáo ộp mà Lenin sử dụng để dọa các đồng chí của mình, trong một mục tiêu lâu dài: khép tất cả vào trong một guồng máy được tổ chức chặt chẽ, trong đó, mỗi một người phải *tự bịt miệng mình,* không dám phát ngôn dù chỉ một câu hay thậm chí một chữ sai khác với những gì đã được cho phép. Rốt cuộc, trong lịch sử suốt hơn 70 năm trị vì, đảng cộng sản Liên Xô đã trở thành, vừa là vua chúa, vừa là các lãnh chúa phong kiến và vừa là chủ đất. Họ đẩy lùi đất nước của họ vào thời Trung cổ. Và nạn nhân của chính sách kiểm duyệt toàn diện đó, mỉa mai thay, lại chính là nhân dân Nga và giai cấp vô sản mà họ muốn giải phóng. Một cuộc cưỡng chế sự thật toàn diện và triệt để!

Bây giờ, khối Xô Viết đã tan rã, chủ nghĩa cộng sản bị phá sản, nhưng chính quyền cộng sản Việt Nam hiện nay vẫn xem các luận điểm của Lenin là bảng chỉ đường. Hãy đọc qua một trích đoạn sau đây:

"Có ý kiến cho rằng, có báo tư nhân mới là biểu hiện cụ thể của tự do báo chí. Phải khẳng định rằng không có báo chí tư nhân thì không thể quy chụp là không có "tự do báo chí". Những người làm báo Việt Nam đã và đang phấn đấu vì sự nghiệp độc lập dân tộc và tự do, hạnh phúc của nhân dân. Những tờ báo hiện nay của các cơ quan Đảng, nhà nước, đoàn thể chính trị, xã hội, tổ chức nghề nghiệp đã phản ánh đầy đủ những ý kiến, nguyện vọng chính đáng của các tầng lớp nhân dân. Vì vậy, vấn đề ra báo tư nhân hiện nay là không cần thiết.

Những kiến nghị của họ đã được công luận phản ánh đầy đủ và được Đảng, Nhà nước tiếp thu, trả lời qua báo, đài. Đó là sự thể hiện quyền được thông tin cũng như quyền ngôn luận của nhân dân. Mặt khác, thực tiễn việc ra đời báo tư nhân ở nhiều nước gây nhiễu thông tin, thậm chí làm vô hiệu hóa sự lãnh đạo của chính quyền, dẫn đến sự rối loạn chính trị-xã hội ở nhiều nước vốn quảng cáo rầm rộ cho cái gọi là "tự do báo chí" đã là bài học thấm thía cho nhân dân ta. Có lẽ nào, chúng ta lại trượt theo vết xe đổ ấy?

Sở dĩ có đòi hỏi vô lý trên, có nguyên nhân từ nhận thức mơ hồ về quyền tự do báo chí và nhiệm vụ của báo chí Việt Nam. Do hiểu phiến diện hoặc cố tình hiểu sai về tự do báo chí, họ đã ra công cổ xúy, đấu tranh đòi "tự do báo chí" theo kiểu phương Tây, coi đó là biểu hiện của "tinh thần dân chủ", tự phong cho mình là "người hăng hái đấu tranh cho dân chủ". Song, họ không hiểu rằng dân chủ là một thể chế, trong đó quyền tự do báo chí của người này không được làm tổn hại đến quyền tự do của người khác, đến lợi ích của toàn dân tộc. Sự sụp đổ mô hình chủ nghĩa xã hội ở Liên Xô và các nước Đông Âu có sự góp phần của những tờ báo theo khuynh hướng "tự do báo chí" kiểu phương Tây đó.

Mặt khác, trong một số ít người, tư tưởng nêu trên xuất phát từ những toan tính liên quan đến lợi ích, quyền lực, động cơ cá nhân; từ sự bất mãn của họ với Đảng và Nhà nước. Họ luôn luôn đặt lợi ích cá nhân lên trên lợi ích của đất nước; chính vì thế, họ có những ý kiến lạc lõng, cực đoan, phản lại quyền lợi của dân tộc.

Trong số những người cơ hội chính trị, có người đã thực sự đối lập với lợi ích Tổ quốc, liên kết những phần tử bất mãn ở bên trong cùng với thế lực xấu ở bên ngoài để dùng báo chí chống phá sự nghiệp xây dựng và bảo vệ Tổ quốc của nhân dân ta. Họ quay lưng lại với quá khứ vẻ vang, hào hùng của toàn dân tộc, trong đó có sự đóng góp nào đó của gia đình và bản thân họ.

Những bài báo, những hồi ký của họ đầy rẫy sự xuyên tạc, vu cáo hèn hạ, bêu riếu những người dân nước Việt đang ngày đêm cần cù lao động sáng tạo, chắt chiu xây dựng và bảo vệ Tổ quốc, tất cả vì mục tiêu "dân giàu, nước mạnh, xã hội công bằng, dân chủ, văn minh". Thật trớ trêu khi họ cho rằng, nếu chúng ta không có tự do báo chí như họ mong muốn, thì "đất nước này vẫn không thể cất đầu lên được", vẫn "sống trong vòng lạc hậu tối tăm" (!). Những người nuôi dã tâm xấu xa đó không có quyền nói đến "tự do báo chí", theo nghĩa chân chính nhất của từ này.

Tự do báo chí cho ai, vì ai? Câu hỏi lớn đó đã được thực tiễn đổi mới đất nước nói chung và thực tiễn đổi mới báo chí nói riêng trong gần 20 năm qua cùng thực tiễn trên thế giới ngày nay cho ta câu trả lời rành rọt. Thực tiễn luôn luôn là tiêu chuẩn của chân lý. Nhận thức đúng xu thế tiến lên của dân tộc, trong đó có hoạt động rất sôi động và hiệu quả của báo chí cách mạng Việt Nam, chúng ta sẽ có cái nhìn đúng đắn về Việt Nam trong tiến trình đổi mới."

Bài viết ký tên là Hồng Vinh, nguyên Phó ban Tuyên giáo Trung ương đảng Cộng Sản Việt Nam. Tuy cách lý luận và ngôn từ của bài viết so với Lenin có khác nhau do khoảng cách thời gian và không gian, nhưng điểm mấu chốt vẫn là: không chấp nhận tự do diễn đạt. Đã có nhiều và nhiều bài viết trong cũng như ngoài nước đối chiếu giữa lời nói và việc làm của nhà nước đồng thời đưa ra những phản biện về cách lý luận như trên. Ở đây, tôi chỉ xin trích dẫn lại một nhận xét khá lý thú của một người thuộc loại "công thần" của chế độ, nhà văn Nguyễn Khải, về cách sử dụng ngôn từ của những người cộng sản, trong *"Đi tìm cái tôi đã mất"*:

"Vậy mà ngôn từ lại là cái mặt yếu nhất trong các lãnh vực thuộc thượng tầng kiến trúc ở các nước xã hội chủ nghĩa. Công dân của các nước ấy dùng ngôn từ để che đậy chứ không nhằm giao tiếp, hoặc giao tiếp bằng cách che đậy, "nói vậy mà không phải vậy"! Nó là cái vỏ cứng để bảo vệ mọi sự bất trắc, chống lại thói quen hay xét nét lời ăn tiếng nói của công dân của mọi chính quyền chuyên chế. Cái cách tự bảo vệ ấy lại càng rõ rệt ở cấp lãnh đạo và các viên chức nhà nước làm việc ở các cơ quan quyền lực. Họ nói bằng thứ ngôn ngữ khô cứng đã mất hết sinh khí, một thứ ngôn ngữ chết, ngôn ngữ "gỗ", nói cả buổi mà người nghe vẫn không thể nhặt ra một chút thông tin mới nào. Các buổi trả lời phỏng vấn báo chí, diễn văn tại các buổi lễ kỷ niệm, báo cáo của Đảng, của chính phủ, của quốc hội, tất cả đều dùng các từ rất mơ hồ, ít cá tính và ít trách nhiệm nhất. Người cầm quyền cấp cao nhất và cấp thấp nhất đều biết cách nói mơ hồ, càng nói mơ hồ càng được đánh giá là chín chắn. Và nói dối, nói dối hiển nhiên, không cần che đậy. Vẫn biết rằng nói dối như thế sẽ không thay đổi được gì vì không một ai tin nhưng vẫn cứ nói. Nói đủ thứ chuyện, nói về dân chủ và tự do, về tập trung và dân chủ, về nhân dân là người chủ của đất nước còn người cầm quyền chỉ là nô bộc của nhân dân. Rồi nói về cần kiệm liêm chính, về chí công vô tư, về lý tưởng và cả quyết tâm đưa đất nước tiến lên chủ nghĩa cộng sản. Nói dối lem lém, nói dối lì lợm, nói không biết xấu hổ, không biết run sợ vì người nghe không có thói quen hỏi lại, không có thói quen lưu giữ các lời giải thích và lời hứa để kiểm tra. Hoặc giả hỏi lại và kiểm tra là không được phép, là tối kỵ, dễ gặp tai họa nên không hỏi gì cũng là một phép giữ mình. Người nói nói trong cái trống không, người nghe tuy có mặt đấy nhưng cũng chỉ nghe có những tiếng vang của cái trống không."[8]

____

(8) Nguyễn Khải, *Đi tìm cái tôi đã mất*, chương 18.

Ngôn ngữ gỗ! Nói dối! Nói và nghe trong cái trống không!

Thật hình tượng!

Đáng tiếc là, Nguyễn Khải chỉ trở thành kẻ bất đồng chính kiến khi đã ra người thiên cổ.

Cũng đáng tiếc như bài thơ "Ai? Tôi?"[9] của Chế Lan Viên tự thú cái "láo lường" trong thơ của mình, chỉ được biết đến sau khi ông đã qua đời:

> *Mậu Thân 2.000 người xuống đồng bằng*
> *Chỉ một đêm, còn sống có 30*
> *Ai chịu trách nhiệm về cái chết 2.000 người đó?*
> *Tôi!*
> *Tôi – người viết những câu thơ cổ võ*
> *Ca tụng người không tiếc mạng mình*
> *trong mọi cuộc xung phong.*
> *Một trong ba mươi người kia ở mặt trận*
> *   về sau mười năm*
> *Ngồi bán quán bên đường nuôi đàn con nhỏ*
> *Quán treo huân chương đầy, mọi cỡ,*
> *Chả huân chương nào nuôi được người lính cũ!*
> *Ai chịu trách nhiệm vậy?*
> *Lại chính là tôi!*
> *Người lính cần một câu thơ giải đáp về đời,*
> *Tôi ú ớ.*
> *Người ấy nhắc những câu thơ tôi làm người ấy*
> *   xung phong*
> *Mà tôi xấu hổ.*
> *Tôi chưa có câu thơ nào hôm nay*
> *Giúp người ấy nuôi đàn con nhỏ*
> *Giữa buồn tủi chua cay vẫn có thể cười.*

Xem: *https://isach.info/story.php?story=di_tim_cai_toi_da_mat__nguyen_khai&chapter=0018*

(9) Xem: *http://www.i4vn.com.vn/forum/tho/29993-tho-che-lan-vien.html*

*

Quyền được phát biểu tự do, thực ra, không phải là một quan niệm, một lý thuyết do một cá nhân hay một hoàn cảnh thời đại nào phát sinh. Nó cũng không là sản phẩm của một thế lực nào cả. Đòi hỏi được tự do phát biểu là một nhu cầu nội tại có sẵn trong con người. Được nói ra, được viết ra, được hò, được hát một cách tự do thoải mái, không bị câu thúc kiềm tỏa vốn là khao khát tự nhiên của con người trong bất cứ hoàn cảnh xã hội nào. Chẳng thế mà ngay trong những lúc bị đàn áp dữ dội nhất, vẫn có những cá nhân kiên cường lên tiếng. Thực tế cho thấy, trong hầu hết các trường hợp, họ không hề đòi hỏi một cái quyền nào hết. Họ chỉ bày tỏ những nhận thức hay cảm xúc của họ trong cuộc sống. Đơn giản y như đói thì ăn, khát thì uống. Họ chẳng cần chọn một phe, hay đứng về một lý thuyết nào. Khi Pasternak viết "Doctor Zhivago", khi Solzhenitsyn viết "Một ngày trong đời của Ivan Denisovich" hay "Trại ung thư", hay khi Phùng Quán viết "Lời mẹ dặn" chẳng hạn, họ không đứng về một phe nào, cũng chẳng chống một phe nào. Về bản chất, họ chẳng khác gì người nông dân hát hò trên ruộng đồng, nương rẫy và để lại cho chúng ta những câu ca dao tình tứ. Chính các chính sách kiểm duyệt biến họ thành những nạn nhân. Lịch sử của kiểm duyệt là lịch sử của một danh sách dài những nạn nhân. Điều đáng nói là số nạn nhân càng dài thì chế độ kiểm duyệt càng lùi bước.

Trải qua hàng ngàn năm tranh đấu, bây giờ, tự do ngôn luận đã *hiện hữu*. Nó đã là một sinh hoạt bình thường trong những xã hội bình thường. Cũng như Internet hay toàn cầu hóa hay kinh tế thị trường, trên thế giới hiện nay, người ta có thể tranh cãi về chuyện vận dụng nó như thế nào để hạn chế cái có hại, xiển dương cái có lợi, chứ không thể đặt vấn đề là *có nên có nó hay không*. Chân lý, nếu quả tình con người cần một chân lý, không phải thuộc về phe này hay phe kia, thuộc về tôi hay thuộc về anh, mà nằm ngay trong sự va chạm thường xuyên của tư tưởng này và tư tưởng khác. Nói như Milton, chân lý và sai lầm cần phải được đưa ra ánh sáng để tranh cãi.

Nhìn xem cái cách mà nhà cầm quyền cộng sản Trung Quốc hay Việt Nam hiện nay đang loay hoay đối phó với sự phổ biến thông tin và tư tưởng, quả thật là buồn cười. Chận đầu này, chúng tràn vào đầu khác. Chận bên ngoài, chúng lại trào ra từ bên trong. O ép bên trong, chúng lại chảy vào từ bên ngoài. Ngày xưa, Lenin cảnh báo rằng, chấp nhận tự do báo chí là giao vũ khí cho bọn tư sản quốc tế chống lại đảng cộng sản, bây giờ tự do báo chí diễn ra ngay trong lòng cơ chế kiểm duyệt của nhà nước cộng sản. Như con siêu vi, tự do diễn đạt và tự do báo chí xâm nhập ngay trong mỗi tế bào của nhà nước toàn trị để phát triển và tồn tại. Nó chẳng cần tập đoàn tư bản nào tài trợ, cũng chẳng chống lại ai. Trong thời gian vừa qua, các "sự cố" báo chí, "sự cố" tự do phát biểu cứ tiếp tục xảy ra trong nước, và đặc biệt từ trong nội bộ đảng Cộng Sản Việt Nam. Hoặc là chuyện tố cáo tham nhũng, hoặc là chuyện Hoàng Sa-Trường Sa, hoặc là chuyện chiến tranh biên giới 1979 hay gần đây nhất là chuyện khai thác bauxite ở Tây Nguyên và việc tịch thu các tác phẩm văn chương có "vấn đề", vân vân và vân vân. Không có ai đòi hỏi tự do phát biểu cả. Họ chỉ lên tiếng phát biểu những điều bức xúc trong cuộc sống. Nói một cách khác, trong cái thế giới mở của ngày hôm nay, tự do phát biểu đã dần dần trở thành chuyện thường ngày. Dù sớm dù muộn, nó phải diễn ra, và là một điều không thể tránh khỏi.

Chống lại tự do diễn đạt rõ là chống lại chính mình,

chống lại chính cái quyền mỗi người đều có trong cuộc sống. Tôi tin rằng những bài viết như *"Đi tìm cái tôi đã mất"* hay bài thơ *"Ai? Tôi?"* hiện đã có sẵn trong mỗi một nhà văn hay nhà thơ trong nước, ngay lúc họ tỏ ra là "công thần" nhất khi còn sống. Nhưng họ cố dồn ép chúng vào trong vô thức để được tồn tại y như Nguyễn Khải hay Chế Lan Viên đã từng làm. Tồn tại như một trốn chạy, một từ khước hiện thực hay, sử dụng từ ngữ của Nguyễn Khải, như một *trống không*. Và các độc giả của họ chỉ nghe *tiếng vang của cái trống không*.

Họ hiện hữu bằng sự vắng mặt!

Thời đại mới, vận hội mới. Mong mọi người không ai đánh mất cái tôi chân thực. Hãy giữ nó lại và cho nó ra đời trước khi bị đánh mất.

Để khỏi mất công tìm.

(5/2009)

KHÍA CẠNH NGÔN NGỮ TRONG "PHONG TRÀO DÙ" HỒNG KÔNG

"*Biết làm sao được! Hồng Kông đã là một định mệnh!*"

Đó là một phần của câu kết của bài viết này được viết lúc mà Phong Trào Dù đang ở trên đỉnh cao của nó vào năm 2014.

Sáu năm sau, vào ngày 30/6/2020, chính quyền Bắc Kinh áp đặt một bộ luật an ninh quốc gia mới lên Hồng Kông không thông qua Hội đồng Lập pháp của thành phố. Luật mới tội-phạm-hóa (criminalize) tất cả những phần tử bất đồng chính kiến, cho phép Bắc Kinh thiết lập một lực lượng an ninh ở Hồng Kông, chọn lựa thẩm phán, loại bỏ tất cả mọi hình thức đối lập chính trị... Đồng thời ra lệnh bắt hàng chục nhà hoạt động ủng hộ dân chủ. Vào ngày 11/11/2020, Chính quyền Bắc Kinh công bố thêm biện pháp loại trừ tất cả những nhà lập pháp nào không thừa nhận chủ quyền của Bắc Kinh trên thành phố. Chủ tịch đảng Dân Chủ Hồng Kông Hồ Chí Vĩ tuyên bố rằng chính sách "một đất nước, hai chế độ" đã chấm dứt.

Cuộc tranh đấu cho dân chủ không ngơi nghỉ của nhân dân, nhất là giới trẻ, Hồng Kông, đã hoàn toàn tan vỡ. Hồng Kông trở thành một định mệnh buồn!

Bài viết được in lại như là một tưởng niệm Hồng Kông vào lúc mà khát vọng dân chủ của nó vang vọng tận... trời xanh!

*

Báo chí quốc tế vẫn thường gọi các cuộc biểu tình của sinh viên Hồng Kông là "Phong trào Dù" (Umbrella Movement). Thực ra, tên đầu tiên họ dùng là "Cách mạng Dù" (Umbrella Revolution) do sinh viên Adam Cotton đặt ra trên mạng Twitter vào ngày 26/9/2014, sau đó mới được đổi ra thành "Phong trào Dù" vì một số thành viên trong phong trào cảm thấy rằng "cách mạng" là một từ ngữ nhạy cảm, có thể khiến nhà cầm quyền Bắc Kinh lo sợ và hiểu lầm rằng sinh viên muốn làm một cuộc "cách mạng màu" để lật đổ chính quyền độc tài như tại một số nước khác. Lester Shum, lãnh tụ của Liên Đoàn Sinh Viên Hồng Kông (Hong Kong Federation of Students) phát biểu: "Đây không phải là một cuộc cách mạng màu. Đây là cuộc đấu tranh của công dân cho một nền dân chủ." Tuy thế, hiện nay hai nhóm chữ này vẫn được sử dụng xen kẽ lẫn nhau.

Các cuộc biểu tình lần này là sự nối tiếp cuộc đấu tranh liên tục nhiều năm qua của nhân dân Hồng Kông, nhưng diễn ra một cách quy mô nhất, dài ngày nhất và quyết liệt nhất sau khi nhà cầm quyền Bắc Kinh, vào cuối tháng 8/2014, quyết định chỉ định ứng cử viên, thay vì bầu cử một cách dân chủ, Đặc Khu Trưởng Đặc Khu Hồng Kông (Chief Executive of the Hong Kong Special Administrative Region). Trong tình hình này, Phong trào Dù trở thành cuộc đối đầu sinh tử giữa một Hồng Kông trẻ khát khao dân chủ và một Bắc Kinh già gắn chặt với độc tài. Thắng hay bại trong cuộc đối đầu này sẽ có ảnh hưởng lâu dài không những đối với nhân dân Hồng Kông và Trung Quốc mà còn đối với cao trào dân chủ trên toàn thế giới.

Động lực thúc đẩy Phong trào Dù, ngoài nhu cầu được tự do chọn lựa người lãnh đạo qua một cuộc bầu cử dân chủ, còn tiềm ẩn những nguyên nhân tâm lý và xã hội sâu xa khác. Một trong những nguyên nhân đó là vấn đề ngôn ngữ.

Vũ tán cách mệnh và Già đả cách mệnh

Trong hai tấm bích chương trên, danh xưng Cách mạng Dù được viết bằng hai cách khác nhau. Tấm bên trái là "Già đả cách mệnh" (遮打革命); tấm bên phải là "Vũ tán cách mệnh" (雨傘革命). "Vũ tán" (雨傘) là dù che mưa được viết theo tiếng Quan thoại (Mandarin), là thứ ngôn ngữ các sinh viên học sinh học ở nhà trường và sử dụng trên báo chí. Trong lúc đó, hai chữ "già đả" (遮打), cũng là cây dù, nhưng được viết theo tiếng Quảng (Cantonese), thứ tiếng được sử dụng hầu như khắp nơi ở Hồng Kông.

Trước hết là cách phát âm. Chữ "vũ tán" được những người nói tiếng Quan thoại phát âm là *yusan*, nhưng những người nói tiếng Quảng phát âm dài hơn là *jyusaan*. Về mặt ngữ nghĩa, những người chỉ biết tiếng Quan thoại không hiểu nghĩa của hai chữ "già đả". Tách riêng ra từng chữ, cả hai đều là động từ: "già" nghĩa là che phủ (cover), "đả" nghĩa là *đánh* hay *đấu* (hit). Do đó, "Phong trào Dù", nếu dịch từng chữ một theo nghĩa đen thành ra "Phong trào che-đánh" (Cover-Hit Movement), là một nhóm chữ hoàn toàn vô nghĩa. Tuy nhiên, đối với cư dân Hồng Kông, hai chữ này khi phát âm theo tiếng phổ thông là *zhe da* lại có thêm một nghĩa hoàn toàn khác. Đó là phiên âm tên Chater, một trong những con đường ở trung tâm Hồng Kông, nơi những người biểu tình hiện đang chiếm giữ: Cha-ter= Già Đả. 遮打運動 đọc là "Già đả phong trào", tức là "Chater (Road) Movement".

Bảng giải thích cách dùng chữ mà Phong Trào Dù sử dụng trong cuộc tranh đấu

Mặt khác, người nói tiếng Quảng tránh dùng chữ "vũ tán", vì chữ "tán" (傘) đồng âm với một chữ "tán" khác (散)

có nghĩa là giải tán hay phân tán. Họ ngại chữ "tán" này sẽ gây ra cảm giác tiêu cực cho phong trào. Riêng chữ "đả", theo bà Hà Lệ Mai, giáo sư văn chương tại "Hong Kong Baptist University", trong đầu người nói tiếng Quảng, còn có nghĩa là "tấn công" hay "đánh ngã". Hiểu theo tình hình của phong trào trong thời điểm hiện nay, "đả" có nghĩa là lật đổ Lương Chấn Anh (Leung Chun-ying, gọi tắt là CY Leung) đương kim đặc khu trưởng Hồng Kông. Như thế, "Phong trào Dù" bao hàm một ý nghĩa ngầm là "Phong trào tranh đấu dù" (Umbrella Fight Movement) hay nói một cách đầy ẩn ý khác, là "Phong trào dù tranh đấu chống CY Leung" (Umbrella Fight-Against-CY Leung Movement).

Quả là đầy cả ẩn dụ nằm đàng sau cách sử dụng ngôn ngữ!

Tiếng Quan và tiếng Quảng

Sự phân biệt hai thứ tiếng thoạt nghe qua chẳng có mấy ý nghĩa, nhưng rất quan trọng đối với cuộc tranh đấu hiện nay của "Phong trào Dù". Cách dùng thường xuyên và cố ý chữ "già" và những nhóm chữ tiếng Quảng khác trong các khẩu hiệu của "Phong trào Dù" biểu trưng, không chỉ cho sự chống đối các chính sách của đảng cộng sản, nhưng còn để bảo vệ căn cước văn hóa riêng biệt, cũng như lịch sử của những người Hồng Kông đang tranh đấu để bảo vệ sự tồn tại của nó. Mặt khác, về phương diện ngôn ngữ, điều này nêu lên quyết tâm của cư dân Hồng Kông chống lại chính sách triệt tiêu tiếng Quảng của nhà cầm quyền Bắc Kinh.

Trung Quốc có rất nhiều phương ngữ, trong số đó, bảy phương ngữ chính là *Mandarin* (Quan thoại), *Xiang* (Sương ngữ), *Gan* (Cống ngữ), *Wu* (Ngô ngữ), *Yue* (Việt ngữ), *Min* (Mân ngữ), and *Hakka/Kejia* (Khách gia ngữ). Cả bảy phương ngữ này đều xuất phát từ tiếng Hán cổ, cùng dùng chung một hệ thống chữ viết, nhưng phát âm khác nhau. Theo Wikipedia, hiện nay, tiếng Quan thoại có số người sử dụng nhiều nhất, gần 850 triệu; kế đó là Ngô ngữ, trên 77 triệu; Mân ngữ, gần 72 triệu; Quảng Châu thoại, 60 triệu; Sương ngữ, 36 triệu… Hai ngôn ngữ quan trọng nhất liên quan đến bài viết này là Quan thoại và Việt ngữ hay tiếng Quảng.

– *Quan thoại* (官話), có nghĩa là"tiếng của giới quan lại", thứ tiếng trước đây được giới quan lại ở Bắc Kinh sử dụng. Còn được gọi là "Phổ thông thoại"/Putonghua (普通話). Nói cho gọn là tiếng Quan.

– *Việt ngữ* (粵語). Chữ Việt đây chỉ hai tỉnh Quảng Đông và Quảng Tây. Hai tỉnh này nguyên trước là đất của Bách Việt (百粵), nên được gọi là tỉnh Việt; nó khác với chữ Việt (越) chỉ nước Việt Nam (越南). Tên thường dùng là Quảng Châu thoại (廣州話), tức là Cantonese (Canton là từ ngữ tiếng Anh chỉ Quảng Châu), vì Quảng Châu, thủ phủ của tỉnh Quảng Đông, là nơi xuất phát thứ ngôn ngữ này. Nói cho gọn là tiếng Quảng.

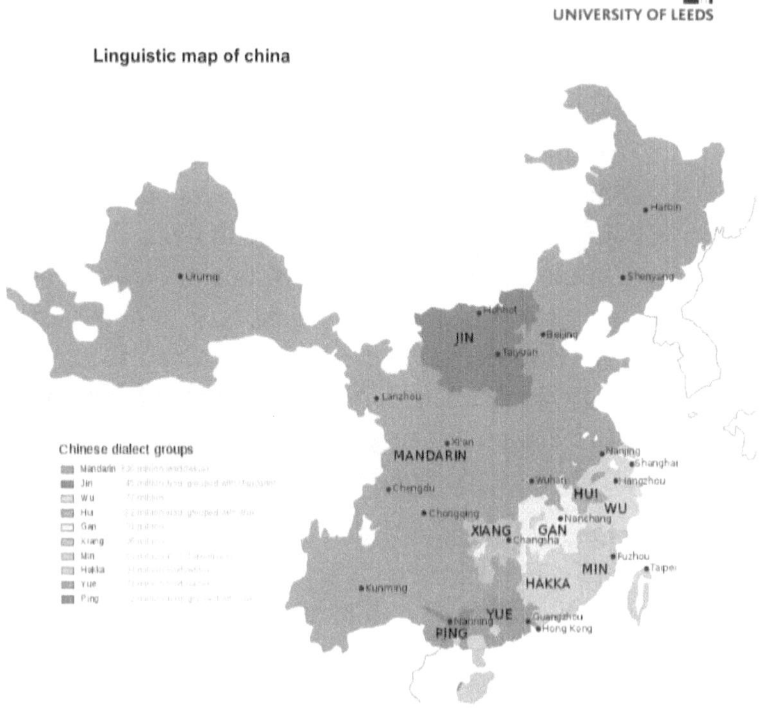

Bản đồ chỉ các vùng ngôn ngữ ở Trung Quốc:[1]
Mandarin (Quan thoại), Xiang (Sương ngữ), Gan (Cống ngữ), Wu (Ngô ngữ), Yue (Việt ngữ), Min (Mân ngữ) và Hakka/Kejia (Khách gia ngữ), Hui (Huy ngữ), Jin (Tấn ngữ), Ping (Bình ngữ).

Sau khi chiếm được toàn thể lục địa từ năm 1949, chính quyền cộng sản chủ trương Trung Quốc chỉ nên có một ngôn ngữ duy nhất thì mới bảo đảm được sự thống nhất quốc gia. Họ chọn tiếng Quan. Theo họ, tiếng Quan đã được các nhà cầm quyền Trung Hoa khác nhau khuyến khích sử dụng từ cả trăm năm nay và là ngôn ngữ chính thức trong lúc tất cả các phương ngữ khác không phải là một ngôn ngữ thực sự. Sử dụng tiếng Quan đối với Bắc Kinh là một phương tiện hữu hiệu để tạo ra căn cước chung

---

(1) Xem: *https://ugc.futurelearn.com/uploads/files/0e/49/0e49e457-4c97-43b6-ba10-3e3488162e5a/1.4_Chinese_dialects.pdf*

cho mọi cư dân trên toàn Trung Quốc, duy trì sự thống nhất, đồng thời làm suy yếu tinh thần địa phương, nhất là ở những vùng đất xa xôi như Tây Tạng hay Tân Cương, nơi xu thế chống chính quyền trung ương thường rất mạnh.

Thực ra, theo Victor H. Mair – một nhà Trung Hoa học (sinologist) tại Đại học Pennsylvania – ngoài mục đích chính là thống nhất ngôn ngữ, sự chọn lựa tiếng Quan còn bao hàm ý muốn bảo đảm sự thống trị của ngôn ngữ miền Bắc đối với các ngôn ngữ miền Nam như tiếng Quảng, tiếng Thượng Hải, tiếng Phúc Kiến, vân vân… Đến năm 1992, chính quyền Bắc Kinh chính thức ban hành lệnh cấm sử dụng tất cả các phương ngữ khác trên hệ thống truyền thanh và truyền hình toàn quốc.

Tiếng Quảng là tiếng mẹ đẻ của đa số dân tỉnh Quảng Đông và Quảng Tây. Riêng ở Quảng Châu, thủ phủ của tỉnh Quảng Đông, thành phố lớn thứ ba và là trung tâm thương mại hàng đầu của Trung Quốc, có đến một nửa số dân nói tiếng Quảng. So với tiếng Quan, tiếng Quảng có lịch sử cả một ngàn năm, lâu hơn tiếng Quan. Theo Lão Chấn Ngọc (Lao Zhenyu), nhà hoạt động bảo vệ tiếng Quảng và biên tập viên một tờ báo địa phương, tiếng Quảng dồi dào từ vựng và có cách phát âm phong phú hơn tiếng Quan. Ông cho rằng những bài thơ cổ, nếu đọc bằng tiếng Quảng sẽ nghe có nhiều vần điệu hơn và sống động hơn. Do đó, "Đối với người địa phương, tiếng Quảng không chỉ là một phương ngữ, mà là một phần của căn cước của chúng tôi", Lão Chấn Ngọc kết luận.

Từ khi tiếng Quan trở thành ngôn ngữ chính thức của quốc gia, tiếng Quảng, cũng như các phương ngữ khác, đều bị đẩy qua bên lề. Để bảo đảm ưu thế của tiếng Quan, các trường học ở Quảng Châu ra thông báo nêu rõ rằng nói tiếng Quảng là không văn minh và không ai hiểu. Các giáo viên khuyến khích học sinh đừng bao giờ nói thứ tiếng này trong lớp học; học sinh nào không tuân theo sẽ bị phạt hay trừ điểm học. Có trường còn cấm hẳn nói tiếng Quảng cả khi ở ngoài lớp hay trong giờ nghỉ. Hậu quả là, sau một thời gian, trong nhiều gia đình, cha mẹ thì nói tiếng Quảng nhưng con cái chỉ nói biết nói tiếng Quan.[2] Đã thế, làn sóng di dân từ khắp nơi trong xứ sở đổ về đây khiến cho số người không-nói-tiếng-Quảng trong cộng đồng dân cư càng ngày càng tăng thêm. Những cư dân mới này không những không học tiếng nói địa phương mà còn chê bai, châm biếm thứ ngôn ngữ mà họ cho là quê mùa này. Điều này khiến cho những người nói tiếng Quảng càng thêm tức giận.

Sự tức giận này có dịp bùng nổ vào năm 2010. Nhân Á Vận Hội (Asian Game) được tổ chức ở Quảng Châu vào cuối năm đó, lấy lý do là khách từ khắp các nơi trên thế giới đến chỉ biết tiếng Quan là ngôn ngữ chính thức của Trung Quốc, hệ thống truyền hình thành phố đưa ra đề nghị ngưng các chương trình phát bằng tiếng Quảng, đồng thời gỡ bỏ tất các bảng hiệu nào còn dùng tiếng Quảng ra khỏi các nơi công cộng. Như giọt nước làm tràn ly, những người nói tiếng Quảng ở Quảng Châu tổ chức một cuộc biểu tình phản đối đề nghị này vào ngày 25/7/2010, quy tụ đến cả 10 ngàn người. Một cuộc biểu tình tương tự cũng diễn ra ở Hồng Kông nhằm ủng hộ dân nói tiếng Quảng ở Quảng Châu. Trước áp lực của quần chúng, đề nghị đó được xóa bỏ.

Tuy thế, vì nhu cầu học vấn và công ăn việc làm, cha mẹ vẫn phải cho con cái họ học tiếng Quan. Đó là lý do

____

(2) Chẳng khác gì tình trạng của nhiều gia đình di dân Việt Nam ở Mỹ: cha mẹ nói tiếng Việt, con cái chỉ biết tiếng Anh. Chỉ có một điều khác: người Việt đang sống lưu vong ở một nước khác, còn người Quảng Châu sống lưu vong ngay tại nơi chôn nhau cắt rốn của mình.

khiến con số những người nói tiếng Quảng càng ngày càng giảm đi. Tình trạng này cũng diễn ra tại tỉnh Quảng Tây kế cận, nơi tiếng Quảng cũng là ngôn ngữ chính của dân địa phương. Có tin cho hay rằng bắt đầu từ tháng 9 năm nay (2014), hầu hết các chương trình truyền hình ở Quảng Đông đã lặng lẽ chuyển sang tiếng Quan. Rốt cuộc tiếng Quảng chỉ còn được sử dụng nơi những người lớn tuổi. Dẫu vậy, theo tường trình của Bộ Giáo Dục Trung Quốc năm 2013, vẫn còn đến 400 triệu người – tức 30% dân số – không nói được tiếng Quan.

Đại lục hóa và chống đại lục hóa

Chính sách thống nhất ngôn ngữ, do lối cai trị độc tài và toàn trị, tất nhiên là đạt được nhiều thành công ở lục địa. Tuy nhiên, trong lúc một số phương ngữ khác như tiếng Thượng Hải hay Phúc Kiến chẳng hạn, càng ngày càng ít người sử dụng và có thể biến mất trong một tương lai gần, thì tiếng Quảng may mắn hơn. Nó được hỗ trợ bởi một nơi không phải là quê hương của nó: Hồng Kông. Nếu không có Hồng Kông thì "tiếng Quảng đã không còn hiện hữu như một sức mạnh ngôn ngữ có ý nghĩa," theo Victor H. Mair.

Cũng giống như phong trào phát huy tiếng Bengali ở Bangladesh hay cuộc nổi dậy ở Soweto chống lại sự áp đặt tiếng Afrikaans[3] trong trường học Nam Phi thời còn chế độ phân biệt chủng tộc (Apartheid), phong trào duy trì tiếng Quảng đóng vai trò rất quan trọng trong cuộc phản kháng của dân Hồng Kông chống lại chính quyền trung

---

(3) *Afrikaans* là ngôn ngữ riêng của di dân da trắng ở Nam Phi (South Africa).

ương Bắc Kinh. Mặc dù cũng dùng chữ Hán, nhưng từ vựng và văn phạm tiếng Quảng có một hệ thống khác với tiếng Quan khiến cho hai người chỉ quen với tiếng Quan hay tiếng Quảng không thể hiểu nhau khi nói chuyện. Robert Bauer, nhà chuyên môn hàng đầu về tiếng Quảng tại Đại học Hồng Kông, nhận xét: "Nếu bạn đưa cho một người chỉ biết tiếng Quan một văn bản thông tục viết bằng tiếng Quảng, anh/chị ta sẽ hoàn toàn không hiểu. Chúng khác nhau như giữa tiếng Bồ Đào Nha và tiếng Ý."

Lợi dụng đặc điểm đó, dưới thời thuộc địa, chính quyền Anh xem tiếng Quảng như là một dụng cụ hữu ích để tạo nên một Hồng Kông riêng biệt, tách hẳn khỏi ảnh hưởng của chính quyền đại lục. Do đó, tiếng Quảng vẫn được duy trì và phát triển ở Hồng Kông mà không bị tiếng Quan lấn lướt. Cũng theo Bauer, tuy học tiếng Quan trong nhà trường, tiếng Quảng vẫn gắn bó với người Hồng Kông như là căn cước văn hóa và xã hội riêng của họ. Từ năm 1997, khi lấy lại Hồng Kông từ Anh, chính quyền Bắc Kinh bắt buộc phải loại bỏ hẳn tiếng Quảng trong lớp học. Không những thế, một số trường còn cấm học sinh nói chuyện với nhau bằng tiếng Quảng trong trường như ở Quảng Châu. Lý do được đưa ra là: tiếng Quảng chỉ là một phương ngữ chứ không phải là quốc ngữ.

Điều này khiến dân Hồng Kông tức giận, gây ra một cuộc tranh cãi kịch liệt trong xã hội Hồng Kông. George Chen, tác giả cuốn "This is Hong Kong I Know" (Đây là Hồng Kông mà tôi biết) cho biết: "Nhiều người dân trẻ tuổi Hồng Kông xem tiếng Quảng như là một ngôn ngữ, một dấu hiệu cho thấy các thể hệ trẻ coi trọng căn cước Hồng Kông riêng của họ như thế nào." Chẳng thế mà cư dân Hồng Kông tự gọi mình là *Hongkongers* và xem người đại lục là người Trung Quốc (Chinese) hay người Trung Quốc Đại Lục (Mainland Chinese). Người sở hữu blog "Free

Hong Kong" khẳng định rằng "giống màu da và màu tóc với người Trung Quốc không có nghĩa người Hồng Kông cũng là người Trung Quốc". Một người sở hữu blog khác tên là Alain còn dứt khoát hơn: "Hồng Kông là của người Hồng Kông. Chúng tôi nói tiếng Quảng và tiếng Anh."

Ngôn ngữ chỉ là một yếu tố nằm trong một chủ trương lâu dài được mệnh danh là chính sách đại lục hóa (mainlandization) Hồng Kông của chính quyền Bắc Kinh. Hai chữ "đại lục" (大陸) chỉ lục địa Trung Quốc (Mainland). Người ở đại lục gọi là "đại lục nhân" (大陸人), tiếng Anh là mainlander. Đại lục hóa là chính sách hội nhập toàn diện Hồng Kông vào Trung Quốc, hay nói một cách khác, là ép buộc người Hồng Kông phải thừa nhận những giá trị và tiêu phạm phổ biến ở đại lục. Đối với người Hồng Kông, nó cũng có nghĩa là xóa dần tự do, tinh thần đa nguyên, sự tôn trọng nhân quyền và pháp luật vốn là những giá trị cốt lõi của Hồng Kông. Nói thẳng thừng ra là cộng sản hóa Hồng Kông. Chính quyền Bắc Kinh lặp đi lặp lại rằng người Hồng Kông phải nhìn nhận họ như là người Trung Quốc trước, chứ không phải là những *Hongkonger.*

Điều đó làm phát sinh xu hướng "chống đại lục hóa" (anti-mainlandization) trong xã hội Hồng Kông. Giáo sư Hua (Sara) Zhong tại Chinese University of Hong Kong cho biết, "Xu hướng chống Trung Quốc hay chống đại lục phản ảnh phong trào chính trị của những người Hồng Kông muốn dân chủ. Chính phủ trung ương không muốn cho họ dân chủ." Buộc toàn dân dùng tiếng Quan là cách duy nhất để nhà cầm quyền cộng sản kiểm soát tư tưởng và hành động của nhân dân. Như đã đề cập ở phần trên, ở đại lục, sự kiểm soát nghiêm ngặt truyền thông và giáo dục khiến tiếng Quảng suy yếu dần ngay chính ở quê hương của nó. Nhưng ở Hồng Kông thì khác. "Đây là lý do tại sao cuộc đấu tranh cho một Hồng Kông tự trị là rất quan trọng. Đó không chỉ là vấn đề chính trị, mà là vấn đề văn hóa. Không có gì để bảo đảm cho một sự tự do tương đối nào đó, tiếng Quảng và văn hóa Quảng sẽ nhanh chóng tàn lụi," theo Victor H. Mair.

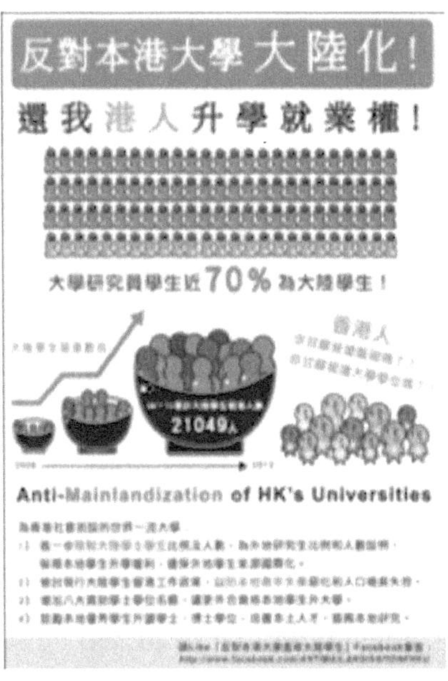

Bích chương chống-đại-lục-hóa Đại học Hồng Kông
(反對本港大學大陸 化! = Phản đối Bản Cảng (Hương Cảng) đại học đại lục hóa!)

Bởi vậy, một trong những hoạt động chống đại lục hóa là đấu tranh bảo vệ tiếng Quảng. Hiện nay, tiếng Quảng vẫn còn được sử dụng thoải mái và phát triển ở Hồng Kông phần lớn là nhờ các trang mạng xã hội. Trước đây, người Hồng Kông ít có cơ hội viết tiếng Quảng. Bây giờ họ dùng tràn lan trên Facebook, Twitter và các trang mạng khác. Nhờ thế mà càng lúc càng có nhiều người Hồng Kông biết viết tiếng Quảng. Hiện tượng bùng nổ tiếng Quảng trên mạng lưới góp phần tăng cường thêm ý thức bảo vệ căn cước riêng của Hồng Kông. Và ý thức này trở nên mạnh mẽ, công khai hơn trong các cuộc biểu tình của "Phong trào Dù", biểu hiện qua việc sử dụng hai chữ "già đả" (遮打) nói trên. Bà Hà Lệ Minh, giáo sư Đại học Baptist Hồng Kông, cho biết thêm: một khẩu hiệu ủng hộ dân chủ khác trên mạng xã hội là "thiểu dân chủ thiểu công nghĩa" (冇民主冇公義 = thiểu dân chủ là thiểu công bằng). Chữ "thiểu" (冇, phát âm *mou*) không có trong hệ thống chữ viết của tiếng Quan. Đối với người Hồng Kông, nghĩa của chữ "thiểu" rất rõ ràng, là "thiếu" (to lack).

Thực hiện chính sách đại lục hóa đại học, chính quyền Trung Quốc tìm cách gửi người đến Hồng Kông học hành và định cư, tạo cơ hội cho họ sớm trở thành *Hongkongers*, nhằm gia tăng số lượng cử tri thân Trung Quốc trong các cuộc bầu cử tương lai. Do đó, con số sinh viên từ đại lục đến học ở Hồng Kông càng ngày càng nhiều trong lúc số chỗ dành cho sinh viên Hồng Kông vẫn không tăng thêm. Những sinh viên đại lục này có thể trở thành công dân Hồng Kông sau bảy năm và có được hộ chiếu Hồng Kông trong lúc vẫn giữ hộ chiếu Trung Quốc. Theo người sở hữu blog "Free Hong Kong", con số thống kê năm 2013 cho biết có đến 70% các sinh viên cao học ở các đại học Hồng Kông là đến từ đại lục. Cơ quan điều hành các trường đại học giải thích rằng tăng cường con số sinh viên "ngoại quốc" là phương cách "quốc tế hóa" trường học. Thực ra, theo các sinh viên Hồng Kông, chẳng có chuyện "quốc tế hóa" gì ở đây cả, vì các sinh viên này đến từ chỉ một "nước" - đó là "nước đại lục". Họ cho rằng số sinh viên đại lục này mang "đầu óc Tàu chay", không chịu hội nhập vào xã hội và văn hóa bản địa. Họ chỉ muốn kiếm cho được hộ chiếu Hồng Kông để dễ di dân sang nước khác. Trong cuộc vận động, các sinh viên Hồng Kông lưu ý rằng chi phí dành cho các "du sinh" đại lục chỉ do chính quyền Hồng Kông tài trợ một phần, số còn lại là do dân Hồng Kông phải nai lưng ra đóng thuế. Trong đầu óc những sinh viên Hồng Kông chống đại lục hóa, rõ ràng là họ không xem các sinh viên đến từ lục địa là đồng chủng mà là những người ngoại quốc không hơn không kém.

Cho nên, không lạ gì khi sinh viên Hồng Kông phát động phong trào bảo vệ tiếng Quảng trong các đại học. Để có một chút ý niệm về phong trào này, hãy theo dõi một câu chuyện do Badcanto viết trên blog của mình trích từ một bản tin đăng trên tờ Apple Daily. Tháng 10 năm 2013, một số sinh viên Trung Quốc ghi danh theo học một lớp tiếng Quảng tại City University of Hong Kong đòi hỏi giảng viên phải dùng tiếng Quan vì họ không hiểu tiếng Quảng. Giảng viên này không những đồng ý mà còn tăng thêm giờ kèm cặp cho sinh viên. Cách cư xử thiên vị này khiến các sinh viên Hồng Kông bất bình, đưa đến cãi cọ và tỏ thái độ chống báng sinh viên đại lục. Họ đòi hỏi sinh viên đại lục phải biết nghe tiếng Quảng khi đến học ở Hồng Kông. Cuộc tranh cãi lan rộng ra khắp nơi, gây nên náo loạn trong trường kéo dài cho đến nhiều tiết học sau. Cuối cùng, nhà trường phải đứng ra hòa giải. Kể từ đó, giảng viên khi dạy, phải dùng tiếng Quảng nhưng đồng thời cũng phải nói tiếng Quan. Cứ nói vài ba câu tiếng Quảng lại phải dịch ra tiếng Quan. Nói đùa bằng tiếng Quảng cũng phải dịch lại bằng tiếng Quan. Lớp học trở thành một lớp song ngữ.

Từ đại học ra xã hội

Cuộc đối đầu ngôn ngữ Quan-Quảng bên trong đại học phản ảnh một cuộc đối đầu rộng lớn hơn, thường xuyên hơn diễn ra ngoài xã hội. Đó là cuộc đối đầu giữa con người xã hội chủ nghĩa và con người xã hội dân chủ.

Sau năm 1997, ngoài chuyện gửi sinh viên từ đại lục đi du học, nhà cầm quyền Bắc Kinh còn khuyến khích dân chúng đại lục đầu tư, làm việc, đi du lịch và định cư ở Hồng Kông. Theo thống kê của sở Du Lịch Hồng Kông, chỉ riêng năm 2013, có đến hơn 40 triệu người đại lục sang Hồng Kông du lịch, tăng gần 17% so với năm trước. Gấp bảy lần dân số Hồng Kông (7 triệu 2).

Nhưng vấn đề không nằm ở trong con số mà nằm ngay trong chính cách du lịch. Theo Michael Chugani trên tờ South China Morning Post, hầu hết những người đến từ đại lục không phải là những du khách thực sự. Họ chỉ là những kẻ đi mua sắm. Hơn thế nữa, họ là những "con châu chấu đi mua sắm" (locust shoppers).[4] Hễ mua được là mua, mua sạch, mua cho được. Một hình thức vơ vét hàng hóa mà không quan tâm đến người khác. "Locust" là một từ ngữ có tính cách sỉ nhục để chỉ người đại lục, lần đầu tiên được dùng trên một quảng cáo do một nhóm cư dân Hồng Kông thuê bao đăng nguyên trang trên một tờ báo khổ nhỏ nổi tiếng Hồng Kông vào đầu năm 2012. Quảng cáo này yêu cầu chính quyền Hồng Kông cho chận đứng ngay sự "xâm nhập vô giới hạn" của những người đại lục. Quảng cáo đưa ra những lời cảnh báo nghiêm trọng:

– "Người Hồng Kông đã chịu đựng đủ quá rồi!"

– "Thành phố này đang hấp hối, quý vị có biết không?"

Đó cũng là một lời kêu cứu. Sự xuất hiện của quảng cáo này là phản ứng mạnh mẽ của cư dân Hồng Kông đối với lời phát biểu gây tranh cãi của một giáo sư Đại học Bắc

---

(4) Nguyên văn: "Mainlanders are sometimes derogatorily called "locusts", a reference to the idea that they come to Hong Kong, consume its resources, and leave a mess behind when they leave. Many of the things Hong Kongers complain about — spitting in public, eating on the subway, etc. — are considered socially acceptable on the mainland."

Kinh, ông Khổng Khánh Đông (Kong Qingdong). Ông giáo sư này, khi phê phán hành động của những viên chức Hồng Kông đuổi một cô gái đại lục xuống tàu hỏa vì cô đã ăn uống trên tàu trái với quy định, đã gọi *Hongkongers* là những "đứa con hoang" (bastards), là "những con chó chạy rong" (running dogs) của nhà cầm quyền Anh. Một lời lăng nhục Hồng Kông thậm tệ! So với ngôn ngữ nặng nề này, lời lẽ trên bảng quảng cáo như thế, vẫn còn quá lịch sự.

Không chỉ là chuyện mua sắm, người đại lục còn đến Hồng Kông để… đẻ. Mang thai đại lục, sinh đẻ Hồng Kông. Xuất phát từ đầu óc thực dụng đó, một làn sóng phụ nữ có thai tràn vào Hồng Kông. Thế là các bệnh viện Hồng Kông tràn ngập sản phụ lục địa. Riêng trong năm 2011, có đến 43.982 bà mẹ đại lục đến sinh con tại Hồng Kông, theo tài liệu của Sở Y Tế địa phương.[5] Dù muốn hay không, Hồng Kông cũng phải đảm nhận gánh nặng này. Nhìn con số trên 40 ngàn đứa trẻ ra đời mà giật mình. Nó cho thấy chính quyền Hồng Kông đã phải gồng mình lên gánh chịu thêm một khoảng chi phí khổng lồ như thế nào.

Tại sao phải đến Hồng Kông đẻ? Rất giản dị: đứa con ra đời trên đất Hồng Kông sẽ được hưởng tất cả những quyền lợi về y tế và giáo dục của Hồng Kông. Chẳng thế mà đi du lịch để đẻ trở thành một phong trào và hơn thế nữa, một kỹ nghệ: kỹ nghệ "du lịch đẻ" (birth-tourism industry). Kỹ nghệ này không chỉ phát triển ở Hồng Kông mà tràn sang cả Hoa Kỳ. Tờ tạp chí "Time" (Hoa Kỳ) cho biết, chỉ riêng năm 2013, có đến 10 ngàn trẻ em Trung Quốc được sinh ra ở Hoa Kỳ xuyên qua loại kỹ nghệ mới mẻ này. Thiệt đúng là đầu óc đầu tư thực dụng kiểu… Tàu! Nghe mà khiếp.

____

(5) Peter Shadbolt, CNN, March 7, 2014.

Chính sách đại lục hóa biến Hồng Kông từ một thành phố văn minh thành một nơi giành giựt. Để sống còn, người Hồng Kông phải giành giựt với người đại lục. Không chỉ là giành giựt những nhu cầu thiết yếu hàng ngày mà còn là chỗ ngồi trên hệ thống vận chuyển công cộng, ở trong tiệm ăn, trong các trung tâm mua sắm và xa hơn nữa là nhà ở, trường học, bệnh viện, vân vân. Và cả môi trường. Đất hẹp, người đông. Mảnh đất chỉ rộng có 1.104 cây số vuông (1/5 diện tích tỉnh Thừa Thiên, Việt Nam) sẽ chịu đựng được đến bao lâu một sự "xâm lăng" lạ lùng như thế của những con người sinh trưởng trong một đất nước vốn được các lãnh tụ tự hào là sẽ trở thành một giấc mơ của nhân loại: giấc mơ Trung Hoa (China Dream)?! Không có gì đáng ngạc nhiên khi người Hồng Kông phải chống đại lục hóa. Từ chỗ chỉ mang ý nghĩa về chính trị và rồi ngôn ngữ, rốt cuộc, chống đại lục hóa tự mở rộng ra đến ý nghĩa xã hội và đời sống. Chống đại lục hóa, vì thế, bao hàm thái độ "chống-châu chấu" (anti-locust), "chống-đại lục nhân" (anti-Mainlander) và xa hơn, "chống-Trung Quốc". Quả thật oái oăm!

Mặc dầu số người chống đối đại lục hóa một cách công khai không nhiều, nhưng họ đã phản ảnh tình cảm và nỗi lo lắng của nhiều người Hồng Kông thầm lặng, những người không muốn nói ra vì sợ mang tiếng.

Và mặc dù thái độ chống đối đó rõ ràng là không đúng, nhưng nó gửi ra một thông điệp được hầu hết những người dân Hồng Kông chia sẻ.

Như một định mệnh

Hồng Kông là đất Trung Quốc. Người Hồng Kông là người Trung Quốc. Nếu chính quyền Bắc Kinh "lục địa hóa" nó thì cũng là lẽ đương nhiên. Của "Caesar thì phải trả về lại cho Caesar" mà. Thế nhưng, gần một thế kỷ nhượng địa đã biến Hồng Kông thành một nước khác, một dân tộc khác. Nó có cơ cấu xã hội khác, văn hóa khác, nếp sống khác và ngôn ngữ cũng khác. 99 năm[6] hình thành một định mệnh: định mệnh Hồng Kông. Chính cái định mệnh này là yếu tố tiềm ẩn, là nền tảng sâu xa của các cuộc xuống đường liên tiếp trong những năm vừa qua và được tiếp nối bởi cuộc "Cách mạng Dù" đang diễn ra trên những đường phố Hồng Kông hiện nay. Nếu thế hệ những người lớn tuổi chịu chấp nhận "cái gì đến phải đến", chấp nhận một cuộc đổi đời, chấp nhận đánh mất một Hồng Kông như-chính-nó thì ngược lại, những người trẻ tuổi hoàn toàn khác. Họ gắn liền với định mệnh Hồng Kông. Họ bị buộc phải tranh đấu để giữ gìn cái định mệnh đó. Bằng mọi giá. Không những là định mệnh mà còn là sinh mệnh.

Trong khi kêu gọi mọi người xuống đường đòi Bắc Kinh giữ lời hứa "Một quốc gia, hai hệ thống" và cho phép bầu cử tự do, những người tổ chức và ủng hộ "Phong trào Dù" cố tách ra khỏi các cuộc vận động chống đại-lục-hóa, nghĩa là chống Trung Quốc. Đó là một sự khôn ngoan chính trị. Nhưng phải chăng như thế là họ chấp nhận xu thế đại-lục-hóa? Chắc chắn là không. Tinh thần chống đại lục vẫn là động lực, là sức đẩy. Bóng dáng của nó vẫn âm thầm bước theo sau những chiếc dù. Và cũng là nỗi ám ảnh trong đầu óc những lãnh tụ Bắc Kinh.

---

(6) "The United Kingdom famously had a 99-year lease, or concession, to Hong Kong New Territories from China from 9 June 1898 to 1 July 1997." Xem: http://en.wikipedia.org/wiki/99-year_lease

Bầu cử tự do là gì, "một quốc gia hai chế độ" là gì nếu không là một Hồng Kông của *Hongkongers*! Có người phê phán rằng tâm thế đó khiến cho nhiều người trong "Phong trào Dù" vẫn còn giữ cái nhìn tiêu cực đối với đồng bào của họ ở đại lục.

Biết làm sao được! Hồng Kông đã là một định mệnh.

Định mệnh đó đang thử thách những *Hongkongers* trẻ trên các đường phố Hồng Kông:

遮打革命*!*
jè dá gaak ming!
Già đả cách mệnh!

Hồng Kông ơi, cả loài người tiến bộ đang theo dõi từng bước chân của các bạn!

(10/2014, kỷ niệm một tháng Phong trào Dù)

VỀ MỘT ĐẤT NƯỚC MANG TÊN VIỆT NAM CỘNG HÒA

1▪

30/4/1975, Việt Nam Cộng Hòa (VNCH)[1] sụp đổ!

Đọc được từ một email tình cờ lạc vào *inbox* tôi:

"Còn nhớ trưa ngày 30/4/1975 dưới bầu trời u ám như muốn đổ lệ, tôi đứng ngay cổng xe lửa số 6 trên đường Trương Minh Giảng - Phú Nhuận. Lúc đó lính Cộng Hòa đã trút bỏ quần áo đi bộ từng đoàn thất thểu. Súng ống, ba-lô, quân phục họ vất đầy lề đường. Xe tăng và các binh đoàn Motolova của Cộng Sản đã tràn vào thủ đô Sài Gòn, chạy rầm rầm hướng về Bộ Tổng Tham Mưu. Chung quanh ai cũng hốt hoảng lo tìm đường chạy về nhà, giờ này đi di tản kể như đã quá trễ. Lâu lâu lại thấy một vài đứa khốn nạn Cách Mạng 30/4 đeo băng đỏ ngồi trên xe Jeep cầm súng chĩa lên trời, chúng bắn từng tràng đạn chào mừng ngày Giải Phóng. (…) Sau ngày 30/4 vào khoảng tháng 5 khi có chiến dịch Bài Trừ Văn Hóa Đồi Trụy Mỹ Ngụy, có một vụ chấn động Sài Gòn là vụ nổ ở một tiệm cho mướn sách cũ. Chủ tiệm lùa hết bọn đeo băng đỏ vào trong rồi mở kíp lựu đạn tự sát cho dính chùm. Nghe đâu chết vài mống Cách Mạng 30/4, ông chủ cũng chết. Tiệm này nằm

---

(1) Trong toàn bài, nhóm chữ "Việt Nam Cộng Hòa", do phải lặp đi lặp lại nhiều lần, nên để tránh rườm rà, người viết sử dụng chữ tắt VNCH để thay thế.

trong phường 10, quận Phú Nhuận (chung với phường của nhà mình bên đường Thiệu Trị - Nguyễn Huỳnh Đức). Còn một vụ khác vào khoảng năm 1976, có một gia đình bên khu đường rầy xe lửa hướng đi ra Cống Bà Xếp. Gia đình này có hai vợ chồng và tám đứa con. Vì căm phẫn chế độ Cộng Sản, họ đã tìm ra đường thoát. Hôm đó, họ nấu một nồi cháo vịt, bỏ thuốc giết chuột vô, cả nhà cùng ăn chung bữa cuối cùng rồi nắm tay nhau chết hết."[2]

Đọc được từ Dương Thu Hương, một nữ bộ đội mà cũng là nhà văn miền Bắc:

"Lần thứ nhất khi đội quân chiến thắng vào Sài Gòn năm 1975, trong khi tất cả mọi người trong đội quân chúng tôi đều hớn hở cười thì tôi lại khóc. Vì tôi thấy tuổi xuân của tôi đã hy sinh một cách uổng phí. Tôi không choáng ngợp vì nhà cao cửa rộng của miền Nam, mà vì tác phẩm của tất cả các nhà văn miền Nam đều được xuất bản trong một chế độ tự do; tất cả các tác giả mà tôi chưa bao giờ biết đều có tác phẩm bầy trong các hiệu sách, ngay trên vỉa hè; và đầy rẫy các phương tiện thông tin như TV, radio, cassette. Những phương tiện đó đối với người miền Bắc là những giấc mơ."[3]

---

(2) Michael Bùi, Lucky Ride *luckyride9@yahoo.com* [ThoVan] *thovan@ yahoogroups.com*, April 25th, 2020.

(3) Dương Thu Hương, *Chốn vắng*, tiểu thuyết. Có thể xem ở Đinh Quang Anh Thái, Giọt nước mắt người phụ nữ "bên thắng cuộc":

http://www.buctranhvancau.com/new-blog/2018/11/25/git-nc-mt-ngi-ph-n-bn-thng-cuc-inh-quang-anh-thi-thng-hai-2018

2▪

Đã bốn mươi lăm năm rồi kể từ cái ngày tang thương ấy!

Trong những ngày này, trong khi những người VNCH ngậm ngùi tưởng niệm biến cố bi thảm đó, thì trên diễn đàn Liên Hiệp Quốc, chính quyền cộng sản Việt Nam đang cố gắng vô hiệu hóa công hàm nhượng bộ Trung Quốc của thủ tướng Phạm Văn Đồng năm 1958 bằng cách khẳng định tính cách hợp pháp của chế độ VNCH trong cuộc đấu tranh pháp lý giành lại hai quần đảo Hoàng Sa và Trường Sa qua hai Công Hàm 257-HC năm 2016 và A/72/692 năm 2018[4] do họ gửi cho Liên Hiệp Quốc.[5] Xin dẫn một trích đoạn liên hệ:

"Từ khi quân đội Pháp rút khỏi Việt Nam năm 1956, chính quyền VNCH đã tiếp quản quần đảo Trường Sa từ Pháp. Bằng Sắc Lệnh số 143-NV đề ngày 22 tháng 10 năm 1956, Chính Phủ nước Việt Nam Cộng Hòa đã chuyển quần đảo Trường Sa từ tỉnh Bà Rịa về tỉnh Phước Tuy. Trong khoảng thời gian giữa 1954 và 1975, Việt Nam tạm thời bị chia thành hai phần. Do vị trí địa lý, vào thời gian này, các quần đảo Hoàng Sa và Trường Sa được đặt dưới quyền cai trị của chính phủ VNCH (Miền Nam Việt Nam). Như thế, sự kiện chính phủ VNCH hành xử việc cai trị lãnh thổ hai Quần Đảo trong thời điểm đó là phù hợp với thực tế và luật pháp trong bối cảnh của giai đoạn này. Thông lệ quốc tế chỉ rõ rằng trong thời

---

(4) Để biết rõ hơn về hai Công Hàm này, vào xem ở: Phùng Anh Khương, *Há miệng mắc quai: Nếu luật sư Trung Quốc dùng lý lẽ VNCH là "ngụy quyền"*… (Luật Khoa tạp chí).
https://www.luatkhoa.org/2020/04/ha-mieng-mac-quai-neu-luat-su-trung-quoc-dung-ly-le-viet-nam-cong-hoa-la-nguy-quyen/
(5) Công Hàm A/72/692 được ký ngày 26/12/2017 và được đưa vào hồ sơ lưu trữ Liên Hiệp Quốc ngày 30/1/2018. Xem: *https://undocs.org/pdf?symbol=en/A/72/692*

Chiến Tranh Lạnh, có sự hiện diện của hai quốc gia giống Việt Nam như Đức, Yemen…(…) Vào năm 1975, sau khi Trung Quốc sử dụng vũ lực để chiếm cứ quần đảo Hoàng Sa (vào tháng 1 năm 1974), Chính Phủ VNCH đã công bố một Bạch Thư đưa ra những bằng chứng lịch sử xác định một cách rõ ràng và đầy thuyết phục chủ quyền lâu dài của Việt Nam trên hai quần đảo này."[6]

Trong lúc cần thiết, rốt cuộc, nhà cầm quyền cộng sản Việt Nam buộc phải chính thức thừa nhận sự hiện hữu hợp pháp của VNCH trong cuộc đấu tranh pháp lý với nhà cầm quyền Trung Quốc.

Thực tế là, VNCH đã từng là một quốc gia có cương thổ, có quân đội, có chủ quyền, được 87 quốc gia trên thế giới công nhận và đã là thành viên của nhiều ủy ban trong Liên Hiệp Quốc, trong lúc vào thời điểm đó, chính quyền Việt Nam Dân Chủ Cộng Hòa của miền Bắc chỉ được một số rất ít các quốc gia trong khối cộng sản thừa nhận. Khi nói đến VNCH, thường thì người ta chỉ nghĩ đến các chính quyền: chính quyền Ngô Đình Diệm, chính quyền Nguyễn Khánh, chính quyền Nguyễn Cao Kỳ, chính quyền Nguyễn Văn Thiệu... Và khi nghĩ đến các chính quyền, người ta chỉ nhìn thấy một VNCH đầy những hình ảnh tiêu cực: tham nhũng thối nát, thay ngôi đổi chủ xoành xoạch, lệ thuộc ngoại bang… và dựa vào đó, quy cho VNCH là phồn vinh giả tạo, là đầy rẫy các tệ nạn xã hội, là bất công, áp bức, vân vân và vân vân. Thực ra, cũng như những quốc gia khác, VNCH là một tổng thể, ngoài những khía cạnh tiêu cực, vẫn không thiếu vắng những điều tích cực. Đó là hình ảnh của một VNCH khác, đẹp đẽ, nhân bản, dân tộc, thường bị che giấu bởi thiên kiến hay bị xuyên tạc một cách bất công.

---

(6) Xem: *https://baotiengdan.com/2020/04/23/cong-ham-257-hc-nam-2016-viet-nam-gui-lhq-da-khang-dinh-VNCH-la-mot-chinh-the-doc-lap/*

Với riêng tôi (mà cũng là cả thế hệ chúng tôi) sinh trưởng trong lòng chế độ VNCH, nơi chúng tôi được trưởng thành như những con người tự do, được học hành, được mơ ước, được tranh đấu chống bất công, áp bức, nói tóm lại, được tự hào là người Việt Nam, thì VNCH không chỉ là một quốc gia, một dân tộc mà hơn thế nữa, đó là một quá khứ thân thuộc, êm đềm, sinh động, đa dạng và phong phú. VNCH tuy không còn nữa, nhưng với chúng tôi, VNCH không hề biến mất.

3▪

Người bạn học thời trẻ của tôi, Lê Hiếu Đằng, một cán bộ cộng sản hoạt động nằm vùng, trong "Suy nghĩ trong những ngày nằm bịnh", kể lại:

"Nhắc đến đây tôi có một kỷ niệm khó quên: ba tôi và mẹ Lý Thiện Sanh nóng lòng vì đã đến kỳ thi Tú tài II nhưng chúng tôi vẫn bị nhốt trong tù. Vì vậy ông bà làm đơn hú họa xin hai chúng tôi ra thi. Thế mà chính quyền Thừa Thiên-Huế lúc đó lại giải quyết cho ra thi. Tôi theo ban C Triết học nên chỉ còn vài ngày nữa là thi, ba tôi gửi một số sách vào cho tôi. May mắn lúc đó tôi đã đọc nhiều sách triết học của các Giáo sư Nguyễn Văn Trung, Trần Văn Toàn và các tạp chí Sáng Tạo, Hiện Đại của nhà văn Thanh Tâm Tuyền, Mai Thảo, nhà thơ Nguyên Sa, Tô Thùy Yên, v.v..., kể cả quyển sách viết về Nietzsche của Nguyễn Đình Thi trước năm 1975. Gặp đề thi triết khá hay tôi tán đủ điều, đậu hạng thứ dễ dàng. Còn Lý Thiện Sanh học ban B vốn rất giỏi nên đậu hạng bình thứ. (...) Tôi không biết với chế độ gọi là "ưu việt" hiện nay có người tù nào đã được cho ra đi thi như chúng tôi hay không?"[7]

____

(7) *Xem: https://tvtsonline.com.au/vi/chuyen-nganh-vi/lich-su-chinh-tri-ton-giao-van-hoa/le-hieu-dang-suy-nghi-trong-nhung-ngay-nam-binh/*

Những chi tiết Lê Hiếu Đằng trình bày ở trên là hoàn toàn chính xác. Lê Hiếu Đằng học Đệ Nhất C, Lý Thiện Sanh và tôi Đệ Nhất B, dù không ngồi cùng lớp, nhưng thường hay đi cà phê cà pháo, bàn luận chuyện văn chương thế sự với nhau. Các bạn nào đã từng học Quốc Học vào thời điểm đó (1964) đều biết rõ vụ việc mà Lê Hiếu Đằng kể lại ở trên: bị nhốt tù trong lao Thừa Phủ, nhưng vẫn được học, được thi và thi đỗ tú tài II. Sau khi được phóng thích, Lê Hiếu Đằng tiếp tục tham gia hoạt động cho cộng sản ở các trường đại học Sài Gòn, còn Lý Thiện Sanh theo học Y Khoa, tốt nghiệp bác sĩ, làm việc tại bệnh viện Nguyễn Văn Học, Gia Định. Thành thật mà nói, trong nhiều bài viết có tính cách phản tỉnh một cách triệt để vào lúc cuối đời của Đằng, thì những giòng này khiến tôi cảm động, vì anh nêu ra một chi tiết rất nhỏ nhưng lại nói được một điều khá lớn và đầy ý nghĩa. Những cái "ưu việt" của cộng sản khiến Đằng theo suốt cuộc đời, hóa ra không thể so sánh được với cái "nghĩa cử" đầy tình người của chính quyền Thừa Thiên-Huế hồi đó. "Nghĩa cử" này chắc chắn không xuất phát từ lòng xót thương của một cá nhân nào đó, hay từ lỗ hổng của luật pháp, mà từ cái cơ chế bình thường của nó, của VNCH. Có thể chính cái chi tiết nho nhỏ này đã ám ảnh Đằng và là động lực khiến anh chọn lựa ra khỏi đảng Cộng Sản vào lúc cuối đời!

Nhân chi tiết khá lý thú đó, tôi thấy cần phải giới thiệu lại một bài viết, đúng hơn là một phần trong tập hồi ký của một trong những khuôn mặt trí thức tả khuynh nổi tiếng hàng đầu ở miền Nam trước năm 1975, "Tưởng niệm Việt Nam Cộng Hòa" (In memoriam Việt Nam Cộng Hòa) của Giáo sư Nguyễn Văn Trung. Hồi ký này được viết từ năm 1993 và được công bố lần đầu tiên trong tạp chí Văn Học

(California) năm 2000.[8] Giới thiệu phần hồi ký đặc biệt này, tạp chí Văn Học viết:

"Chúng tôi xem bài viết của Giáo sư Trung là một biểu hiện của sự liêm khiết và can đảm của người trí thức, vì cho đến nay, trên toàn cầu, giới trí thức khuynh tả vẫn chưa có can đảm "tự phán" một cách sòng phẳng, rốt ráo. Họ không dám nhận rằng chỗ đứng an toàn của họ không đâu khác hơn là xã hội cho phép họ được công khai bày tỏ lập trường khuynh tả, và khi chế độ bị họ khinh miệt tiêu vong, để thay thế bằng một chế độ toàn trị, thì số phận của họ cũng bị tiêu vong theo. Hay nói như Giáo sư Nguyễn Văn Trung, "tham gia cách mạng là tham gia vào một quá trình tự tiêu diệt sau này" (Thư tòa soạn).

Qua hồi ký, Nguyễn Văn Trung đã phác họa lại hình ảnh chân xác của VNCH bằng cách hướng cái nhìn vào một số nét cụ thể khá đa dạng và phong phú không lệ thuộc vào các chính phủ, thường bị bỏ quên hay bị che mờ bởi thiên kiến hay bởi một nhãn quan lệch lạc, thậm chí có tính cách thù nghịch. Một trong những nền tảng của VNCH là cơ chế công chức. Theo ông, "Khi người Pháp ra đi, một trong những điều tích cực của họ để lại là một số thể chế nhà nước, cụ thể là một nền hành chánh và một giới công chức được đào tạo theo tinh thần phân biệt tôn giáo và nhà nước."[9] Trong vòng 20 năm (1955-1975), dù có nhiều thay đổi trong chính phủ, cái hệ thống hành chánh đó vẫn như thế, vẫn chạy đều như không có gì xảy ra. Công chức cấp dưới có trình độ văn hóa tương đối, còn công chức

---

(8) Nguyễn Văn Trung, *"Nhìn lại những chặng đường đã qua"*, chương 8: Tưởng niệm Việt Nam Cộng Hòa, tạp chí Văn Học (California) số 174, 10/2000, từ trang 3 đến trang 32. Có thể tìm xem ở Thư Viện Người Việt: *https://issuu.com/nvthuvien/docs/tapchivanhoc_174?mode=window&viewMode=doublePage*
(9) Tức là tách biệt tôn giáo khỏi nhà nước.

cao cấp tối thiểu cũng có bằng tú tài hay tốt nghiệp đại học. Và dù ở cấp nào, giới công chức vẫn giữ phong cách của những người làm việc công: mực thước, tôn trọng của công, tôn trọng luật pháp và phục vụ công chúng.

Một đặc điểm khác của VNCH là "xã hội dân sự":

"Những "chính quyền" hay [những] thay đổi ở miền Nam cần phân biệt với "chế độ xã hội" miền Nam ít nhiều vẫn duy trì và phát huy những sinh hoạt của điều mà ta gọi là xã hội dân sự (société civile)."(…) "Nếu phân biệt "xã hội công" (le social public) với "xã hội tư"(le social privé) thì "xã hội dân sự" là một loại hình xã hội trong đó nhà nước không can thiệp vào xã hội tư về các quan hệ nghề nghiệp, giáo dục, tư tưởng, văn hóa, cứu tế, liên đới xã hội và các quan hệ về mặt tình cảm (gia đình, họ hàng, bè bạn, thầy trò…)."

Xã hội dân sự miền Nam, do đó, là một xã hội đa dạng với vô số tổ chức, hội đoàn tư nhân lớn, nhỏ từ tôn giáo, nghề nghiệp, cho đến giáo dục, văn học nghệ thuật, đồng hương… hoạt động độc lập và hợp pháp, được chính quyền tôn trọng và giúp đỡ. Lợi dụng điều này, người cộng sản đã đứng ra thành lập nhiều hội đoàn, tổ chức hợp pháp để ngụy trang cho các hoạt động của mình. Có thể đây chính là lý do khiến nhà cầm quyền cộng sản hiện nay rất sợ hình thức "xã hội dân sự".

Đề cập đến pháp lý và đạo lý, Nguyễn Văn Trung viết:

"Một trường hợp cũng khá phổ biến trước đây ở miền Nam: Trong cái thế đối lập giữa hai trật tự: trật tự pháp lý chính trị và trật tự đạo lý tình người, có những lựa chọn trật tự cao hơn (đạo lý tình người), chẳng hạn anh em, con cháu, bạn bè theo Việt Cộng trà trộn trong cơ quan, trong dân chúng, biết mà không tố cáo, thậm chí còn cho tá túc trong nhà vì coi tình nghĩa ruột thịt, bạn bè cao hơn quyền lợi chính trị, pháp luật…"

Mặt khác, một người có người thân hay họ hàng đi theo cộng sản, con cái họ chẳng gặp khó khăn gì trong việc học hành, thi cử và những quyền lợi hợp pháp khác; và khi lớn lên, nếu không trực tiếp tham gia hoạt động cho cộng sản thì vẫn được đi làm việc bình thường, không bị phân biệt đối xử. Có người còn được cấp học bổng đi du học nước ngoài, và về sau lại hoạt động chống đối kịch liệt VNCH. Chính vì thế, "Dù người dân có khinh ghét chính quyền Sài Gòn thế nào đi nữa, có lẽ ít ai nghĩ rằng mình đang sống trong vùng Mỹ-ngụy, vùng tạm chiếm mà chỉ nhìn nhận: Việt Nam là một dân tộc, nhưng hiện đang bị chia cắt, có hai thể chế chính trị: Việt Nam Cộng Hòa và Việt Nam Dân Chủ Cộng Hòa, và mong muốn một ngày nào đó có thống nhất trong hòa bình," theo ông.

Nói về quân đội, Nguyễn Văn Trung nhận định:

"Trong quân đội ngay từ những khóa hạ sĩ quan Nam Định hồi 1951-1952 đến các khóa học của trường Võ Bị Đà Lạt, Nha Trang, Thủ Đức hồi đầu thời Đệ Nhất Cộng Hòa cũng dần dà tạo được một giới sĩ quan có trình độ tú tài hay đại học không hề mặc cảm là lính đánh thuê của quân đội viễn chinh, trái lại họ có được một điều mà nền Đệ Nhất Cộng Hòa đã tạo cho họ đó là một bản sắc, một căn cước quốc gia (identité nationale)."

Một trong những mặt xuất sắc nhất của VNCH là văn học nghệ thuật. Nó thoát thai từ sự kiện: VNCH là một xã hội mở, xã hội tự do. Theo Nguyễn Văn Trung, trong kinh nghiệm rất riêng của mình, những nhà văn, nhà trí thức miền Nam viết bất cứ cái gì mà không bận tâm mấy về an ninh bản thân. Họ chỉ bận tâm về *"viết cái gì"* và *"viết thế nào*", chứ không phải về "*có thể viết được hay không*". Có được như thế là nhờ phong cách làm việc trí thức của giới công chức trong các bộ liên hệ: Bộ Văn hóa, Bộ Thông tin và Bộ Nội vụ. Về điểm này, cũng theo Nguyễn Văn Trung, trong một bài viết khác, "Hướng về Miền Nam Việt Nam", thì dưới chế độ VNCH,

"Báo thì không phải kiểm duyệt nhưng có thể bị tịch thu đưa ra tòa. Trong khuôn khổ chính sách hạn chế tự do chính trị như vậy, nếu không xuất bản công khai, hợp pháp, vẫn có thể in ronéo, phổ biến, bày bán ngay cả trên các sạp báo và có thể bị tịch thu… Người cầm bút viết những điều cấm kỵ, phê phán chính sách này, chính sách kia của nhà nước, thậm chí họp nhau viết kháng thư phản đối, đăng trên báo mà không lo ngại về an ninh chính trị của bản thân gia đình bạn bè. Nói cách khác, viết phê phán mà không sợ nhà nước."[10]

Trong bài thuyết trình "Tính 'văn học' trong Văn Học Miền Nam"[11] đọc trong buổi hội thảo về Văn Học Miền Nam tổ chức tại tòa soạn nhật báo Người Việt vào ngày 6/12/2014, tôi đã phân tích kỹ về tính chất đa dạng, tự do, hiện đại, nhân bản… của Văn Học Miền Nam, những tính chất khiến cho tự bản thân, nền văn học đó đã mang một giá trị bất khả bàn cãi và cao hơn hẳn một nền văn học được chỉ đạo bằng các nghị quyết chính trị.

Xin cụ thể hóa nhận định trên của Nguyễn Văn Trung bằng một trích đoạn đề cập đến việc tiếp quản trường Đại học Vạn Hạnh sau ngày 30/4/1975 trong một bài viết ngắn của một người miền Bắc có tham gia vào công việc này:

(10) *Hướng về Miền Nam Việt Nam*, Khởi Hành số 92, tháng 6/2004. Dẫn theo Thụy Khuê, Văn Học miền Nam 1954-1975. Xem ở: *http://vanviet. info/van-hoc-mien-nam/van-hoc-mien-nam/*

(11) Trần Doãn Nho, *Tính "văn học" trong Văn Học Miền Nam*. Xem ở Da Màu: *https://damau.org/34977/tinh-van-hoc-trong-van-hoc-mien-nam*

"Nhưng miền Bắc không chỉ giải phóng miền Nam khỏi những văn bản cổ của văn minh nhân loại hay những trước tác nóng hổi nhất trên thế giới nửa thế kỷ trước, miền Bắc chúng ta đã giải phóng họ khỏi một nền đại học được xây dựng trên ý niệm tự do. Trong số sách Thư viện Vạn Hạnh còn sót lại, có một loại sách đặc biệt, do trường xuất bản, in những bài phát biểu của các diễn giả được mời đến nói chuyện và tranh luận với giảng viên, sinh viên của trường. Đọc những cuốn sách đó, bạn sẽ nhận ra Đại học Vạn Hạnh đương thời giống như một diễn đàn khổng lồ của xã hội dân sự, nơi tất cả các xu hướng tư tưởng khác nhau đều được cất lên tiếng nói của mình, từ chống Cộng Sản đến chống Hoa Kỳ, ủng hộ miền Bắc đến ủng hộ VNCH… Tất cả đều có một không gian bình đẳng để giải thích vì sao họ suy nghĩ và hành động như vậy. Lúc đó tôi đã tự hỏi, giữa Sài Gòn thời đó thì có những tiếng nói chống lại hệ thống Cộng Sản là đương nhiên, nhưng tại sao chế độ Việt Nam Cộng Hòa lại để cho Đại học Vạn Hạnh (và đương nhiên không chỉ Vạn Hạnh) trở thành nơi những người chống lại mình có thể phát biểu tư tưởng? Câu trả lời nằm ở Hiến pháp 1967 miền Nam Việt Nam: Đại học là tự trị. (…) Những trải nghiệm như thế làm cho mọi chàng "miền Bắc có lý luận" cảm thấy mình thuộc về "miền Nam."[12]

Quy chế "đại học tự trị" quả là một ưu điểm đáng kể của VNCH, góp phần tạo nên một môi trường tri thức thực sự, không thua bất cứ một đại học của một nước tiên tiến nào trên thế giới. Chính vì thế mà dù sống trong thời chiến, các giáo sư và sinh viên vẫn được hưởng một không khí thoải mái trong nghiên cứu và học tập, thậm chí trong các cuộc đấu tranh đòi dân chủ, hòa bình và chống chính

---

(12) Nguyễn Lương Hải Khôi (FB), *Thế nào là giải phóng: sau 1975 ĐH Vạn Hạnh được tiếp quản như thế nào?* Xem ở Tiếng Dân: *https:// baotiengdan.com/2018/12/21/the-nao-la-giai-phong-sau-1975-dh-van-hanh-duoc-tiep-quan-nhu-the-nao/*

quyền.[13] Tác giả bài viết trên tỏ ra ngạc nhiên về tính cách "tự do tư tưởng" khi tiếp quản trường Đại học Vạn Hạnh, một trường mới được thành lập sau khi chế độ Ngô Đình Diệm sụp đổ. Thực ra, sự cởi mở của VNCH về phương diện tư tưởng đã hiện hữu từ thời Đệ Nhất Cộng Hòa. Hồi đó, hầu hết các tác phẩm được viết trước năm 1945 của những tác giả đang sống và phục vụ dưới chế độ cộng sản miền Bắc (trừ một số tác phẩm nặng tính chất tuyên truyền của Tố Hữu, Nguyễn Đình Thi…) từ Xuân Diệu, Huy Cận, Chế Lan Viên, Tô Hoài, Anh Thơ cho đến Thế Lữ, Nguyễn Tuân… đều được tái bản, không những thế, còn được đưa vào chương trình dạy văn của học sinh từ tiểu học đến trung và đại học, được đánh giá xứng đáng với giá trị nghệ thuật và vai trò của chúng trong lịch sử văn học. Các tác phẩm đó được nghiên cứu y như chúng hoàn toàn độc lập đối với lập trường và hành vi chính trị hiện đương của các tác giả. Nhờ thế mà thế hệ chúng tôi lớn lên ở miền Nam biết khá rõ giá trị văn chương của từng tác giả, để làm cơ sở đối chiếu với những sáng tác đầy tính chất tuyên truyền, phi-văn chương sau này của họ. Cũng cần ghi nhận ngay bản "Quốc ca" VNCH (đã đổi lời một phần) được sử dụng tại miền Nam hồi đó và tại hải ngoại hiện nay cũng được ghi tên tác giả là Lưu Hữu Phước vốn là một người cộng sản. Nhà thơ Nguyễn Đăng Thường đã từng đưa lên trang mạng "Talawas" một phụ lục "Thay lời phi lộ" là lời của nhà xuất bản Hoa Tiên khi cho tái bản tại miền Nam các tác phẩm "Lửa thiêng" của Huy Cận năm 1967, "Tiếng thu" của Lưu Trọng Lư năm 1968, "Quê ngoại" của Hồ Dzếnh năm 1969… Lời phi lộ cho thấy nhà xuất bản đã tách rời

---

(13) Các cuộc hội thảo hay "đêm không ngủ" của sinh viên học sinh chống chính quyền thường được tổ chức trong khuôn viên để tránh bị giải tán hay đàn áp. Lực lượng Cảnh Sát bố trí bên ngoài, cho người giả dạng sinh viên vào bên trong chỉ để lấy tin tức. Cảnh sát chỉ can thiệp khi sinh viên kéo nhau ra ngoài đường để đi biểu tình.

văn bản ra khỏi con người tác giả.[14]

Sau 1975, nhà nước cộng sản tìm mọi cách hủy diệt nền văn học nghệ thuật VNCH qua một chiến dịch rất bài bản, liên tục và quyết liệt bằng cách đốt sách báo và bắt bỏ tù nhà văn, nhà báo và cả những người giữ sách báo, nhưng rốt cuộc, chỉ là công dã tràng. Họ chỉ có thể đốt phá cái hữu hình nhưng không thể đốt phá được cái vô hình: tư tưởng và tấm lòng. Rốt cuộc, không những nền văn học đó không biến mất mà tồn tại, dai dẳng tồn tại và được trân trọng bảo tồn cả ở trong Nam lẫn ngoài Bắc. Càng về sau, văn học miền Nam càng được đánh giá một cách tích cực từ những nhà nghiên cứu chuyên môn cho đến ngay cả từ chính nhà cầm quyền cộng sản. Trong bài nghiên cứu khá kỹ và ít thiên kiến, "Chiến tranh, xã hội tiêu thụ và thị trường văn học miền Nam 1954 – 1975", đăng trên tập san "Nghiên cứu văn học", một trong những cơ quan nghiên cứu văn học hàng đầu của nhà nước cộng sản, có đoạn viết:

"Thật vậy, những cơ sở báo chí và xuất bản trung thực đã giúp người đọc miền Nam nhìn rõ hơn xã hội ở chung quanh mình, đã liên kết những người thiện chí trong một nỗ lực vận động cho hòa bình, tự do, độc lập dân tộc và một nền văn hóa văn nghệ tiến bộ, cho thấy mặc dù trong hoàn cảnh chiến tranh khắc nghiệt, sinh hoạt văn hóa miền Nam không có tính chất một chiều mà còn có những mầm mống của dân chủ, thông qua tiếng nói phản biện và phản kháng.

Trong đời sống văn học miền Nam, những sáng tác và công trình nghiên cứu chứa đựng những yếu tố dân tộc, nhân đạo, dân chủ và cách tân, xuất hiện trên cái nền của hoạt động báo chí và xuất bản rất đa dạng và phức tạp của nhiều khuynh hướng khác nhau về tư tưởng cũng như về nghệ thuật. Giữa các khuynh hướng đó không có ranh giới

---

(14) Xem *Trả lời Túy Vân* của Nguyễn Đăng Thường, Talawas: *http://www.talawas.org/talaDB/showFile.php?res=9603&rb=0102*

tuyệt đối, mà có sự giao thoa, tương tác và chuyển hóa lẫn nhau. Sách báo thân chính quyền cũng có lúc ấn hành những tác phẩm đả kích quan chức của chế độ, thậm chí bị tịch thu. Sự chuyển biến của sách báo khuynh tả cũng là một quá trình từ tự phát đến tự giác. Trên một tờ báo hay một nhà xuất bản có thể xuất hiện những cộng tác viên đối lập nhau về lập trường chính trị và quan điểm văn học."[15]

Một nhận định văn học khá lạ, nhất là dưới cái nhìn của kẻ thắng cuộc nhìn về kẻ thua cuộc. Nếu không trích dẫn nguồn, có thể chúng ta sẽ cho đó là bài viết của một cây bút VNCH nào đó tự đánh giá văn học miền Nam. Còn lạ hơn nữa, mới đây, Nhân Dân, tờ báo chính thức của đảng Cộng Sản Việt Nam, cho đi một bài của Hạnh Nguyên, "Ứng xử với văn học miền nam trước 1975", trong đó có đoạn:

"Từ chỗ bị phê phán gay gắt, bị loại bỏ, cấm phổ biến, văn học miền Nam dần dần đã được coi là một bộ phận không thể tách rời của văn học Việt Nam, được xuất bản và nghiên cứu nghiêm túc. Nhiều tác giả (nhà văn, nhà phê bình) miền nam xuất hiện trở lại trong đời sống văn học đương đại, nhiều tác phẩm (sáng tác, nghiên cứu, phê bình, văn học sử) được in lại và được bạn đọc ghi nhận. Báo Văn nghệ của Hội Nhà văn Việt Nam, Diễn đàn văn nghệ Việt Nam của Ủy ban toàn quốc Liên hiệp các Hội VHNT Việt Nam đều từng mở chuyên mục giới thiệu văn học miền nam trước 1975; nhiều tạp chí chuyên ngành ở trung ương và địa phương cũng đăng tải những nghiên cứu về các tác giả, tác phẩm, hiện tượng văn học, phê bình văn học Sài Gòn trước 1975; không ít luận án, luận văn cao học và không ít đề tài nghiên cứu cấp cơ sở, cấp Bộ, cấp Nhà

---

(15) Huỳnh Như Phương, Tạp chí Nghiên cứu văn học, Viện Văn học – Viện Hàn lâm Khoa học xã hội Việt Nam, số 4 – 2015, tr. 27-40. Xem: *http://khoavanhoc-ngonngu.edu.vn/nghien-cuu/van-hoc-viet-nam/5393-chin-tranh-xa-hi-tieu-th-va-th-trng-vn-hc-min-nam-1954-1975.html*

nước đã lấy văn học, học thuật miền nam 1954-1975 làm đối tượng khảo sát, phân tích, đánh giá; một số nhà xuất bản, công ty văn hóa truyền thông đã chọn lọc giới thiệu những "người lạ mặt quen thuộc"... Nói cách khác, sự thay đổi trong thái độ đối với văn học miền nam diễn ra ở cả khu vực nghiên cứu, xuất bản, lẫn giảng dạy, sưu tầm, giới thiệu, phổ biến đến công chúng. Hoạt động được khuyến khích là vượt qua định kiến, thiên kiến, tỉnh táo chọn lọc những tác phẩm có yếu tố dân tộc, tinh thần nhân đạo, dân chủ, yêu nước và tiến bộ, có giá trị cách tân.

Có thể nói, nếu không có không khí cởi mở, chắc chắn những sáng tác của Du Tử Lê, Trần Thị NgH, Đinh Hùng, Nguyên Sa, Bùi Giáng, Phạm Công Thiện...; những nghiên cứu của Nguyễn Văn Trung, Trần Thái Đỉnh, Lê Tôn Nghiêm, Thanh Lãng, Toan Ánh... không có điều kiện tái xuất hiện trong đời sống văn học. Nhờ sự thay đổi trong cách ứng xử, mới có những nghiên cứu về các trường hợp như Lê Tuyên, Thanh Tâm Tuyền... về tư tưởng triết học và các khuynh hướng lý luận - phê bình văn học ở đô thị miền nam 1954 - 1975. Theo GS Huỳnh Như Phương: "Từ 1975 đến nay, khoảng 160 tác giả và dịch giả ở các đô thị miền nam có tác phẩm được tái bản chính thức trong nước, trong đó có người còn sống, người đã mất và một số ít đang định cư ở nước ngoài. Tuy nhiên do nhiều nguyên nhân, việc làm đó chưa thật hệ thống và đầy đủ. Trong thời điểm hiện nay, xúc tiến việc tập hợp, tuyển chọn những tác phẩm, công trình có giá trị là việc làm đúng lúc và cần thiết, không chỉ để cung cấp tài liệu cho các nhà nghiên cứu mà còn góp phần làm phong phú và đa dạng đời sống tinh thần của đất nước."[16]

____

(16) Hạnh Nguyên, *Ứng xử với văn học miền nam trước 1975*. Xem: *https://www.nhandan.com.vn/cuoituan/item/30680502-ung-xu-voi-van-hoc-mien-nam-truoc-1975.html*

Từ chỗ *"ngăn chặn, chống, phê phán, đấu tranh, quét sạch văn hóa nô dịch, đồi trụy, lai căng; xóa bỏ những xuất bản phẩm phản động, khiêu dâm; trừng trị nghiêm khắc những ai cố ý vi phạm các quy định của Nhà nước..."* đến chỗ thừa nhận văn học miền Nam là *"một bộ phận không thể tách rời của văn học Việt Nam"*, *"không chỉ để cung cấp tài liệu cho các nhà nghiên cứu mà còn góp phần làm phong phú và đa dạng đời sống tinh thần của đất nước"* quả là một thay đổi 180 độ. Đâu là động lực của thái độ tích cực đó? Có nhiều lý do, nhưng một trong những lý do chính, theo tôi, đó là giá trị thuyết phục của tự bản thân Văn Học Miền Nam. Nhận định về ảnh hưởng của văn hóa nghệ thuật miền Nam đối với miền Bắc, nhà thơ Hoàng Hưng, một trong những thành viên nòng cốt của trang mạng Văn Việt ở trong nước, nhận xét:

"Sự tiếp xúc với Văn Học Miền Nam trước 1975 đã tạo bước ngoặt quyết định về khuynh hướng tư tưởng cho không ít tác giả của nền văn học 'chính thống' miền Bắc. Tinh thần tự do, nhân bản và cách tân của nó đã dần dần 'tẩy rửa' thói quen 'tự kiểm duyệt' và 'phục vụ chính trị', giáo điều 'hiện thực xã hội chủ nghĩa'... vốn ngấm sâu vào tâm trí của thế hệ cầm bút 'chống Pháp chống Mỹ'. Chắc chắn nó đã khởi hứng cho những ý tưởng thay đổi mạnh mẽ của vài nhà lãnh đạo văn nghệ cuối thập niên 1970 như Trần Độ, Nguyên Ngọc... và của nhiều cây bút thành công từ sau khi có chính sách 'Đổi mới' cuối thập niên 1980. Hầu hết những cây bút trẻ hiện nay ở Việt Nam đang đi theo tinh thần ấy."[17]

---

(17) Phỏng vấn nhà thơ Hoàng Hưng (Diễn Đàn Thế Kỷ).

4▪

Trong lúc các tác phẩm văn học VNCH vẫn còn được xuất bản hạn chế, thì một hình thái nghệ thuật khác của VNCH, ca nhạc, hay nói theo cách nói phổ biến hiện nay là nhạc vàng, gần như "thống trị" sinh hoạt ca nhạc trong nước. Ca nhạc miền Nam đã có ảnh hưởng từ đầu, ngay sau ngày 30 tháng Tư. "Sau khi Quân đội miền Bắc tiếp quản miền Nam, dường như nhạc miền Nam lại đổ bộ ra Bắc" theo Jason Gibbs trong một bài nghiên cứu công phu về loại nhạc này, Nhạc vàng "hóa vàng".[18] Gibbs viết:

"Sau năm 1975, với sự sụp đổ của Sài Gòn, trước sự ra đi của người Mỹ và sự tan rã của Việt Nam Cộng Hòa, những quan tòa văn hóa Việt Nam đối diện với tình huống khó xử mới. Họ tiếp quản một địa bàn có đến hàng triệu tờ, đĩa và băng - gần hết là nhạc vàng – đã được mua bán trao đổi phân phối. (…) Từng bị tiêm nhiễm một thứ văn hoá, không dễ dàng để một người từ bỏ nó chỉ một sớm một chiều. Mặc dù không có khả năng nghe một bài hát cũ nữa, một người có thể nhớ nó, hát hoặc nhảy với nó trong một thời gian dài trong tương lai. Một bài hát cũ chỉ có thể chắc chắn đã chết khi nó không thể còn được nhớ đến, nhảy múa hay hát hò gì nữa. Tuy nhiên, ngoài vấn đề làm hồi tỉnh những ai đã nuốt phải thuốc độc của chủ nghĩa thực dân mới, họ phải đối phó với sự lan truyền của những người lính Quân đội miền Bắc khi họ mang theo loại nhạc này khi trở về nhà hay làng quê họ. Một nhà nghiên cứu giải thích rằng sự quảng bá của loại nhạc này đối với người miền Bắc thành ra một vấn đề cấp thiết hơn là cố ngăn dừng chúng lại ở miền Nam bởi vì người Bắc nghe nhạc ấy như một món mới lạ và chưa được "miễn dịch" chống lại trước đó." (…)

(18) Jason Gibbs, *Nhạc vàng "hóa vàng"* (Nguyễn Trương Quý dịch). Xem: *http://www.talawas.org/talaDB/showFile.php?res=4775&rb=0206*

"Lần đầu đến Việt Nam năm 1993 tôi đã rất kinh ngạc là thứ nhạc phổ biến ở Việt Nam cộng sản lại giống với nhạc mà người Mỹ gốc Việt vẫn nghe, dĩ nhiên là chúng không được phát thanh, và trong mọi trường hợp là bất hợp pháp. Tuy là sản phẩm buôn lậu, những băng cassette và video vẫn được trao đổi tự do, và nhạc này có ở trong gần như mọi nhà tôi đến. Mặc dù nhạc vàng vẫn phải mang tội danh phản động, ít người nghe bình thường để ý đến điều đó."

Rốt cuộc, nhạc vàng, thay vì hiểu là thứ nhạc vàng vọt, ủy mị thì lại trở thành thứ nhạc với ý nghĩa tích cực: vàng là kim loại quý, như được hiểu trước năm 1975 ở Sài Gòn, cũng theo Gibbs.

Nói về sự "thống trị" của ca nhạc VNCH trong sinh hoạt giải trí hiện nay ở trong nước, nhà thơ Hoàng Hưng cho biết:

"Nhu cầu ca hát, một trong những nhu cầu tự nhiên nhất của con người, sau nhiều năm bị "nhạc đỏ" độc quyền thống trị, đã bùng lên với "nhạc vàng" khắp phố phường ngõ xóm (...) Đến mức bây giờ, nhạc "bolero" một thời vốn không được đánh giá cao lắm bởi giới có học ở Sài Gòn, nay đang "tràn ngập lãnh thổ", chiếm lĩnh không gian âm nhạc cả chính thống lẫn tự phát!"

Tại sao có sự chiếm lĩnh đó? Theo nhận xét của Hoàng Hưng, một trong những điểm đáng nói là phong cách hát. "Các ca sĩ miền Bắc nhìn chung được học bài bản hơn, nhưng sau khi nghe ca sĩ miền Nam, số đông người nghe bỗng nhận ra cái gì đó không thú lắm ở lối hát miền Bắc. Thì ra kỹ thuật thanh nhạc không thay thế được tình cảm tự nhiên, càng không lại được cái hồn gửi vào tiếng hát, và "bel canto" của "opera" không thể cuốn hút bằng cái sự tròn vành rõ chữ tiếng Việt!"[19]

---

(19) Hoàng Hưng (trả lời Phỏng Vấn của Diễn Đàn Thế Kỷ). Muốn hiểu

Nói chung là như thế, nhưng nếu đi sâu hơn, ta sẽ nhận ra rằng chuyện nhạc vàng-nhạc đỏ không chỉ thuần túy là vấn đề ca nhạc, mà hàm chứa trong đó một cuộc "đấu tranh chính trị" dai dẳng và quyết liệt. Cứ theo dõi chuyện tranh cãi về việc "cho cho cấm cấm" rồi lại "cấm cấm cho cho" một số các bản nhạc miền Nam như "Con đường xưa em đi", "Tôi đưa em sang sông", hay "Ly rượu mừng" chẳng hạn, chúng ta sẽ thấy trước sau, nhà nước cộng sản đứng trước một sự chọn lựa "chẳng đặng đừng", một chọn lựa đau đớn khi cho phép dòng nhạc miền Nam tiếp tục chiếm lĩnh thị trường giải trí cả nước. Phải nói là "không ngăn chặn được" chứ không phải là "cho phép". Dù trực tiếp hay gián tiếp, dù bóng gió xa xôi hay êm đềm gần gũi, nhạc miền Nam nói chung chứa đựng trong đó tất cả cái không khí đa dạng, thấm đẫm tình người, tình nước của Việt Nam Cộng Hòa. Nói như Đỗ Trung Quân, sự thắng thế của nhạc miền Nam là cuộc "phục thù ngọt ngào" của bên thua cuộc.

"Khán giả chọn lựa nó, thứ âm nhạc chôn mà không chết. Muốn nó chết, dễ thôi! Các anh hãy làm nhạc hay hơn nó, có tài năng hơn nó để vĩnh cửu như nó… Dèm pha, mai mỉa, xúc phạm nó vô nghĩa! Nó càng bất tử! Chỉ vậy thôi!"[20]

Quả thật là phục thù ngọt ngào! Trong "Trận chiến nhạc vàng", tác giả Kiva đánh thẳng vào mục tiêu:

"Sự hồi sinh mạnh mẽ của dòng nhạc vàng cho thấy âm nhạc VNCH lúc xưa chưa có thua. Sau 40 năm chiến

hết tính cách của sự chiếm lĩnh này, hãy thử vào hai trang mạng chuyên về nhạc đỏ và nhạc vàng. Trong lúc trang "Nhạc vàng" (*facebook.com/nhacvang/*) có hàng trăm ngàn người "follow" và hàng trăm ngàn người "like", thì trang "Nhạc đỏ chọn lọc" (*facebook.com/nhacdochonloc/*) chỉ có chừng vài trăm người "follow" và "like".
(20) Xem ở FB "Nhật ký yêu nước":
https://www.facebook.com/nhatkyyeunuoc1/posts/3248934198466638/

đấu cam go, bằng một sức mạnh mềm, nhạc vàng đã lật ngược được thế cờ, giành chiến thắng trên cả nước. Đầu thế kỷ 21, tôi đã thấy được một cuộc chiến tranh nhân dân ôn hòa, lãng mạn, thú vị mà không do những người Cộng Sản điều khiển. Một cuộc chiến tranh không có bom đạn, sắt máu, mà chỉ có lời ca tiếng nhạc du dương, êm đềm, thơ mộng. Nhạc xưa đã trở lại, nhưng không phải là sự thụt lùi mà là sự đáp ứng nhu cầu, phản ảnh tâm thức của người dân muốn hướng đến một xã hội tràn đầy yêu thương, nhân bản, thấm đượm tình quê hương dân tộc."[21]

Ngay cả trên một trong những tờ báo mạng hàng đầu ở trong nước hiện nay (vnexpress.net), ta cũng tìm thấy những lời ca ngợi âm nhạc miền Nam và thẳng thắn phê phán chính sách cấm đoán của nhà cầm quyền cộng sản đối với loại nhạc này:

"Những thân phận lạc loài vì chiến tranh, kêu đòi hòa bình, kêu gọi chấm dứt chiến tranh là điểm nhấn của cả một thời kỳ người đô thị miền Nam hát vì yêu nước, đến nay cũng vẫn không được phổ biến một cách oan uổng; như ca khúc Da vàng của Trịnh Công Sơn, dù nhạc sĩ sau ngày Thống nhất cho đến tận khi mất vẫn cống hiến rất nhiều cho âm nhạc nước nhà. Nếu nghe thật kỹ ca từ "Một mai giã từ vũ khí" của Trịnh Lâm Ngân, chỉ thấy khắc khoải mơ ước hòa bình để xây dựng lại một xã hội người người thương yêu nhau, vậy mà nó luôn nằm đầu bảng danh sách các ca khúc bị cấm biểu diễn. (...) Quan trọng hơn, một thực tế không thể chối cãi, đó là rất nhiều trong những bài hát bị cấm phổ biến vẫn được mọi người yêu mến. Dù được viết đã rất lâu, bằng cách nào đó, chúng đang và còn nói được tiếng lòng đại chúng ở hiện thời. Việc cấm sử dụng các ca khúc được nhiều người yêu mến là đi ngược quy luật

(21) Kiva, *Trận chiến nhạc vàng,* trang mạng amnhac.fm.
Xem: *https://amnhac.fm/tan-nhac/6260-tran-chien-nhac-vang*

xã hội, vô ích trong quản lý và tốn thêm các chi phí khác cho việc giám sát."[22]

Nhạc miền Nam trở lại không chỉ bằng nhạc mà bằng cả chính các ca, nhạc sĩ một thời xây dựng nên không khí VNCH. Họ được công chúng cả hai miền chào đón một cách nồng nhiệt mỗi khi trình diễn. Dân miền Nam muốn sống lại những tháng năm xưa êm đềm với các thần tượng của mình, còn dân miền Bắc thì lại muốn được trực tiếp chia sẻ cái không khí chứa chan tình người mà họ không có cơ hội được hưởng vì sự biến mất đau đớn của VNCH. Những chương trình ca nhạc như thế, nhất là ở Hà Nội, là những "biến cố" xưa nay hiếm, đánh động vào một thế giới hoài niệm VNCH rưng rưng, xa xót![23]

Văn học nghệ thuật quả đã mang VNCH lừng lững đi vào, đi sâu trong lòng đất nước. Đây không phải là một diễn biến hòa bình. Cũng không phải một vận động thay ngôi đổi chủ. Đơn thuần chỉ là một hiện tượng phục hồi. Sự phục hồi của một giá trị, một giá trị vô cùng lớn lao mà nếu biết vận dụng, nó có thể đưa đến sự thay đổi ngoạn mục dòng sinh mệnh dân tộc.

---

(22) Phạm Hoài Nam, *Những bài hát bị cấm*, VNExpress, 6/10/2019,. Xem: *https://vnexpress.net/nhung-bai-hat-bi-cam-3987828.htm*l

(23) Các ca sĩ hải ngoại về nước trình diễn thường bị những người chống cộng hải ngoại chê trách, thậm chí bị lên án và sỉ nhục. Điều này thực dễ hiểu, vì rõ ràng là nhà nước cộng sản, khi cho phép các ca sĩ hải ngoại về nước, là tìm cách chia rẽ cộng đồng hải ngoại và đánh bóng chế độ. Tuy nhiên, nếu xét ở một điểm khác, điều này góp phần làm phong phú thêm giá trị VNCH đối với người dân trong nước, nhất là giới trẻ.

5▪

Ngoài yếu tố tự thân, sự phục hồi này còn được hỗ trợ bởi những yếu tố khách quan khác.

Trước hết là sự phát triển của mạng xã hội, đặc biệt là Facebook. Qua mạng xã hội, lần đầu tiên người dân cảm thấy mình được tự do, được thoát ra khỏi sự kềm chế của nhà nước, được nói, được viết, được trao đổi đủ thứ thông tin đa dạng, đa chiều mà không phải thông qua một hệ thống kiểm soát nghiêm ngặt của bộ máy công an. Cũng qua mạng xã hội, họ xây dựng được một xã hội khác với thứ xã hội bị kềm kẹp bên ngoài: xã hội dân sự. Tất cả tạo thành một sức mạnh đối trọng với nhà cầm quyền. Các tư tưởng dân chủ, tự do được đề cao. Và đặc biệt, các trang mạng xã hội cũng là nơi chứa đựng hình ảnh và thông tin đáng quý và hữu ích về một VNCH ngày cũ, từ âm nhạc, văn chương, nghệ thuật cho đến quân đội, giáo dục, kinh tế…

Mặt khác, do sự biến mất các yếu tố hấp dẫn của các chiêu bài lý tưởng (độc lập, giai cấp, chủ nghĩa…) cũng như vì sự mâu thuẫn về quyền lợi phát sinh do một đảng cầm quyền quá lâu, "Nền chính trị Việt Nam đã chính thức bước vào chế độ tài phiệt (plutocracy)," theo Đoan Trang và Nguyễn Hữu Long. Phân tích về điểm này, hai tác giả nhận định:

"Tổng bí thư Nguyễn Phú Trọng, nhân vật trung tâm của chính trị Việt Nam thập kỷ qua, đã phơi bày một phần cuộc đấu đá quyền lực trong đảng ra trước mặt báo và pháp đình, thông qua chiến dịch chống tham nhũng vô tiền khoáng hậu trong lịch sử đảng. Chiến dịch này đã làm thay đổi hẳn cách nhìn về quan chức nhà nước và cơ quan nhà nước trong công chúng nước ta. Trước đây, người ta coi làm quan, làm nhà nước là một công việc ổn định, vừa màu mỡ vừa an toàn, "đến hẹn lại lên". Nay, ấn tượng đó đã sụp đổ cùng với những Đinh La Thăng, Nguyễn Bắc Son, Trương Minh Tuấn, v.v. (…) Hai cái chết bí ẩn của Nguyễn Bá Thanh và Trần Đại Quang, cùng với vụ mất tích kỳ lạ của Đinh Thế Huynh, tiếp tục phủ bóng chính trường với nhiều màu sắc ma quái, tạo ra ấn tượng mạnh mẽ trong công chúng về những phương pháp thanh trừng nội bộ cổ xưa. Pháp luật, suy cho cùng, vẫn chỉ là công cụ thanh trừng chứ không phải là nguyên tắc tổ chức quyền lực nhà nước. Không có thứ công lý nào đạt được với một thứ pháp luật như vậy."[24]

Trong tình huống này, phủ nhận cơ chế nhà nước cộng sản hiện nay tất yếu phải dẫn đến chỗ thừa nhận những giá trị mà VNCH đã từng thể hiện trong thời gian 20 năm trước đây. Nhìn chiến hạm Mỹ Theodore Roosevelt ghé thăm Đà Nẵng vào tháng 3/2020 vừa qua, nhìn cách nhà nước cộng sản đang loay hoay đòi biển đòi đảo, loay hoay trườn ra khỏi ảnh hưởng của chế độ bá quyền xảo quyệt phương Bắc, tôi nhận ra một điều vừa khôi hài lại vừa chua chát: chính quyền cộng sản Việt Nam đã mất công chiến đấu, phỉnh gạt và hy sinh bao nhiêu thế hệ để cũng đi đến cùng mục tiêu mà các chính quyền VNCH đã từng theo đuổi: thân Mỹ, chống Tàu, chấp nhận nền kinh tế thị trường, tiếp nhận sự viện trợ và đầu tư từ các nước tư bản chủ nghĩa; nhưng lại không chấp nhận hệ quả tất yếu của nó là một đất nước pháp trị với tam quyền phân lập, đa nguyên trong sinh hoạt chính trị, cởi mở trong văn học nghệ thuật, đất đai thuộc sở hữu tư nhân, tự trị đại học… Bị giam giữ trong

____

(24) Đoan Trang & Nguyễn Hữu Long, *Chính trị Việt Nam: một thập kỷ nhìn lại*, Luật Khoa tạp chí. Xem:
https://www.luatkhoa.org/2019/12/chinh-tri-viet-nam-mot-thap-ky-nhin-lai/

nhà tù ý thức hệ, bị nhốt kín trong nỗi đam mê thành tích quá khứ, đảng Cộng Sản Việt Nam tiếp tục dẫn dắt dân tộc đi vào một con đường "dead-end", không lối thoát.

Sau bốn mươi lăm năm, rốt cuộc, chính quyền cộng sản hiện hình là một cơ chế nửa nạc nửa mỡ, tiến thối lưỡng nan. Hơn thế nữa, cái chính quyền đó tự biến thành một khối u ác tính của chính mình. Nó tự đối đầu với chính nó, tự bào mòn chính nó, tự cắt xén chính nó. Thế lực phản động không còn đến từ bên ngoài, mà mưng mủ từ bên trong. Biến cố Đồng Tâm[25] chẳng hạn là biểu hiện sinh động, là đỉnh cao của cái ung nhọt tự phát trong lòng chế độ. Chính những người đã từng hy sinh xương máu của họ để phục vụ chế độ đứng lên chống lại nó một cách rạch ròi, dứt khoát và đầy chính nghĩa để bảo vệ quyền lợi chính đáng của mình.

Trong một bối cảnh như vậy, nếu người ta hướng về VNCH cũng là điều rất hiển nhiên. Và hợp lý. Một trong những nhà nghiên cứu văn học tiếng tăm trong nước, Vương Trí Nhàn, đã nhận định về Tô Thùy Yên và qua đó, về những con người VNCH như sau:

"Qua nhiều tài liệu về các trại tù cải tạo được thiết lập sau 75, tôi biết có một nguyên tắc chi phối các trại tù này là làm cho những người bị giam trong đó mất hết cảm giác và suy nghĩ của một con người bình thường, không còn đớn đau mà cũng không còn hy vọng, tóm lại là chỉ biết sống qua ngày như một thứ súc vật bị làm nhục. Trường hợp con người trong Tô Thùy Yên sau khi ra tù bộc lộ qua bài thơ "Ta về" chứng tỏ mọi ý đồ loại đó đã phá sản, đây không

____

(25) Vụ tranh chấp đất đai ở xã Đồng Tâm giữa người dân trong xã và nhà cầm quyền cộng sản Việt Nam, đưa đến vụ dân Đồng Tâm bắt giữ công an làm con tin vào năm 2017 và vụ lực lượng công an tấn công xã vào đêm 9/1/2020, khiến một người dân trong xã và 3 công an bị giết chết.

phải trường hợp cá biệt ở một hai người mà phổ biến ở rất nhiều người. Sau khi bị tù đày trở về họ vẫn giữ được lòng khao khát yêu đời và có đủ khả năng gia nhập vào cuộc sống hiện đại khi ra sống ở hải ngoại. **Chính họ là niềm hy vọng của dân tộc chúng ta. Mà điều đó không phải là ngẫu nhiên vì nó đã được chuẩn bị từ trong cuộc sống hai mươi năm 1955-1975**" (Tôi nhấn mạnh).[26]

Đây là một nhận định chính xác, can đảm của một nhà phê bình văn học, người ở bên phe thắng cuộc. Xin được nhắc lại, nhất định là không thừa: Rốt cuộc, đổi mới là gì, cải cách là gì nếu không muốn nói là con đường dẫn đến những giá trị VNCH. Những người hiện đứng lên tranh đấu cho một nước Việt Nam giàu mạnh, tự do, dân chủ ở trong nước đang đòi hỏi cái mà chúng tôi *đã từng tranh đấu để có và đã từng có* vào những năm tháng VNCH. Giá trị VNCH, do đó, không có gì cao xa, cũng chẳng cần phải dựa trên một lý thuyết nào, trái lại, rất đơn giản. Không cần kinh qua những cuộc đấu tố cải cách long trời lở đất và những năm tháng chiến tranh hao người tốn của. Cũng không cần những bà mẹ anh hùng, những tượng đài, những địa đạo, những thi đua, những sùng bái cá nhân và lăng tẩm, vân vân.

Chả thế mà, giáo sư Nguyễn Văn Trung nhận định, "Cái gọi là "đổi mới" thực chất là *đổi mới chẳng qua là trở về những cái cũ đã bị phủ nhận.*"[27] Hiểu như thế, VNCH không phải là quá khứ, mà chính là tương lai. Là mô hình của một Việt Nam đổi mới, dân chủ, tự do.

---

(26) Vương Trí Nhàn (FB), *Từng có một nơi hoàn cảnh không thể làm hỏng con người. Xem: https://www.facebook.com/permalink.php?story_fbid=233771996898058&id=100007958417043*

(27) Nguyễn Văn Trung, bài đã dẫn (xem chú thích trước).

Khi thừa nhận tính cách hợp pháp của chế độ VNCH, nhà cầm quyền Cộng Sản chắc không muốn nghĩ tới điều đơn giản đó.

Không sao!

Lịch sử có những lối đi riêng bất ngờ của nó.

(4/2020)

Chú thích: Bài này vốn mang một tựa đề khác, đã được nhiều trang mạng đăng tải: "**Việt Nam Cộng Hòa lừng lững đi vào lòng đất nước**".

DONALD TRUMP, KẺ LẠ MẶT

Đôi dòng lan man...

Donald Trump, sinh năm 1946, là một nhân vật lạ, hiếm.

Nhân dáng ông to, cao 6 feet 2 (gần 1 mét 9), chỉ thua có viên cựu giám đốc FBI James Comey (cao 6 feet 8). Bước chân vững. Giọng nói mạnh. Cả người toát ra một cái gì rất đàn ông. Lời phát ngôn nào của ông cũng nghe chắc như đinh đóng cột. Nói như máy nói. Nói không cần uốn lưỡi, dù chỉ là uốn một lần. Khi nói, trong lúc hai cánh tay xòe ra hai bên với hai bàn tay mở rộng, bao biện thì ngược lại, miệng ông thu nhỏ, tròn, gọn - một đặc điểm nổi bật mà đức Đạt Lai Lạt Ma chọn để diễn tả về ông khi được nhà báo Piers Morgan phỏng vấn trên truyền hình.

Chữ ký của Trump cũng khác lạ.

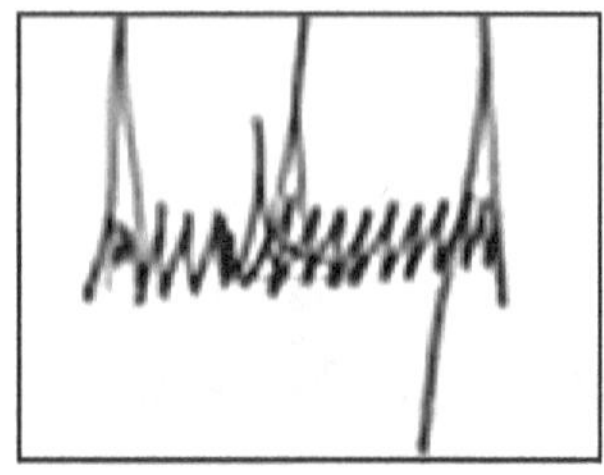

Nó trông giống một đoạn hàng rào thép gai: lởm chởm, góc cạnh. Mấy chữ cái viết hoa (D,T,P) nhô cao hẳn lên, bất thường. Loại chữ ký như thế này, theo dân bói toán, cho thấy ông thuộc hạng người luôn luôn bị ám ảnh bởi thứ quyền hành của riêng mình. Chẳng mấy thân thiện hay cởi mở với người khác. Chẳng chịu nhường ai. Khi làm tổng thống, mỗi lần ký xong một "executive order", ông đưa cao tài liệu cho ai cũng nhìn thấy rõ chữ ký của mình, với khuôn mặt sáng lên, kiêu hãnh và thỏa mãn. Với ông, me first. Ông hay tự khen mình. Tự khen khi chưa làm, tự khen trước khi làm và thậm chí tự khen cả khi… không làm được hay thất bại. Chẳng thế mà, trong một bài báo viết cho CNN, Michael D'Antonio gọi ông là một "tổng thống bé con" (a little boy president).[1] Chính ông, ông cũng thú nhận là "Khi tôi nhìn vào chính tôi lúc còn học sinh lớp Một và nhìn tôi bây giờ, tôi thấy về căn bản vẫn là một người. Tính tình không có gì khác lắm." Vâng, đúng là không khác. Có điều, cậu bé lớp Một ngày xưa có nói này nói nọ, cũng chỉ dính líu đến bản thân cậu bé, còn "tổng thống bé con" ngày nay, nhất cử nhất động đều ảnh hưởng đến toàn thế giới.

---

(1) Michael D'Antonio, *The Little Boy President*, CNN 16/5/2017. *https://www.cnn.com/2017/05/11/opinions/little-boy-president-opinion-dantonio/index.html*

Chả thế mà, trong suốt bốn năm làm tổng thống, cả thế giới gần như chao đảo theo ông, do những hành vi hay phát ngôn bất ngờ và bất thường của ông. Với cung cách đó, ông là một tổng thống phá cách. Về nhiều mặt. Ông phớt lờ các thủ tục ngoại giao, chẳng hạn bỏ họp với đồng minh nửa chừng, chen lấn với lãnh tụ thế giới để được đứng trước. Ông không thèm phong cách "quân tử" Tàu: "nhất ngôn ký xuất, tứ mã nan truy." Hôm nay ông nói ngược, ngày mai ông nói xuôi, tự nhiên như nhiên. Ông cũng chẳng cần "lựa lời mà nói cho vừa lòng nhau", kiểu Việt Nam. Ông cũng chẳng cần tổng-thống-tính (presidentiality) kiểu Mỹ. Đúng hơn, ông tạo ra một tổng-thống-tính kiểu mới, phi truyền thống. Ông coi đại sự là tiểu sự; và biến tiểu sự thành đại sự. Trong lúc xem thường những sự kiện có tầm mức ảnh hưởng lớn trên thế giới, ông lại quan tâm đến những chuyện nhỏ nhặt, có cái rất nhỏ nhặt, như lời phê bình tiệm ăn của một khách hàng, con số người tham dự ngày lễ nhậm chức của ông, số phiếu bầu phổ thông, chuyện tờ báo New York Times sụt giảm số người đặt mua, hay chê diễn viên hài Stephen Colbert, chê những vở kịch giễu hài của Saturday Night Live.

Cá tính hay thủ đoạn, bản năng hay suy luận, chiến lược hay ngu dốt, ngây thơ hay tính toán? Chịu! Hiểu ngả nào, chúng cũng đi ngược lại óc phán đoán bình thường của mình. Trump vi phạm (trầm trọng) những tiêu chuẩn bình thường và, có thể, cả tiêu chuẩn không-bình-thường. Còn hơn thế: Trump sáng tạo chúng. Một cách rất hồn nhiên. Trump là một trộn lẫn kỳ lạ giữa thành thật và dối trá, giữa quyết đoán và khinh mạn, giữa trẻ thơ và người lớn, giữa nghiêm túc và giễu cợt. Tính cách đó thể hiện ngay trong chính quyền ông. Ron Klain cho rằng, chính quyền Trump là chế độ tổng thống một-người (a one-man presidency). "Không có một chủ thuyết Trump. Không có một kế hoạch

Trump. Không có một chủ nghĩa Trump. Chỉ có Trump. Bất cứ những gì Trump nói ra là những gì Trump nói. Chẳng có ai khác nói thế cho ông." Cũng thế, theo Shirley Anne, đại học Gettysburg, việc làm tổng thống của Trump là một "one-man show", màn trình-diễn-một-người. Cho đến cuối nhiệm kỳ của mình, có khá nhiều chức vụ trong Tòa Bạch Ốc cũng như trong nội các chưa được Trump bổ nhiệm. Lý do? Trump chẳng cần.

Bỏ ra ngoài chuyện chính sách này chính sách nọ thường được biện giải theo từng quan điểm, tất cả những hành vi, cử chỉ của Trump, nếu tập hợp lại, có thể biên soạn thành một tập sách dày: nói nhịu khi phát biểu về Jerusalem; viết sai chính tả, sai ngày tháng, sai sự kiện trong các "tuýt" (tweet)[2] của mình; chen ngang và gần như xô đẩy lấn chỗ của một lãnh tụ nước khác trên diễn đàn quốc tế, lờ đi không cần bắt tay bà thủ tướng Đức, chế giễu chuyện ấm nóng toàn cầu, dọa cúp viện trợ cho nước nào không bỏ phiếu ủng hộ Mỹ tại LHQ, để mắt trần xem nhật thực, chế giễu hay phê phán những định chế có sẵn như CIA và FBI, tố cáo cả quan tòa hay những người cùng đảng và cả nhân viên nội các do mình bổ nhiệm, chỉ trích các tổng thống tiền nhiệm và chỉ trích người đã bị mình đánh bại, chỉ trích toàn thể ngành truyền thông vốn được xem là quyền thứ tư; nói xỏ xiên, sỉ nhục người này người nọ, đối thủ cũng như đồng minh, từ một nhà độc tài cho đến một cầu thủ bóng cà-na, vân vân và vân vân…

Trump đã và đang là một hiện tượng.

Mãi đến bây giờ, sau khi không còn là tổng thống

---

(2) "Tuýt": phiên âm từ chữ "tweet". Trong tiếng Anh, tweet, ngoài nghĩa "hót líu lo", tự điển "Oxford English Dictionary" chấp nhận nghĩa mới vào năm 2013, theo đó, to tweet: "to make a posting on the social networking service Twitter" (đưa lên mạng xã hội Twitter) và "to use Twitter regularly or habitually" (sử dụng Twitter một cách đều đặn hay thường xuyên).

nữa và bị các "Big Tech" (Đại công ty công nghệ truyền thông)[3] đình chỉ tài khoản riêng của ông, ông vẫn mãi hiện diện đâu đó và các phát biểu của ông vẫn có một ảnh hưởng lớn trên chính trường Hoa Kỳ.

*

Cái gì đã làm cho tổng thống Donald Trump trở thành "hiện tượng"?

Có thể có nhiều yếu tố. Một trong những yếu tố đó, theo tôi, là ngôn ngữ.

Nicholas O'Shaughnessy, tác giả của tập sách "Selling Hitler: Propaganda and the Nazi Brand", viết: "Ông đã phát triển một cá tính giúp ông nói những điều kỳ quặc và chuyển đảo chúng thành ý nghĩa của ngôn ngữ." Đẩy xa hơn, với tính cách này, O'Shaughnessy tâng ông lên thành "viên đại sứ của xã hội hậu-sự-thật"(ambassador of the post-truth society) và là hình mẫu của một "tổng thống hậu-sự-thật" (a post-truth president). Hậu-sự-thật là gì? Là "Có liên hệ đến hay bao hàm những tình huống trong đó những sự kiện khách quan ít có ảnh hưởng đến việc hình thành dư luận hơn là những gì gây nên xúc cảm hay niềm tin cá nhân."[4] Post-truth, một tính từ (adjective), được tổ hợp biên soạn tự điển Oxford Dictionaries (Anh) chọn làm từ vựng của năm 2016 (Word of the Year 2016).[5]

---

(3) Năm "Big Five" ở Mỹ là: Google, Amazon, Apple, Meta (Facebook), Microsoft.

(4) Nguyên văn: Relating to or denoting circumstances in which objective facts are less influential in shaping public opinion than appeals to emotion and personal belief. Dẫn theo Oxford Dictionaries:

https://www.oxforddictionaries.com/press/news/2016/12/11/WOTY-16

(5) The Oxford Word of the Year is a word or expression that has attracted a great deal of interest over the last 12 months. Every year, we debate candidates for word of the year and choose a winner that is judged to reflect the ethos, mood, or preoccupations of that particular year and to have lasting potential as a word of cultural significance.

Chữ này xuất hiện lần đầu tiên từ năm 1992, nhưng năm 2016 đã được sử dụng đến mức tối đa, tăng 2000% so với năm 2015, nhân sự kiện Brexit ở Anh và bầu cử tổng thống Mỹ 2016.

Nước Mỹ đã chọn ông, đã hứng khởi cũng như lao đao theo cuộc phiêu lưu mà ông vạch ra trong suốt bốn năm ròng đầy biến động và trông bộ vẫn tiếp tục chịu ảnh hưởng những gì ông đã nói, đã làm và tiếp tục nói, tiếp tục làm, mặc dù ông không còn làm tổng thống nữa.

Nhảy vào chính trường: chống phát ngôn "phải đạo"

Vừa nhảy vào chính trường (2015), Trump đã trở thành một ông vua: vua tranh cãi (King of Controversy), theo Julian Zelizer (CNN). Độc đáo, khác thường, Trump xuất hiện đột ngột, làm xáo trộn cái không khí tranh cử vốn thường nghiêm túc và lịch sự trên chính trường Mỹ. Là một người của công chúng, Trump vi phạm hầu như tất cả những chuẩn mực thông thường của bất cứ một cá nhân nào khi giao tiếp với đám đông. Đối với một chính trị gia đang ngấp nghé làm tổng thống của cường quốc số một trên thế giới, vi phạm đó lại càng trầm trọng. Đã thế, vi phạm ở đây không do lỡ lời, do bất cẩn hay do ngu dốt. Trump vi phạm một cách hoàn toàn có chủ ý. Tờ "The Economist" (Anh) cho Donald Trump là một gã hề, một loại ứng cử viên bất bình thường, thô lỗ, một loại người "không thể được bầu" (un-electable). Một tờ báo khác, "Huffington Post" (HuffPost), đưa các bản tin liên quan đến Donald Trump vào mục giải trí, thay vì tin thời sự.

Nhưng chỉ một thời gian ngắn sau, khi điểm thăm dò dư luận của ông lên cao một cách bất ngờ và khó hiểu, Trump bỗng được nhìn một cách hoàn toàn khác. Trump trở thành một ứng cử viên "rất có thể được bầu" (very electable). Từ chỗ là một hiện tượng bất thường, Trump trở thành một sự kiện hấp dẫn. Từ chỗ là một nhân vật phi chính trị, hài hước, dở hơi, ông trở thành một ứng cử viên sáng giá. Chỉ trong một sớm một chiều, ông đẩy các chính trị gia sừng sỏ khác của đảng Cộng Hòa vào bóng mờ. Quần chúng ủng hộ ông càng ngày càng cuồng nhiệt, đến nỗi nhà báo Melanie Tannenbaum gọi là chứng "nghiện Trump" (Trump-mania), mà những người Việt không ưa ông Trump gọi một cách xiên xỏ là "cuồng-Trump".[6] Giải mã hiện tượng này, Melanie Tannenbaum tìm ra một yếu tố then chốt: tâm lý thù ghét cái được gọi là "political correctness". Hiểu nhóm từ này sẽ một phần nào hiểu được tính cách bất thường của Trump và hiện tượng "nghiện Trump".

"Political correctness" (danh từ) và "politically correct" (tính từ) viết tắt là PC hay pc (đừng lẫn lộn với PC = personal computer) có một lai lịch khá phức tạp,[7] được sử dụng một cách phổ biến ở Hoa Kỳ vào khoảng thập niên 1990. Đó là cách dùng ẩn dụ để chỉ một hình thức phát ngôn được chọn lựa cẩn thận. PC, nói chung, mô tả lối phát ngôn thận trọng của bất cứ một ai khi truyền đạt đến công chúng, cố tránh dùng thứ ngôn ngữ hay cử chỉ

---

(6) Melanie Tannenbaum, *Decoding Trump-Mania: The Psychological Allure of Hating Political Correctness,* Scientific American (August 15/2015).
http://blogs.scientificamerican.com/psysociety/decoding-trump-mania-the-psychological-allure-of-hating-political-correctness-part-2/
(7) Về định nghĩa của nhóm chữ này, có thể tìm thấy trên nhiều trang mạng. Về lai lịch của nó, xem ở Wikipedia:
https://en.wikipedia.org/wiki/Political_correctness

có thể bị xem là xúc phạm, kỳ thị hay có vẻ chỉ trích một nhóm người đặc thù nào đó trong xã hội, nhất là khi liên quan đến chủng tộc hoặc giới tính. Stephen Morris, đại học Yale, hiểu PC một cách tổng quát hơn.[8] Theo ông, vì một số phát ngôn nào đó khiến người nghe có những suy diễn bất lợi về xu hướng hay lập trường của diễn giả, cho nên, đối với những vấn đề nhạy cảm, diễn giả tìm cách thay đổi cách nói để tránh những suy diễn này. Đó là PC. Tại sao? Vì những suy diễn bất lợi thường có xu hướng gia tăng và biến thành một vụ tai tiếng.

Sự thận trọng trong ngôn ngữ hay hành vi đối với những người giao tiếp với công chúng mọi loại, thực ra, không chỉ giới hạn trong một vài nhóm, vài giới, mà với hầu như tất cả mọi người, bất chấp giới tính, tuổi tác, nghề nghiệp, chủng tộc, tôn giáo, nguồn gốc, truyền thống… Tóm lại, phải thận trọng tối đa trong giao tiếp, không những trong cách hiểu trực tiếp mà còn ngay cả trong sự suy diễn do cách sử dụng từ ngữ gây ra.

Nội hàm của nhóm chữ này khá đặc biệt, nên khó có thể tìm ra một chữ tương đương ngắn gọn trong tiếng Việt. Tra thử một từ điển Anh-Hán trên mạng,[9] ta thấy "political correctness" được dịch theo chữ một: 政治上的正确性 (chính trị thượng đích chính xác tính), tức là "chính trị chính xác," ý muốn nói đến sự chính xác trong chính trị. Cách dịch này rõ ràng không dính dáng gì đến ý nghĩa thực sự của nó trong cách người Mỹ sử dụng. Một ai đó trên mạng đề nghị dịch là 交际婉语 (giao tế uyển ngữ) dùng cho danh từ "political correctness", và 交际用语委

(8) Leonid Bershidsky, *Trump's Risky Bet Against Political Correctness,* Bloomberg View, August 7/2015.
http://www.bloombergview.com/articles/2015-08-07/donald-trump-s-risky-bet-against-political-correctness
(9) *http://www.mdbg.net/chindict/chindict.php*

婉 (giao tế dụng ngữ ủy uyển) dùng cho tính từ "politically correct". Nghe khá sát và hợp nghĩa. Nhưng trông có vẻ "Hán tự" quá, nên tôi tạm dịch là "phát ngôn thận trọng" hay "phát ngôn phải đạo" nghe có vẻ Việt ngữ hơn. Xin được gọi gọn là "phải đạo". Hai chữ "phải đạo" mượn từ một bài viết của Hoàng Ngọc Hiến khi nhà phê bình văn học này đề cập đến các tác phẩm văn học cộng sản trước thời kỳ đổi mới, mà ông gọi là "văn học phải đạo".[10] Văn học phải đạo là thứ văn học tuân theo chính sách của đảng Cộng Sản cho phải phép, phải việc, tránh khỏi những điều rắc rối.

Đối với một chính trị gia ở Hoa Kỳ, thì cách ăn nói phải đạo là thận trọng, tránh đưa ra những nhận xét có thể được giải thích hay được suy diễn như là phân biệt chủng tộc, phân biệt giới tính, chống tuổi già, xúc phạm đến niềm tin tôn giáo, chống các nhóm quyền lực. Có thể nói, phát ngôn phải đạo là cá tính thứ hai của các lãnh tụ chính trị chuyên nghiệp. Họ là những kẻ thường được nuôi dưỡng trong một môi trường với một bản danh sách những cạm bẫy về mặt ngôn ngữ và/hoặc cử chỉ nên tránh khi giao tiếp với quần chúng. Khi phát ngôn trong bất cứ trường hợp nào, họ phải ăn nói và hành xử với sự tự chế cao độ, tránh tất cả mọi sơ hở có thể khiến cho đối thủ hay báo chí khai thác.

---

(10)"Đọc một số tác phẩm chúng tôi thấy tác giả dường như quan tâm đến sự phải đạo nhiều hơn tính chân thật. Có thể gọi loại tác phẩm này là "chủ nghĩa hiện thực phải đạo". Thực ra ngay trong đời sống thực tại, do quy luật của sự thích nghi sinh tồn, dần dần được hình thành những kiểu người "phải đạo" với những cung cách suy nghĩ nói năng ứng xử được xem là "phải đạo". Khái quát những hiện tượng hết sức thực tại này vẫn nảy sinh chủ nghĩa hiện thực phải đạo." Dẫn theo Hoàng Ngọc Hiến, *Về một đặc điểm của văn học nghệ thuật ở ta trong giai đoạn vừa qua*, tạp chí Văn Nghệ, Hà Nội 9/6/1979.

Phân tích sự thành công bất thường của Trump, trong một bài báo có tựa đề "Donald Trump Wins in Battle Against Political Correctness" (Donald Trump thắng trong cuộc chiến chống phát ngôn phải đạo),[11] Jeff Crouere cho rằng dân Hoa Kỳ hiện nay quá chán với vấn nạn di dân bất hợp pháp và hàng rào biên giới chống nhập cảnh lậu. Chẳng có nước nào mà di dân lậu được hưởng nhiều quyền lợi như ở Hoa Kỳ. Theo Trump, trong cái xã hội thích sử dụng lối nói uyển ngữ, sợ mích lòng người này người nọ, giới này giới nọ, không ai dám nói lên sự thật đó. Tại sao? Rõ ràng là vì lợi nhuận. Phe Dân Chủ thì được hưởng lợi nhờ con số những phiếu bầu giá rẻ (cheap votes); còn những nhà tư bản thuộc giới chức quyền uy trong đảng Cộng Hòa thì được hưởng lợi nhờ trả công lao động giá rẻ (cheap labor). Chỉ thiệt hại là thiệt hại cho người dân Hoa Kỳ bị mất việc làm hay trở thành nạn nhân của các hoạt động tội phạm do di dân bất hợp pháp gây ra. Thành ra, lối phát ngôn phải đạo chỉ là một cách tránh trút sự thật, là một thứ phát ngôn không chỉ "ba-phải" mà là *đa phải* làm cho phía nào nghe cũng không cảm thấy mích lòng. Và rồi đâu lại hoàn đó, không hề giải quyết. "Đó là một thứ tai ách hết sức trầm trọng đã gây ra nhiều thiệt hại cho xứ sở chúng ta. Rốt cuộc, nó sẽ phá hủy nước Mỹ nếu không được nhổ đi tận gốc và xóa hẳn dấu vết," theo Crouere.

Trong cuộc tranh luận truyền hình đầu tiên với các ứng cử viên khác thuộc đảng Cộng Hòa, Trump đã đưa ra một lời tuyên bố có tính cách nguyên tắc khi trả lời cho một câu hỏi khúc mắc của bà điều hợp viên Megyn Kelly: "Tôi cho rằng vấn nạn lớn của xứ sở này là lối phát ngôn

---

(11) Jeff Crouere, *Donald Trump Wins in Battle Against Political Correctness*, Christian Post 3/7/2015
http://www.christianpost.com/news/donald-trump-wins-in-battle-against-political-correctness-141154/

phải đạo. Tôi đã bị quá nhiều người phản đối, và nói trắng ra, tôi chẳng dư thì giờ cho thứ phát ngôn phải đạo toàn diện đó. Và nói thực với cô, xứ sở này cũng chẳng dư thì giờ."[12] Sau đó, trong một dịp khác, Trump nhắc lại: "Tôi quá chán ngán với loại chuyện tầm phào phải đạo này."[13] Báo chí gọi Trump là một anti-PC (anti-politically correct): người "chống phát ngôn phải đạo". Tóm lại, Trump xuất hiện như một nhân vật chống lại các định chế và thói quen có sẵn, tạo nên một phản diện từ cách nói, cách dùng chữ và cách diễn tả. Chính thái độ này đã tạo nên tính cách "không giống ai" của Trump. Một Trump phản diện! Nếu phát ngôn phải đạo là không (hay làm ra vẻ không) phân biệt chủng tộc, giới tính, tuổi già, tôn giáo, nghề nghiệp... thì Trump, ngược hẳn lại.

▪ Trước hết, ông không ngại đụng chạm đến vấn đề chủng tộc. Vừa tuyên bố ra tranh cử tổng thống, Trump đề cập ngay đến vấn đề di dân bất hợp pháp mà Hoa Kỳ đang phải đối phó. Thay vì nói quanh co cho phải phép, ông gọi những di dân bất hợp pháp từ Mexico chỉ "mang vào xứ sở này ma túy, tội phạm, hiếp dâm." Không những công kích di dân Nam Mỹ, ông còn công kích cộng đồng Á châu bằng cách bêu riếu cách nói tiếng Anh của người Trung Quốc và Nhật. Trong khi đi vận động ở tiểu bang Iowa vào ngày 25/8, nói về chuyện thương thuyết với người Nhật hay với người Tàu, ông chê họ chỉ là những người chỉ biết đi tìm kiếm lợi nhuận qua các hợp đồng chứ chẳng có chút lịch sự tối thiểu nào.

---

(12) Nguyên văn: "I think the big problem this country has is being politically correct. I've been challenged by so many people and I don't, frankly, have time for total political correctness. And to be honest with you, this country doesn't have time, either."

(13) Nguyên văn: "I am so tired of this politically correct crap".

▪ Trump không ngại phê phán phụ nữ. Ông công kích không thương tiếc, thậm chí sỉ nhục người điều phối viên của đài Fox News, Megyn Kelly, khi bà này đưa ra một câu hỏi khó. Trả lời trong một cuộc phỏng vấn với CNN, Trump chẳng hề ngượng miệng khi nói: "Anh có thể nhìn thấy máu me chảy ra từ mắt bà ấy, máu me chảy ra từ bất cứ cái gì ở bà ta." Trong một lần phỏng vấn khác với tạp chí "Rolling Stone", Trump lại sỉ nhục một phụ nữ khác, ứng cử viên cùng đảng (Cộng Hòa), bà Carly Fiorina, khi cho rằng cái "bản mặt" của bà này chẳng có ai bầu và chẳng có thể là tổng thống của nước Mỹ.

▪ Trump chống thành phần ưu tú và có thế lực của nước Mỹ, kể cả những người thuộc đảng Cộng Hoà của ông. Ông sáng tạo ra một từ ngữ mới để chỉ những đảng viên Cộng Hòa không ủng hộ ông là RINO (Republican In Name Only = Cộng Hoà trên danh nghĩa), tức là "fake Republican" (Cộng Hòa giả). Ông chế giễu danh hiệu "anh hùng" dành cho Thượng Nghị Sĩ McCain. "Ông ta là anh hùng chiến tranh bởi vì ông ta đã bị bắt. Tôi thích những người không bị bắt." Trong một lần khác, Trump cho rằng McCain chẳng làm được gì nhiều cho các cựu chiến binh. "Tôi hết sức thất vọng về John McCain," Trump nói. Ông còn chế giễu một ứng cử viên Cộng Hòa khác gốc Ấn độ là Bobby Jindal khi cho rằng ông ta không đáng được nói chuyện vì chỉ chiếm chưa tới 1% trong các cuộc thăm dò dư luận. Ông phê phán cả Karl Rove, một nhân vật có thế lực của đảng Cộng Hòa và là người đã từng đưa George Walker Bush (Bush-Con) lên làm tổng thống hai nhiệm kỳ.

▪ Trump chống truyền thông. Các ứng cử viên thường rất o bế truyền thông vì sợ các ký giả đưa tin và hình ảnh thiên lệch về họ. Trump khác. Ông bắt bẻ lại người điều phối viên của đài Fox News Megyn Kelly khi bà này đưa ra một câu hỏi hóc búa nhằm làm khó làm dễ mình, thẳng thừng đuổi ký giả Jorge Ramos của đài truyền hình "Noticias Univision" ra khỏi phòng vì ông này phê phán chính sách di dân của ông; gọi bình luận gia tờ Washington Post, George Will, là một "tai họa"; gọi chung những bình luận gia bảo thủ, kể cả Karl Rove, là một "đám thua cuộc" (group of losers).

Điều khôi hài là, chính truyền thông mọi loại, nhất là các đài truyền hình, đã góp phần rất lớn và rất hiệu quả tạo nên hiện tượng Trump. Khai thác tối đa sự tò mò, hiếu kỳ của quần chúng, nhiều đài truyền hình liên tục đưa tin và hình ảnh về Trump: Trump cười, Trump nói, Trump đi, Trump đứng, Trump vung tay múa ngón, ôm vai người này, bá cổ người kia đủ kiểu, đủ dạng, đủ loại. Tiếp sức cho truyền hình là các cuộc thăm dò dư luận, qua đó, điểm của Trump tiếp tục lên cao và cuối cùng, dẫn đầu! Rõ là, truyền thông đã biến một nhân vật phản diện thành chính diện! Hay nói cách khác, Trump vừa là nạn nhân mà cũng vừa là sản phẩm của truyền thông. Phải chăng, chống truyền thông cũng là một cách truyền thông – và là truyền thông có hiệu quả?

Cũng cần nhấn mạnh một điểm: từ lâu, truyền thông nói chung không còn đóng vai trò chủ động và được ưu ái như xưa. Một là, do sự ra đời của các mạng xã hội: người ta truyền tin cho nhau mà không cần đến báo chí; hai là, do cạnh tranh, đưa tin không còn là đưa ra những sự kiện (facts) thuần túy, mà đưa ra những phó sản đã được chế biến theo khẩu vị của các đại gia truyền thông. Thành ra, thông tin hoàn toàn bị nhiễu loạn. Người ta bị đánh lừa vì mập mờ giữa "tin tức (news) và "ý kiến" (opinion), giữa tường thuật (reporting) và bình luận (commentary), giữa "thông tín viên" (reporter) và "bình luận viên" (commentator).

Tránh cái bẫy truyền thông, rất khôn lanh, Trump tự thực hiện bộ máy truyền thông riêng, bằng cách trực tiếp đưa tin đến các "fan" của mình, qua các mạng xã hội, nhất là mạng Twitter. Các "tuýt" của ông vừa là tin, vừa là lập trường và vừa là quyết định. Khi cần, ông ào ạt "tuýt", tạo ra những trận "bão tuýt" (tweetstorms), gây chấn động thương trường và chính trường.

> ▪ Và cuối cùng, Trump chống cả…thế giới (against the World). Theo Trump, dân Hoa Kỳ hiện nay quá chán ngán vì phải "è cổ" trả tiền để nuôi dưỡng đủ thứ tổ chức, hiệp ước và định chế quốc tế, từ Liên Hiệp Quốc và các con đẻ của nó như UNESCO, WHO cho đến khối NATO, từ đồng minh Nam Hàn, Nhật cho đến "Hiệp định Paris về biến đổi khí hậu" (Paris Climate Agreement), từ di dân hợp pháp cho đến di dân bất hợp pháp. Ông cũng cho rằng, chẳng có nước nào mà di dân, kể cả di dân lậu, được hưởng nhiều quyền lợi như ở Hoa Kỳ. Cả thế giới đã đua nhau gửi di dân sang Mỹ để lấy đi công ăn việc làm của người Mỹ và về lâu về dài, chiếm cứ luôn nước Mỹ, theo ông.

Mới đây, tôi chú ý đến nhóm chữ "chain migration", di dân xâu chuỗi. Trong một cuộc phỏng vấn với New York Times ở Florida, Trump khẳng định, "Chúng ta sẽ tống khứ hình thức di dân [giống như] xâu chuỗi, chúng ta sẽ tống khứ xâu chuỗi."[14] "Di dân xâu chuỗi" là một cách nói giễu

---

(14) Nguyên văn: "We have to get rid of chainlike immigration, we have

cợt để chỉ những di dân vào Hoa Kỳ dựa trên quan hệ gia đình. Tức là bảo lãnh diện đoàn tụ: một người có quốc tịch Mỹ hay có "Thẻ xanh" (Green Card) có thể bảo lãnh thân nhân qua Mỹ định cư. Di dân xâu chuỗi, theo Trump, là một đe dọa cho an ninh Hoa Kỳ: những kẻ khủng bố mới đây trên đất Mỹ là di dân hay con cái của di dân [xâu chuỗi]. "Mỗi một khi có một di dân được chấp nhận, thì cánh cửa sẽ mở ra cho nhiều di dân khác vào," nghĩa là tạo thành xâu chuỗi di dân, theo tài liệu của "National Security System" do Trump công bố hôm 25/12/2017. Di dân kéo di dân: vợ, chồng, cha mẹ, con cái, anh chị em. Và các cộng đồng di dân sẽ lớn dần (không hề có chuyện giảm bớt) mang theo tệ nạn, khủng bố, cướp công ăn việc làm của người Mỹ vốn là da trắng và có truyền thống Thiên chúa giáo.

Tống khứ di dân xâu chuỗi! Đó là một trong những mục tiêu lớn của Trump!

Sở dĩ Trump công kích chính sách DACA (Deferred Action for Childhood Arrivals, tạm dịch là "Lệnh hoãn trục xuất") của Obama - cấp cho gần 700 ngàn con cái của những di dân bất hợp pháp, nếu như họ hội đủ một số điều kiện để ở lại đi học - chỉ vì sợ rằng sau khi học xong họ sẽ tìm cách nhập quốc tịch, và hậu quả là, sớm hay muộn, cha mẹ của họ (những di dân bất hợp pháp) cũng sẽ trở thành những cư dân hợp pháp, theo hình thức bảo lãnh xâu chuỗi. Và cứ thế…Tống khứ di dân xâu chuỗi có nghĩa là thay đổi toàn bộ chính sách di dân, đi từ hạn chế một cách nghiêm ngặt cho đến (biết đâu!)…chấm dứt hẳn chuyện di dân: không tỵ nạn, không bảo lãnh, không bốc thăm (visa lottery). Có nghĩa là, nếu chấm dứt di dân xâu chuỗi, thì toàn bộ chính sách di dân rộng rãi, nhân đạo, hào phóng

---

to get rid of the chain."
https://www.salon.com/2017/12/29/here-are-the-bestworst-moments-
from-trumps-new-york-times-interview/

mà nước Mỹ hiến tặng cho toàn nhân loại cả trăm năm qua sẽ trở thành lịch sử. Và cái gọi là "American Dream" sẽ chỉ còn một giấc mơ hoang tưởng!

Tiếp sức với ngôn ngữ là cử chỉ (cử chỉ cũng là một thứ ngôn ngữ, body language). Khác với nhiều ứng cử viên khác, Trump thường hay dùng tay để diễn tả bản thân và ý tưởng của mình. Ông dùng cả hai tay mở rộng, chuyển động lên xuống theo lời nói. Nhìn cách nói chuyện, người ta có cảm tưởng ông là một người đầy cá tính, như bao trùm hết cả khoảng không gian chung quanh. Những ngón tay cũng thế, bao trùm quanh chỗ đứng. Với cung cách đó, "Ông ta tự làm cho mình trở nên rộng hơn về mặt thể xác" và điều đó góp phần làm nổi rõ tính cách của ông ta. "Bàn tay lớn tạo nên nhân vật lớn,"[15] theo nhận xét của Emily Atkin.

Trong cuộc thăm dò dư luận do đại học Suffolk University thực hiện cho tờ "USA Today" (30/9/15),[16] khi được hỏi "hãy diễn tả Trump bằng một từ ngữ duy nhất", người ta "tặng" cho ông một lô chữ (đến 90%) hoàn toàn tiêu cực: idiot (xuẩn ngốc), jerk (xuẩn ngốc), arrogant (kiêu ngạo), clown (hề), selfish (ích kỷ), pompous (đại ngôn), big mouth (to mồm), racist (kỳ thị), rude (thô lỗ)…Ấy thế mà, điểm thăm dò dư luận của Trump vẫn cao, vẫn dẫn đầu so với các ứng cử viên khác. Tại sao? Lý do đơn giản là: họ ủng hộ Trump vì cung cách (style) của ông ta hơn là thực chất (substance), theo giáo sư David McLennan trích dẫn

---

(15) Nguyên văn: "Big hands make a big man." Dẫn theo Emily Atkin, What Language Experts Find So Strange About Donald Trump, Sep 15, 2015. *https://archive.thinkprogress.org/what-language-experts-find-so-strange-about-donald-trump-2f067c20156e/*

(16) Salon.com, *"Jerk," "idiot," "buffoon": Voters choose brutal words to describe Donald Trump.* *http://www.salon.com/2015/09/30/jerk_idiot_buffoon_voters_choose_brutal_words_to_describe_donald_trump/*

qua một bài viết của Husna Haq.[17] Khác hẳn với những lần bầu cử trước, cuộc bầu cử tổng thống năm 2016 có vẻ như là về tính cách lãnh tụ hơn là về các vấn đề chính sách. Haq quả quyết: "Trump không chỉ thách thức các quy luật về sự nghiêm túc chính trị mà còn viết lại chúng." Đừng tưởng cung cách đó chỉ là cảm hứng bất thường, mà xuất phát từ một ý niệm mang tính "triết lý" trong kinh doanh của Trump, cũng theo Haq. Trong cuốn sách bán rất chạy bàn về kinh doanh, "The Art of the Deal" xuất bản vào cuối thập niên 1980, Trump viết: "Tôi chơi với trí tưởng tượng của con người. Tôi gọi đó là thứ ngoa dụ [hyperbole] đáng tin. Đó là một hình thức cường điệu hồn nhiên và là một hình thức thúc đẩy rất hiệu quả."[18]

Chữ và người. Người và chữ

Word matters! Chữ đóng vai trò quan trọng.[19]

Trong một cuộc thăm dò dư luận về trợ cấp xã hội do "National Opinion Research Center" (NORC) thực hiện năm 2006, khi được hỏi tiền trợ cấp xã hội là để "assistance to the poor" (giúp đỡ người nghèo), 65% người được thăm dò đã trả lời là chính phủ chi ra "too little" (quá ít). Nhưng nếu thay "assistance to the poor" bằng "welfare", thì 45% trả lời là nhà nước đã chi ra "too much" (quá nhiều). Mặc dầu về "ý", cả hai đều có nghĩa là giúp đỡ cho người có lợi

---

(17) Husna Haq, *Poll finds Trump 'most electable Republican for 2016.' Really?*, The Chritian Science Monitor, 15/10/2015.
https://www.csmonitor.com/USA/USA-Update/2015/1015/Poll-finds-Trump-most-electable-Republican-for-2016.-Really
(18) Nguyên văn: "I play to people's fantasies. I call it truthful hyperbole. It's an innocent form of exaggeration and a very effective form of promotion." Dẫn theo Husna Haq, bđd.
(19) Nikolai Berdyaev, *Words and Reality in Societal Life.*
Xem: http://www.berdyaev.com/berdiaev/berd_lib/1915_206.html

tức thấp. Sự khác nhau nằm ở cách dùng chữ: "welfare" gợi đến cảnh những người lợi dụng trợ cấp, không chịu đi làm, nên nghe tiêu cực, trong lúc đó, "assistance to the poor" gợi đến cảnh những người gặp hoàn cảnh khó khăn, cần giúp đỡ, nên nghe tích cực hơn.

Thế cho nên, người của công chúng phải học ăn học nói, học gói học đùm, không thể bừa phứa được. Các chính trị gia chuyên nghiệp và giới học giả đều cho rằng thái độ thận trọng và sử dụng ngôn ngữ thích hợp trong cung cách ứng xử với quần chúng là tiêu chuẩn phổ biến, được mọi người chấp nhận. Tiêu chuẩn đó không hẳn lúc nào cũng hay, cũng đúng và cũng gây nên hiệu quả mong muốn, nhưng rõ ràng là một cách ứng xử đầy ưu thế, nhất là đối với những người nổi tiếng. Điều này tạo thành một trục văn hóa quyền lực chi phối giới trí thức, truyền thông và giải trí (Academia-Media-Entertainment Axis). Các nhân vật được đào luyện trong trục văn hóa này thường xuất hiện nghiêm túc, nói những câu, chữ y như đã sắp đặt sẵn, những điều mà hầu như ai cũng có thể đoán trước hay mong đợi được nghe. "Thừa" nhưng "cần".

Trump khác. Chữ nghĩa của Trump là một nghịch đảo đối với trục văn hóa đó. Cung cách chống-phải-đạo của Trump được thể hiện không chỉ ở "ý" mà còn ở "lời". Mỗi một lần xuất hiện, thay vì phải chọn chữ chọn lời, Trump ăn nói tùy tiện, thẳng thừng, không quanh co, sẵn sàng bêu riếu đối thủ, không ngần ngại lột trần sự thật về những đề tài vốn được các chính trị gia khôn ngoan tìm cách tránh trút và sẵn sàng đốp chát với phóng viên hay người phỏng vấn mình. Thay vì lời nói phải trước sau như một (nhất dĩ quán chi = nhất quán) để tạo sự tin cậy, Trump phi-nhất quán. Nhiều lần, Trump *flip-flop* một cách hồn nhiên: hôm nay nói thế này, mai nói thế khác và mốt lại nói khác nữa. Trump tìm thấy trong cách nói đó có nhiều lợi điểm và khai thác tối đa lợi điểm này như một thủ thuật. Trước khi ông đến nói chuyện trong một cuộc tập họp quần chúng nào đó, thường thì khán giả và báo chí không đoán biết ông ta sẽ nói những gì, sẽ sỉ nhục hay xúc phạm những ai và sỉ nhục, xúc phạm kiểu nào. Điều này khêu gợi trí tưởng tượng và sự tò mò của quần chúng, nhất là đối với giới truyền thông, luôn luôn cần tin giật gân. Nhiều phát biểu ứng khẩu của ông nghe bất ngờ, mới mẻ, gây sửng sốt – và thích thú (!) – cho người nghe. Có lúc chúng như những phát súng bắn thẳng vào khán giả hay đối thủ. Chả thế mà, so với các đối thủ, Trump tiêu rất ít tiền để quảng cáo, nhưng lại hưởng được sự chú ý tối đa của ngành truyền thông. Giới kinh tế gia ước tính cách quảng cáo không công này tiết kiệm cho Trump cả tỷ đô la nếu phải thuê bao trực tiếp.

▪ Khi tấn công **đối thủ**, Trump nói xách mé, "xuy tỷ"[20] cá nhân, và đặc biệt, sử dụng một phương pháp độc đáo: chụp mũ. Trump quả là bậc thầy trong nghệ thuật này. Chụp mũ là tìm một nhược điểm nổi bật nào đó của đối thủ, đặt cho nó một biệt danh ngắn gọn, cụ thể, dễ nhớ và có tính cách tiêu cực. Bằng cách lặp đi lặp lại nhiều lần, biệt danh này trở thành nhân cách, bản sắc, thói quen hay quan điểm của người đó. Chế giễu dáng người nhỏ nhắn, thấp bé của Rubio là "small Rubio" (Rubio bé con). Hay cái tật hay uống nước của ông này khi đi vận động là "sweat Rubio" (Rubio chảy mồ hôi); chế giễu Hillary về việc bà này bỏ phiếu ủng hộ cuộc xâm lăng Iraq (rồi sau đó, xin lỗi) hay sử dụng email cá nhân để làm việc công (rồi sau đó xin lỗi) là *crooked Hillary* (Hillary lươn lẹo); chế giễu cung cách vận động từ tốn, đơn điệu của Jeb Bush là *low-energy Jeb*

---

(20) 吹毛求疵 = xuy mao cầu tỷ = thổi lông tìm vết

(Jeb yếu sức) hay số tiền quyên góp khá nhiều của Jeb là *"puppet of the donors"* (con bù nhìn của những người tài trợ). Có thể nói, tuy đơn sơ, khôi hài và thậm chí hạ cấp, chụp mũ là một đòn tu từ độc hiểm, gây nên một hiệu quả đáng kể. Các đối thủ của Trump dường như bất lực, không tìm ra được cách đối phó, ngoài những phản ứng khá thụ động hay im lặng chịu trận.

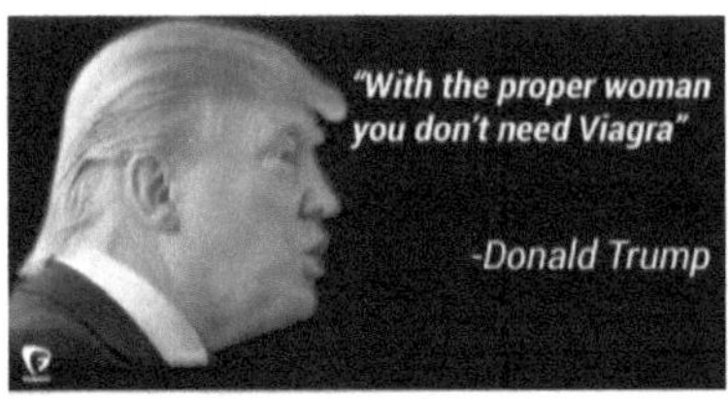

▪ Bênh vực **mình**, Trump sử dụng một cách diễn đạt khác: khoe. Ông khoe giàu, khoe giỏi, khoe thành công, khoe thành đạt…Những nhà nghiên cứu cho đó là thứ ngôn ngữ gây xúc động (emotionally-charged language), tuy khó nghe, nhưng lại khiến cho Trump có vẻ thành thật (hơn các ứng cử viên khác).[21]

▪ Ngôn ngữ của Trump, nói chung, có tính sỉ nhục và kỳ thị. Sỉ nhục và kỳ thị là đánh thẳng vào cảm tính người nghe để tạo xúc động. Chẳng hạn, khi đòi xây bức tường ở biên giới Mexico-Mỹ hay cấm người Hồi giáo nhập cư, ông tạo một ấn tượng sâu sắc đối với những người Mỹ chống di dân và chống Hồi giáo.

▪ Mặt khác, trong lúc các chính trị gia thường thích

(21) Daily Mail, *Donald Trump's language could win him the presidency,* Jun 25, 2016.
Xem: *http://www.dailymail.co.uk/sciencetech/article-3502925/Donald-Trump-s-language-win-presidency-Candidates-use-emotional-words-votes-times-crisis.html*

dùng những danh từ nghe "kêu" (big words) nhưng ý nghĩa thì chung chung, lắm khi rỗng tuếch, chẳng mang thêm điều gì mới mẻ thì Trump, ngược lại, sử dụng loại từ ngữ trực tiếp, cụ thể, ngắn gọn, nhiều lúc nghe có tính cách "đàn bà".

Để thấy rõ sự khác biệt này, giáo sư ngữ học Mark Yoffe Liberman,[22] đại học Pennsylvania, so sánh cách dùng chữ của Trump với một ứng cử viên điển hình khác là Jeb Bush. Bush hay dùng những chữ như "chiến lược", "chính phủ", "tổng thống", "Hoa Kỳ" hay "tăng trưởng", "nhà nước"; còn Trump thích dùng chữ "tôi" và chữ "Trump". Khoảng 8 trong 13 chữ mà Trump hay dùng chỉ có một vần và những chữ hai vần thường rất giản dị như "very", "China" và "money".

Không khác mấy với Jeb Bush, Hillary Clinton thường dùng những chữ nặng tính suy tư và kế hoạch như "gia đình", "kinh nghiệm", "thành tích", "trợ cấp", vân vân. Sau đây là bảng đối chiếu hai cách "xài" chữ khác nhau qua một số phát biểu của Hillary và Trump:

Hillary	Trump
Like it or not, women are always subject to criticism if they show too much feeling in public.(Dù thích hay không, phụ nữ luôn luôn dễ bị phê bình nếu họ bày tỏ quá nhiều xúc cảm giữa chốn công cộng)	*With the proper woman you don't need Viagra* (Với người phụ nữ thích hợp thì bạn không cần đến Viagra)
I have a million ideas. The country can't afford them all. (Tôi có cả triệu ý tưởng. Nhưng đất nước không thể dung chứa tất cả chúng).	*I'm really rich* (Tôi giàu thực sự)

---

(22) Emily Atkin, bđd.

The difference between a politician and a statesman is that a politician thinks about the next election while the statesman thinks about the next generation. (Sự khác nhau giữa một chính trị gia và một chính khách là chính trị gia thì suy nghĩ về cuộc bầu cử sắp tới trong khi chính khách thì suy nghĩ về thế hệ sắp tới)	*Part of the beauty of me is that I am very rich.* (Một phần trong cái đẹp nơi tôi là tôi rất giàu)
If I want to knock a story off the front page, I just change my hairstyle. (Nếu tôi muốn lấy đi một câu chuyện ra khỏi trang chính, tôi chỉ cần thay kiểu tóc)	*My life has been about winning. My life has not been about losing.* (Đời tôi chỉ toàn là thành công. Đời tôi không hề thất bại)
Human rights are women's rights, and women's rights are human rights. (Quyền con người là quyền phụ nữ và quyền phụ nữ là quyền con người)	*I've said if Ivanka weren't my daughter, perhaps I'd be dating her.* (Tôi đã nói là nếu Ivanka mà không phải là con gái tôi, có lẽ tôi sẽ hẹn hò với nàng)

Chữ nghĩa của Hillary mang phong cách "truyền thống": nghiêm túc, lịch sự, trí thức.

Chữ nghĩa Trump hoàn toàn "phá cách": khoe khoang, ngược ngạo, bất ngờ.

Đó là một điểm.

Khi phát biểu quan điểm, chính kiến hay chính sách này nọ, thì Trump còn đặc biệt hơn nữa.

Đề cập đến Iran:

Look, having nuclear—my uncle was a great professor and scientist and engineer, Dr. John Trump at MIT; good genes, very good genes, OK, very smart, the Wharton School of Finance, very good, very smart —you know, if you're a conservative Republican, if I were a liberal, if, like, OK, if I ran as a liberal Democrat, they would say I'm one of the smartest people anywhere in the world — it's true!—but when you're a conservative Republican they try—oh, do they do a number—that's why I always start off: Went to Wharton, was a good student, went there, went there, did this, built a fortune—...

Đề cập đến việc thay thế Obamacare:

We have to come up, and we can come up with many different plans. In fact, plans you don't even know about will be devised because we're going to come up with plans — health care plans — that will be so good.

Đề cập đến việc Obama gài máy nghe lén:

Well, I've been reading about things. I read in, I think it was January 20 a "New York Times" article where they were talking about wiretapping. There was an article, I think they used that exact term. I read other things. I watched your friend Bret Baier the day previous where he was talking about certain very complex sets of things happening, and wiretapping. I said, 'Wait a minute; there's a lot of wiretapping being talked about.' I've been seeing a lot of things.

Lối phát biểu của ông trông rườm rà, đứt đoạn, lòng thòng; đã thế, có lúc ngưng ngang ở giữa câu và chuyển qua ý khác, khiến cho người ta khó ghi chép lại một cách trung thực. Theo ký giả Daniel Libit, các phát biểu của ông là cơn ác mộng của thông tín viên. "Bất cứ khi nào chúng tôi hoàn tất một bản ghi chép những gì ông nói, luôn có một cái gì ở trong đó khiến cho ta tự hỏi chẳng biết ông đang nói gì."

Một số ký giả mệnh danh lối phát biểu của ông là *word salad*,[23] xà lách chữ. Gì vậy?

Word salad là những chữ hay nhóm chữ được chọn lựa một cách tình cờ, tùy tiện liên kết với nhau trong một cấu trúc bất khả tri, có tính cách hỗn loạn (disorganized speech) thường xuất phát từ vấn đề tâm thần. Phải chăng Trump đã nói những điều "vô nghĩa" (nonsense)? Không! Trump là một bậc thầy về cách sử dụng ngôn ngữ,[24] theo William Cummings: chữ một đàng nghĩa một nẻo. *Dzậy mà không phải dzậy!* Muốn hiểu ông, phải vượt ra ngoài những gì ông nói theo nghĩa đen. Cố vấn Kellyanne Conway của Trump giải thích rõ hơn: Trump nói bằng trái tim. Theo bà, sở dĩ người ta không hiểu ông chỉ vì "muốn nghe những gì thoát ra khỏi miệng ông hơn là nhìn vào những gì thoát ra từ trái tim ông," còn nhân dân Hoa Kỳ thì hiểu ngay những gì ông nói vì họ nhìn thấu trái tim của ông. Một cách giải thích mang tính phe phái, "nói lấy được" để tuyên truyền chính trị.

Thực ra, thường thì các phát ngôn trực tiếp bao giờ cũng lộn xộn, đó là tật chung, nên chẳng phải chỉ có Trump mới nhiều "xà lách chữ". Để tránh xà lách chữ, những chính trị gia khôn ngoan luôn luôn đọc những gì đã soạn sẵn. Trump không cần. Ông thích phát biểu trực tiếp, không giấy tờ.

---

(23) Nguyên văn: "The term word salad refers to a random words or phrases linked together in an often unintelligible manner. Often, a listener is unable to understand the meaning or purpose of the phrase. Mental health issues can often be the cause of disorganized speech such as word salad. Word salad is a "confused or unintelligible mixture of seemingly random words and phrases."
http://examples.yourdictionary.com/examples-of-word-salad. html#dUDDrTbe1L4TaPl9.99
(24) William Cummings, *Trump is a master of language.*
https://www.usatoday.com/story/news/politics/2017/02/17/trump-rhetoric-techniques/97463770/

Trump thích "xà lách chữ". Với Trump, đó là một nghệ thuật và khai thác tối đa nghệ thuật này. Vì thế, ngôn ngữ của Trump được George Lakoff, một trong những nhà ngữ học nổi tiếng Hoa Kỳ, người sáng lập ra môn "Ngữ Học Tri Nhận" (Cognitive Linguistics) từ những năm đầu thập niên 1970, khảo sát một cách nghiêm túc và hàn lâm hơn. Cùng với triết gia Mark Johnson, ông đề ra lý thuyết "Ẩn dụ ý niệm" (conceptual metaphor), giải thích vai trò của ý niệm trong việc hình thành ẩn dụ, vốn là nguồn suối căn bản của tư tưởng con người.[25] Lakoff cho biết, ngay từ khi Trump mới ra tranh cử tổng thống, "Tôi đã sử dụng Ngữ Học Tri Nhận để tìm hiểu hiện tượng Trump." Theo ông, ngôn ngữ là một phương tiện dùng để tổ chức và truyền đạt tin tức, do đó, là một kho chứa kiến thức về thế giới, một tập hợp những phạm trù có ý nghĩa giúp con người tiếp thu, đối phó với những kinh nghiệm mới và tích trữ những kinh nghiệm cũ. Nói khác đi, kinh nghiệm và thái độ của một cá nhân đối với những vấn đề xã hội và chính trị được "kết khung" (framed)[26] trong những cấu trúc ngôn ngữ. Ngôn ngữ kích hoạt mạch cơ cấu não bộ (frame-circuits), giúp não bộ nắm bắt và lý giải những gì chúng ta trải qua trong hiện thực. Một mặt, nó phản ảnh những nhu cầu, quyền lợi, mối quan tâm cũng như kinh nghiệm cá nhân và mặt khác, định hình cách ta suy nghĩ và hành động về phương diện xã hội và chính trị.

Chính vì vậy, bằng cách sử dụng ngôn ngữ để kích hoạt, người ta có thể chi phối cách thức người khác suy nghĩ và hành động. Càng nghe nhiều, càng bị kích hoạt. Một từ ngữ hay một nhóm từ ngữ, nếu được lặp đi lặp lại

(25) Về quan niệm ẩn dụ ý niệm, xem ở Trần Hữu Thục, *"Ẩn dụ, cuộc phiêu lưu của chữ"*, phần "Ẩn dụ ý niệm":
https://damau.org/archives/27623
(26) Kết khung (framing) là một bộ những ý niệm và lý thuyết, qua đó, cá nhân hay tập thể tổ chức, nhận thức và truyền đạt về hiện thực.

đến một độ nào đó, sẽ tự biến thành thường trực, kết khung trong óc não và từ đó, thay đổi nhãn quan của chúng ta đối với thế giới. "Bằng cách để cho Trump kích hoạt ý tưởng của ông vào trong óc não, chúng ta [vô hình trung] tăng cường mạch thần kinh (neurocircuitry) cho những ý tưởng này [mà không biết]. Điều đó cho phép Trump chiếm lĩnh vùng vô thức của chúng ta, vì 98% tư tưởng chúng ta vốn là vô thức," theo Lakoff. Ông cho rằng Trump đơn giản chỉ dùng những cơ cấu diễn ngôn có hiệu quả để truyền đạt những gì ông muốn truyền đạt cho các khán giả của mình. "Tôi đã tìm thấy rằng ông ta rất cẩn thận và rất có chiến lược trong cách sử dụng ngôn ngữ. Trump thường bắt đầu một câu và ngừng lại để cho những người ủng hộ ông chấm dứt trong đầu họ cái mà ông ta nói. Họ dường như thấu đạt và chấp nhận (từ trước) những gì ông ta nói mà không cần phải nghe hết câu. Đó là một phản ứng vô thức, tự động, nhất là những khi mà câu, chữ tuôn ra một cách rất nhanh chóng." (…) "Những người thuộc đảng Dân Chủ và hầu hết truyền thông đều cho rằng Trump là một tên hề, một ngôi sao của chương trình truyền hình hiện thực không nắm vững vấn đề." (…) "Chín tháng trước cuộc bầu cử, tôi đã bàn về việc Trump đã vận dụng óc não của những người lắng nghe ông như thế nào cho có lợi cho mình." (…) "Tư tưởng vô thức hoạt động dựa trên những cơ cấu căn bản nào đó. Trump sử dụng chúng một cách bản năng để quay não trạng của họ hướng về những gì ông muốn: uy quyền tuyệt đối, tiền tài, quyền hành và danh tiếng."[27]

Tóm lại, theo nhà ngữ học này, cách nói của Trump là chiến lược, không phải là một thứ trộn chữ hổ lốn. Đó là sản phẩm của đầu óc, chứ không phải của trái tim! Chính

---

[27] George Lakoff, *Understanding Trump's use of language.*
https://socialeurope.eu/understanding-trumps-use-language

vì thế, trong một bài báo viết vào giữa tháng 11/2018,[28] ông lên tiếng phê phán truyền thông Hoa Kỳ "đã không làm tròn công việc của mình", vì đã để cho Trump tiếp tục lợi dụng, khi phân tích cách dùng chữ của Trump trong các "tuýt". Theo ông, Trump đã biến chữ thành vũ khí qua mạng Twitter. Bằng cách "tuýt" những điều đôi khi không giống ai, hoặc là "nói lấy được", ông thường tạo ra những tin tức nổi bật, có tính gây "sốc". Những dòng chữ ngắn ngủi, đa phần có thể nảy sinh bất chợt từ trong đầu óc của ông, khi xuất hiện, thường làm xáo trộn thị trường, phá vỡ mối bang giao quốc tế và hâm nóng không khí chính trị hàng ngày. Lakoff nhận xét: cái điện thoại cầm tay của Trump trở thành một trong những vũ khí mạnh mẽ nhất trong lịch sử chính trị thế giới. Chữ nghĩa trong các "tuýt" của Trump, nói chung, là vô trách nhiệm và rất phi-tổng thống (un-presidental), nhưng chúng khống chế và "kiểm soát chu kỳ tin tức", cũng theo Lakoff.

Lakoff phân các "tuýt" của Trump thành bốn loại:

1) kết khung (frame) trước để chiếm lợi thế;

2) làm lệch hướng sự chú ý về chuyện khác khi một tin tức nào đó đang gây bất lợi cho mình;

3) chuyển hướng dư luận: quy lỗi cho người khác;

4) thả bóng thăm dò.

Bất cứ cái "tuýt" nào của Trump, dù đó là tự tâng bốc mình, đưa sai số liệu, sỉ nhục đối thủ hay chê bai, gây gổ với thuộc cấp, bạn bè và đồng minh, trước sau bất nhất, vân

---

(28) George Lakoff and Gil Durán, *Trump is using Twitter to manipulate the country. Here's how to stop falling for it.* *https://www.sacbee.com/opinion/california-forum/article193085404. html?fbclid=IwAR0Tni_AhGttatK3gG4PUerjOVffJOaY0BIshB_veznfROmdrAPAElzncRc*

vân, là đều có dụng ý. Điều này, theo Lakoff, "sản xuất ra một hiệu quả mà ngữ học tri nhận gọi là "ảo giác hội tụ" (focusing illusion) trên người đọc và người nghe. Trong lúc nhiều người cho rằng truyền thông Hoa Kỳ đã đồng loạt và liên tục công kích, gây hại cho Trump, Lakoff lại quả quyết Trump đã sử dụng phương tiện truyền thông để thao túng dư luận, làm lợi cho mình; điều này đã chuyển đổi một cách căn bản hình thức truyền thông của một tổng thống Mỹ. Rốt cuộc, điều nghịch lý diễn ra: truyền thông, trong mục đích chống lại Trump, thì lại hoạt động giống như là đại lý tiếp thị (marketing agency) của Trump. Trump trở thành một "thử nghiệm thô bạo" (brutal test) đối với nhân dân Mỹ. Ông chẳng cần giấu giếm ý định của mình khi nói thẳng với những người làm báo, "Tôi đang kiểm soát lợi tức của các vị. Như các vị đã biết, tôi kiểm soát cách các vị kiếm sống. Và tôi có thể lấy nó đi bất cứ khi nào tôi muốn. Vậy thì tốt nhất là các vị hãy chơi đẹp với tôi."[29]

Từ đảng-tranh đến Trump-tranh

Trump thay đổi diện mạo nền chính trị Hoa Kỳ.

Hoa Kỳ theo chế độ lưỡng đảng. Hai đảng thay nhau nắm quyền trong vòng mấy trăm năm qua là Dân Chủ và Cộng Hòa. Giành giật niềm tin của cử tri dựa vào các chính sách nòng cốt của mỗi đảng[30] để nắm quyền, đó là cái "job"

---

(29) Nguyên văn: He's essentially saying to the press, "I have control over your income, I have control over, you know, how you earn your living. And I can take it away whenever I want. And you had better be nice to me."

(30) Tạm tóm tắt như sau:

Đảng Dân Chủ: tả khuynh (left-leaning), tự do (liberal), gắn liền với sự tiến bộ và bình đẳng, ủng hộ một chính phủ mạnh để cải cách xã hội, ủng hộ mở rộng chính sách di dân, hạn chế sử dụng vũ lực trong các tranh của hai đảng, tạm gọi là "đảng-tranh". "Đảng tranh" là chuyện thường ngày trong sinh hoạt chính trị ở Hoa Kỳ trên hầu hết mọi lãnh vực. Thế nhưng, kể từ khi Trump xuất hiện, tranh chính sách và đường lối thì ít, mà "Trump-tranh" (hay tranh-Trump) thì nhiều. Bênh ai, chống ai, bênh gì, chống gì không qua khỏi một hình bóng: Trump! Vị tổng thống này là đỉnh cao của ý thức hệ bảo thủ. Đỉnh cao nên lúc nào cũng nóng hôi hổi! Bênh hay chống, đụng đến Trump, ai cũng có cảm giác như tay mình cầm hòn lửa. Không khéo "handle" thế nào cũng phỏng tay.

Thực tình mà nói, tôi không ngạc nhiên về những người chống đối Trump, nhưng vô cùng ngạc nhiên về những người ủng hộ ông. Tại sao họ vẫn trung thành (gần như tuyệt đối) với ông dù ông trải qua bao nhiêu sóng gió? Theo Katherine "Katty" Kay,[31] xướng ngôn viên

chấp quốc tế, tăng thuế người có lợi tức cao đồng thời giảm thuế cho người có lợi tức thấp, ủng hộ phá thai, ủng hộ đồng tính, chuyển giới, ủng hộ kế hoạch hóa gia đình, chủ trương bảo hiểm y tế toàn dân, hạn chế án tử hình, hạn chế sử dụng quân sự ở nước ngoài, do đó, chỉ từ từ gia tăng ngân sách quân sự, hạn chế và kiểm soát việc sử dụng súng vì sự gia tăng các vụ giết người hàng loạt cũng như sự vô trách nhiệm của những người sở hữu súng.

Đảng Cộng Hòa: hữu khuynh (right-leaning), bảo thủ (conservative), gắn liền với công lý và tự do kinh tế, khuyến khích sự cạnh tranh, ai làm việc giỏi thì lợi nhuận nhiều (survival of the fittest), giới hạn sự can thiệp của chính phủ vào những vấn đề nội trị, chủ trương mạnh mẽ trong ngoại giao, có thái độ cứng rắn với Iran, chủ trương gia tăng ngân sách quân sự và ủng hộ giải pháp quân sự nếu cần, chịu ảnh hưởng tôn giáo và truyền thống, hạn chế di dân, ủng hộ kiểm soát chặt chẽ biên giới, ủng hộ cắt giảm thuế đồng đều cho người giàu cũng như người nghèo và để cho thị trường kiểm soát lương tối thiểu, ủng hộ án tử hình, chống phá thai, chống hôn nhân đồng tính vì tin rằng nếu hợp pháp hóa chúng sẽ làm tan rã cơ cấu xã hội, ủng hộ bảo hiểm y tế tư nhân, ủng hộ quyền giữ vũ khí (tu chính án thứ 2), ủng hộ mang súng ở nơi công cộng.

(31) Katty Kay, *Why Trump's Supporters Will Never Abandon Him*, BBC News, 23/8/2017.
https://www.bbc.com/news/world-us-canada-41028733

của BBC World News, Trump được ủng hộ và ngưỡng mộ không phải vì những gì Trump "tán thành" mà vì những gì Trump "chống lại": chống giới quyền uy và trí thức (anti-establishment, anti-elite), chống truyền thông (anti-media) và chống…thế giới (against the World), như đã đề cập ở phần trên.[32] Con người đặc biệt này dẫn đến một hiệu quả đặc biệt: hiện tượng tôn sùng. Không cần biết Trump đúng hay Trump sai, những "Trump fans" (người ủng hộ Trump) vẫn theo Trump một cách kiên trì, cuồng nhiệt và gần như vô điều kiện. Không "Trump fans" chắc chắn là không có Trump-tổng-thống. Họ ủng hộ Trump chỉ vì Trump là nhân vật duy nhất có thể thực hiện được những điều họ muốn. Và Trump trở nên tự do: ông có thể vi phạm hay thậm chí bước qua giới hạn đạo đức chính trị, nếu cần, miễn là thực hiện, hay chí ít, "nói lên" nguyện vọng của họ: thay đổi hẳn một nước Mỹ như ta từng biết cho đến nay.

Sự tôn sùng cá nhân ở các nước độc tài thường được thực hiện qua một hệ thống tuyên truyền dối trá: tẩy não. Hiện tượng tôn sùng Trump hoàn toàn ngược lại: không có một bộ máy tuyên truyền nào đứng đàng sau ông. Trump tự phơi bày chính mình, tự tuyên truyền cho chính mình. Ông luôn luôn xuất hiện như một Trump nguyên vẹn, không giống ai, đầy cá tính. Thay vì "tốt khoe xấu che", ông để cho cá tính của mình bộc lộ thoải mái, không cần che đậy. Nó biến ông thành một người mà đối thủ của ông có thể sử dụng bất cứ hình dung từ nào xấu nhất để mô tả, những là *idiot* (xuẩn ngốc), *arrogant* (kiêu ngạo), *nut* (gàn dở), những là *clown* (hề), *pompous* (đại ngôn) vân vân và vân vân. Bất ngờ là, điều đó, thay vì dìm ông xuống, lại đẩy ông lên, hấp dẫn những "fans" của ông. Chống-Trump gây ra phản động lực: Phò-Trump! Trong lúc một số trong giới tinh hoa thuộc đảng Cộng Hòa cũng như giới có trình độ

(32) Tiểu mục "Nhảy vào chính trường: chống phát ngôn phải đạo"

đại học ở các đô thị chia tay với Trump, thì đa phần số cử tri nòng cốt vốn đã từng đưa ông vào Tòa Bạch Ốc vẫn trung thành. Do đó, sự lên tiếng chống đối Trump của những nhân vật tai to mặt lớn phe Cộng Hoà như cựu tổng thống Bush-Con, James Mattis, Mitt Romney, Colin Powell… hầu như rất ít ảnh hưởng đến họ. Trump nắm vững sự kiện này nên chiến lược tranh cử của ông là "thỏa mãn khối người ủng hộ" mình trước (base first strategy).

Khối người đó là ai?

Theo nghiên cứu của những nhà chuyên môn, đó là những cử tri cư ngụ ở các vùng nông thôn, là giới thợ thuyền ở các tiểu bang công nghiệp hiện bị suy đồi do chủ trương toàn cầu hóa và điện tử hóa, nhất là những người có lập trường bảo thủ cư ngụ ở vùng đất nội địa, xa biển gọi là "heartland". "Heartland" là một thuật ngữ địa lý để chỉ những tiểu bang Hoa Kỳ không tiếp giáp với biển. Ngoài ra, "heartland" còn có nghĩa là "vùng địa lý trung tâm của Hoa Kỳ trong đó những giá trị chính mạch hoặc truyền thống chiếm ưu thế," theo từ điển Merriam-Webster.[33] Do đó, nó còn là một thuật ngữ văn hóa, ám chỉ phẩm tính và giá trị của những người lao động chân tay (blue collar): siêng năng, cần cù, mộc mạc, giản dị, đàng hoàng. Khối người này là hình ảnh một nước Mỹ cũ, da trắng, ổn định, có căn có gốc, luôn giữ gìn truyền thống, tin tưởng vào các giá trị Thiên Chúa giáo; ngược hẳn lại với khối người sống ở các vùng đô thị và vùng biển (coastal) là những nơi chịu ảnh hưởng nặng nề của di dân: đa chủng, đa văn hóa, phi truyền thống và không ổn định. Họ không tin truyền thông vì theo họ, xu hướng chung của truyền thông Mỹ là phiến diện, có xu hướng tự do (liberal), thiên về vùng biển, không mấy

(33) Nguyên văn: The central geographical region of the U.S. in which mainstream or traditional values predominate.
https://www.merriam-webster.com/dictionary/heartland

khi quan tâm đến những nhu cầu của "heartland". Làm gì thì làm, miễn là phải trả lại khung cảnh của một nước Mỹ với các giá trị truyền thống của nó, thứ giá trị mà theo họ, đã làm cho nước Mỹ vĩ đại trước đây. Hiểu điều này, ta mới hiểu hai chữ "great again" (vĩ đại trở lại) được sử dụng trong khẩu hiệu tranh cử 2016, "Make America Great Again" (MAGA), của ông. "Vĩ đại trở lại" mang ý nghĩa của nước Mỹ cũ, nước Mỹ truyền thống. Chẳng thế mà, nó thỏa mãn khối người bảo thủ, vốn là thành phần nòng cốt của đảng Cộng Hòa.

Trump nắm bắt được nguyện vọng cốt tủy của thành phần này. Chỉ cần thỏa mãn nguyện vọng đó là đủ, còn những thứ linh tinh khác thì sao cũng được. Chả thế mà trong một lần vận động tranh cử năm 2016, ông không ngần ngại tuyên bố, "Tôi có thể đứng ngay giữa Đại Lộ Số Năm (Fifth Avenue), bắn [chết] một ai đó mà không bị mất bất cứ cử tri nào."(34) Cách nói "không giống ai" như thế này, quả thực, chỉ tìm thấy ở Trump, chẳng thể ở ai khác.

Phe Dân Chủ thường cho rằng phong trào MAGA đơn thuần chỉ là "hiện tượng sùng bái Trump" (a cult of Trump voters). Thực ra, hiện tượng này vượt qua khỏi tầm vóc của một cá nhân. Trump được ủng hộ chỉ vì ông đã biết *chiều theo* sự quan tâm cốt tủy của giới cử tri "cựu trào" bảo thủ và nói lên tiếng nói của họ, nhất là về vấn đề di dân. Hình như Trump vẫn không, hay chưa, nhận ra điều này, nên [có ảo] tưởng rằng người ta ủng hộ ông chỉ vì ông là Trump. Sự lầm lẫn này rất có thể khiến ông sẽ bị một nhân vật khác vượt qua trong tương lai gần: Ron DeSantis, đương kim Thống đốc bang Florida. DeSantis được gọi là một "bản sao của Trump" (Trump clone), có thể là người sẽ loại bỏ

(34) Nguyên văn: "The polls, they say I have the most loyal people (...) Where I could stand in the middle of Fifth Avenue and shoot somebody and I wouldn't lose any voters, okay?" (2016)

Trump (the Man Out-Trumping Trump) vì ông này "mở ra một triển vọng xán lạn cho chủ nghĩa Trump (Trumpism) mà không có hành lý và tính ích kỷ của Trump."[35]

Thua giả

Trên đây là phân tích một Trump thắng: thắng trong tranh cử, trong nghệ thuật chinh phục sự nhiệt thành của cử tri, trong các chính sách độc đáo của mình. Trump thắng đã rất đặc biệt, thì Trump thua cũng lạ lùng! Thua nhưng không phải là thua. Thua giả. Vì sao?

Rigged Election! Voter Fraud! Election Fraud! Bầu cử gian lận!

Bầu cử gian lận là một nhóm chữ rất quen thuộc, vốn để chỉ một thực trạng chính trị tiêu cực thường xảy ra ở các nước thế giới thứ ba: kẻ cầm quyền tráo phiếu hay thậm chí tự bỏ thêm phiếu để bảo đảm thắng lợi, cho phép họ tiếp tục nắm quyền một cách hợp pháp. Nhưng đây là Mỹ, nơi mà tính dân chủ từ hàng thế kỷ đã thấm sâu vào máu người dân, một mặt; và mặt khác, được bảo đảm bằng luật pháp và sự kiểm soát nghiêm ngặt, do đó, nếu có gian lận thì chỉ là những hiện tượng hoàn toàn cá biệt. Đã từng có những kiện cáo về bầu cử gian lận trước đây. Nhưng với Trump thì khác. Ông cho rằng gian lận bầu cử ở Mỹ, từ lâu, đã là một hiện tượng quy mô, có tính chất hệ thống. Ông

---

(35) Rich Lowry, *DeSantis and the new Republican Party*, National Review March 30, 2022. Xem:

https://www.crowrivermedia.com/independentreview/news/opinion/ guest_columns/commentary-desantis-and-the-new-republican-party/ article_6a465fb2-ac52-11ec-ad20-cfd28e75efcf.html biến nhận xét đó thành một luận điểm. Luận điểm này vừa là một cách đánh giá và phê phán hiện thực Mỹ, vừa áp đặt một cái nhìn tiêu cực về đất nước Hoa Kỳ dưới sự lãnh đạo của những chính quyền Cộng Hoà cũng như Dân Chủ trước đây. Ông sử dụng nó như một tiền đề, chuẩn bị cho cuộc tranh cử năm 2016. Và tiếp tục sử dụng nó quyết liệt hơn khi thất cử năm 2020.

Gian lận bầu cử có lẽ là cách nhìn "nhất quán" hiếm thấy ở con người không mấy khi xem trọng cung cách "nhất dĩ quán chi" này.

Ngay từ lâu, trước khi nhảy vào chính trường, Donald Trump đã khẳng định nước Mỹ là một nước thuộc "Thế giới thứ ba" (Third World country) so với Dubai hay Trung Quốc. Khi Obama mới đắc cử tổng thống nhiệm kỳ đầu (2008), Trump đã lên tiếng phê phán bầu cử Mỹ là một trò "bôi bác" (travesty), chẳng có gì đáng gọi là dân chủ cả. Đến khi Obama thắng cử lần thứ hai (2012), Trump gọi đó là hậu quả của một hình thức bầu cử "bất công lớn lao và ghê tởm" (great and disgusting injustice).[36] Ông kêu gọi những người không-bỏ-phiếu-cho-Obama phải chống đến cùng kiểu bầu cử mà đã làm cho (một người như) Obama thắng cử. Năm 2016, vài tuần trước khi cuộc bầu cử tổng thống diễn ra, Trump lại tiếp tục lên tiếng cảnh báo về bầu cử gian lận vì theo ông, nó hoàn toàn bị ngành truyền thông ủng hộ Hillary lừa bịp và bóp méo thông tin. Khi ông thắng cử và Hillary tuyên bố thua cuộc, Trump vẫn tiếp tục tố cáo cuộc bầu cử (mà ông thắng) là gian lận, vì nhờ đó mà Hillary hơn ông đến ba (3) triệu phiếu phổ thông. Trong suốt cuộc vận động tái tranh cử năm 2020 chống lại Biden, ông lặp đi lặp lại nhóm chữ "bầu cử gian lận" hàng chục lần để lên án một cuộc bầu cử chưa diễn ra. "Cách duy nhất

---

(36) Xem: *https://www.itv.com/news/update/2012-11-07/donald-trump-our-country-is-now-in-serious-trouble/*

mà tôi thất cử trong cuộc bầu cử này [ngày 3/11/2020] là nếu nó gian lận," đó là lời khẳng định của Trump vào ngày 17/8/2020, ba tháng trước khi bầu cử, tại cuộc vận động tranh cử ở Oshkosh, bang Wisconsin. "Cách duy nhất" đó xảy ra: Trump thất cử.

Ai gian lận?

Trump và những người ủng hộ ông tố cáo đảng Dân Chủ đã "ăn cắp" cuộc bầu cử.[37] Thực ra, như đã nêu trên, chính những người trong đảng Cộng Hòa hay thân-Cộng Hòa, thân-Trump hay "chịu ơn" Trump, đã "ăn cắp" giùm cuộc bầu cử cho Biden. Đó là một danh sách dài những nhân vật Cộng Hòa tai to mặt lớn thuộc cả ba ngành lập pháp, tư pháp và hành pháp: các cựu bộ trưởng Jeff Session, Jim Mattis, Mark Esper, Rex Tillerson, Alex Azar, các cựu cố vấn John Kelly, John Bolton, Kellyanne Conway, các thống đốc hay cựu thống đốc Cộng Hòa Brian Kemp (Georgia), Doug Ducey (Arizona), Mike DeWine, John Kasich, Chris Christie … và đài Fox. Đó là chưa kể đến cựu tổng thống George Bush, cựu ngoại trưởng Colin Powell, cựu giám đốc truyền thông tòa Bạch Ốc Anthony Scaramucci, cựu giám đốc an ninh mạng Christopher Krebs và "The Lincoln Project," một siêu ủy ban vận động chính trị "Đoạn Tuyệt Trump" (Never-Trump) của một nhóm chức sắc Cộng Hòa. Ngoài ra, cũng phải kể đến Phó Tổng thống Mike Pence, Thượng Nghị Sĩ Mitch McConnell và hầu hết các thẩm phán của Tối Cao Pháp Viện tiểu bang và liên bang, trong đó, nhiều người do tổng thống Trump bổ nhiệm, nhất là ba thẩm phán Tối Cao Pháp Viện liên bang (SCOTUS = The Supreme Court of the United States): Neil Gorsuch, Brett Kavanaugh và Amy Coney Barrett. Hoặc không thừa nhận là có gian lận trong bầu cử, hoặc chấp nhận ông Biden

---

(37) Khẩu hiệu chính trong các cuộc biểu tình ủng hộ Trump sau bầu cử (11/2020) là "Stop the Steal" (Chận đứng trò ăn cắp).

thắng cử, hoặc bác bỏ các vụ kiện cáo gian lận khi được đưa ra tòa hay đưa lên Tối Cao Pháp Viện.

Đảng Dân Chủ và Biden gian lận như thế nào? Đó là hình thức "bầu bằng thư".

"Bầu bằng thư" (mail-in voting), hay "bầu khiếm diện" (absentee voting), là hình thức bầu cử tồn tại từ thời Nội Chiến (1861-1865), dành cho những cử tri không thể đi bầu trực tiếp trong ngày bầu cử. Đó là những người bị bệnh tật, những người đang sinh sống hay làm việc ở nước ngoài (quân nhân, nhân viên các tòa đại sứ, sinh viên du học) hay những người đi công tác xa. Bầu cử bằng thư là cách hiệu quả nhất để tăng thêm số lượng cử tri đi bầu (turnout). Năm 2020, do đại dịch, các tiểu bang đều chấp nhận mở rộng hình thức bầu bằng thư vì nếu không, số lượng cử tri đi bầu sẽ rất thấp (low turnout), điều mà không giới chức bầu cử nào mong muốn.

Tuy nhiên, bầu bằng thư, theo Trump, "thực sự phá hoại hệ thống của chúng ta. Nó là một hệ thống hư hỏng. Nó làm cho người ta hư hỏng ngay đối với những người mà bản tính họ không hư hỏng, vì họ trở nên hư hỏng quá dễ dàng. Họ có thể kiếm ra ngay bao nhiêu phiếu mà họ cần. Họ đợi, và đợi và rồi họ tìm ra chúng."[38] "Họ" đây là đảng Dân Chủ. Sao gọi là hư hỏng? Phiếu bầu bằng thư đa phần là của người da đen và da màu; và đa phần phiếu bầu này đều dồn cho ứng cử viên Dân Chủ. Do đó, bầu bằng thư là bất hợp lệ, là gian, theo Trump. Ông đã nhiều lần khẳng định: "Nếu [chỉ] đếm những phiếu bầu hợp lệ, tôi thắng cử một cách dễ dàng. Nếu đếm cả những phiếu bất hợp lệ, họ có thể tìm cách đánh cắp [thắng lợi] của chúng ta."

Cái nhìn chắc nịch này của Trump đối với hình thức bầu bằng thư đã trở thành một chất keo kết dính những

---

(38) Xem: *https://abcnews.go.com/Politics/trump-longstanding-history-calling-elections-rigged-doesnt-results/story?id=74126926*

người ủng hộ Trump trong đảng Cộng Hòa. Họ đã cùng với Trump tiến hành một cuộc "thập tự chinh" hậu-bầu-cử dai dẳng, quy mô, ồn ào, đầy kịch tính với một kế sách đồng bộ nhằm lật ngược kết quả bầu cử, kéo dài từ sau ngày bầu cử cho đến ngày tổng thống mới Biden nhậm chức và tiếp tục kéo dài cho đến… không biết khi nào mới chấm dứt. Có lẽ đây là lần đầu tiên, một nước "đại dân chủ" như Mỹ lại xảy ra chuyện cáo buộc bầu cử gian lận quy mô. Và đây cũng là **lần đầu tiên trong lịch sử bầu cử thế giới, tổng thống và đảng cầm quyền tố cáo đảng đối lập gian lận bầu cử.** Tổ luật sư của Trump vận dụng tất cả ngón nghề và kẽ hở luật pháp để kiện, từ tiểu bang này đến tiểu bang khác, từ tòa dưới đến tòa trên, từ Tối Cao Pháp Viện tiểu bang lên Tối Cao Pháp Viện liên bang. Kiện liên tục đến nỗi báo chí gọi là họ đã "lạm dụng tòa án" (abuse of courts), "lạm dụng hệ thống luật pháp" (abuse of legal system) vì nhiều vụ kiện rất "không giống ai". Trump thua tất cả các vụ kiện cáo (60 vụ). Lý do rất đơn giản: các quan tòa từ tiểu bang đến liên bang và cả Tối Cao Pháp Viện Hoa Kỳ (liên bang), nơi phe bảo thủ chiếm đến 6/9 thẩm phán, trong đó, có ba chánh án do ông bổ nhiệm, không tìm thấy bằng chứng của "gian lận bầu cử". Và cuối cùng, ông thua luôn một vụ tháu cáy phút cuối cùng vào ngày 6/1/2021 khi ông tập hợp những người ủng hộ ông tiến vào tòa nhà Quốc Hội để làm áp lực.

Biến cố ngày 6/1/2021

6/1/2021 là ngày lịch sử, một "tác phẩm" độc đáo của tổng thống Donald Trump! Báo chí Hoa Kỳ gọi ngày này là "The January 6 Insurrection" hay "2021 United States Capitol Attack". Hôm đó, có lẽ cũng như hàng triệu người

Mỹ khác, tôi ngồi im trên ghế salon gần như suốt ngày, đầu óc căng thẳng dán mắt lên màn truyền hình, theo dõi diễn tiến từng phút, từng giây tình hình bạo loạn ở Điện Capitol, trụ sở Quốc Hội Hoa Kỳ, tưởng như nền dân chủ Mỹ đến hồi kết thúc. Để hình dung lại khung cảnh có một không hai này, xin ghi lại diễn tiến những giờ phút nghẹt thở trong ngày lịch sử đó:[39]

▪ 6:00 – 10:30 sáng

Đám đông hàng ngàn người ủng hộ Trump tập trung gần công viên Ellipse (Washington D.C.), theo lời kêu gọi của Trump trong một cái "tuýt" vào ngày 19/12: "Biểu tình lớn ở D.C. vào ngày 6/1. Hãy đến đó, sẽ rất là sôi động."

Trump nói chuyện điện thoại với nhiều viên chức Tòa Bạch Ốc.

Văn phòng phó Tòa Bạch Ốc Tony Ornato thông báo với Trump là có nhiều người tham dự mang theo vũ khí. Trump bảo đừng lo, họ là những người ủng hộ Trump, không hại Trump.

Cuộc biểu tình mang tên "Save America Rally" bắt đầu với phát biểu của hai người con của Trump.

▪ 10:47 sáng

Sau hai người con, cựu thị trưởng New York Rudy Giuliani phát biểu, nói với đám đông là "hãy thử chiến đấu" và thúc giục những nhà lập pháp lật ngược kết quả bầu cử.

---

(39) USA Today, *Timeline: How the storming of the U.S. Capitol unfolded on Jan. 6.*
https://www.usatoday.com/in-depth/news/2021/01/06/dc-protests-capitol-riot-trump-supporters-electoral-college-stolen-election/6568305002/
và:
https://www.cnn.com/2022/07/10/politics/jan-6-us-capitol-riot-timeline/index.html

▪ 11:50 sáng

Diễn giả chính, tổng thống Trump, phát biểu. Mở đầu, ông đòi gỡ bỏ những tấm kim loại chắn đạn bảo vệ ông, để ông cảm thấy không ngăn cách với những người tham gia biểu tình. Ông nói hơn một tiếng đồng hồ.

▪ 01:00 chiều

Các nhà lập pháp hai viện họp chung tại Hạ Viện để kiểm phiếu Cử Tri Đoàn.

01:10 chiều

Cuối bài diễn văn, Trump nói: "Chúng ta chiến đấu đến cùng, và nếu các bạn không chiến đấu đến cùng, các bạn sẽ không còn một đất nước nữa. Vì vậy, chúng ta sẽ đi bộ xuống đại lộ Pennsylvania. Tôi yêu đại lộ Pennsylvania, và chúng ta sẽ đến Điện Capitol."

Nghe lời Trump, những người biểu tình bắt đầu tiến tới Điện Capitol và giằng co với cảnh sát trên thềm điện.

▪ 01:19 chiều

Trump trở lại Tòa Bạch Ốc.

▪ 01:26 chiều

Cảnh sát Capitol ra lệnh sơ tán Thư viện Quốc Hội, Tòa nhà Madison và Văn phòng Cannon House trên đại lộ Độc Lập đối diện Điện Capitol.

▪ 1:40 chiều

Thị trưởng D.C. Muriel Bowser ra lệnh giới nghiêm toàn thành phố bắt đầu vào lúc 6:00 chiều hôm đó cho đến 6:00 sáng hôm sau.

▪ 1:46 chiều

Dân biểu Elaine Luria (Dân Chủ) "tuýt", cho biết bà đang được sơ tán sau khi tin cho biết có bom gài bên ngoài.

"Những người ủng hộ tổng thống đang cố đột nhập vào Điện Capitol và tôi nghe nhiều tiếng súng nổ."

▪ 2:00 chiều

Điện Capitol được lệnh đóng cửa.

▪ 2:11 chiều

Những người biểu tình chọc thủng hàng rào cảnh sát phía tây Điện Capitol. Sau đó, họ leo lên tường.

▪ 2:15 chiều

Tại Tòa Bạch Ốc, cố vấn Cipollone đề nghị Trump nên đứng ra can thiệp để chặn đứng những người biểu tình.

▪ 2:22 chiều

Có tin phó tổng thống Mike Pence đã được hộ tống khỏi Thượng Viện.

▪ 2:24 chiều

Trump "tuýt": "Mike Pence không có can đảm làm cái cần phải làm để bảo vệ Đất Nước và Hiến Pháp chúng ta là cho phép các tiểu bang xác nhận những cử tri đoàn chính xác, chứ không phải là những cử tri đoàn gian dối hay không chính xác đã được họ xác nhận trước đây. Nước Mỹ đòi hỏi sự thật!"

▪ 2:28 chiều

Dân biểu Cộng Hòa thân-Trump Marjorie Taylor Greene đòi hỏi tổng thống lên tiếng xoa dịu đám đông.

▪ 2:33 chiều

Đài C-SPAN tường trình những người biểu tình băng qua hành lang, tiến vào Hạ Viện và Thượng Viện.

▪ 2:35 chiều

Cựu văn phòng trưởng Tòa Bạch Ốc đề nghị Trump cần phải kêu gọi đám đông rút khỏi Điện Capitol.

▪ 2:38 chiều

Trump "tuýt": "Xin hỗ trợ cảnh sát Capitol và Cơ quan Thực thi Pháp luật của chúng ta. Họ thực sự đứng về phía Đất Nước của chúng ta. Hãy giữ bình tĩnh."

▪ 2:39 chiều

Những người biểu tình đập phá cửa sổ Điện Capitol. Họ lật hàng rào chắn, ẩu đả với cảnh sát, tràn vào Hạ Viện.

▪ 2:44 chiều

Có tiếng súng nổ ở Hạ Viện.

▪ 2:47 chiều

Thông tín viên báo Huffington Post "tuýt" hình ảnh các người biểu tình đang ở trên bục Hạ Viện.

▪ 2:53 chiều

Dân biểu Alex Mooney (Cộng Hòa) "tuýt" là ông đã được hộ tống an toàn ra khỏi Hạ Viện. Ông nói là ông và những dân biểu khác đã được cung cấp mũ trùm đầu, ống thở dưỡng khí và mặt nạ chống cháy và chống hơi độc.

▪ 2:55 – 3:00 chiều

Dân biểu Tim Burchett (Cộng Hòa) gửi tin nhắn: "Nghe tiếng súng nổ."

Dân biểu Kevin McCarthy, trưởng khối thiểu số Hạ Viện, năn nỉ Trump kêu gọi đám đông giải tán. Trump không nghe.

▪ 3:03 chiều

Những người biểu tình đang ở trong Thượng Viện.

Các phụ tá trong Tòa Bạch Ốc soạn thảo lời tuyên bố lên án các hành vi bạo động, nhưng không công bố.

▪ 3:13 chiều

Trump "tuýt": "Tôi yêu cầu mọi người đang ở trong Điện Capitol giữ bình tĩnh. Không được bạo động! Xin nhớ rằng, CHÚNG TA là Đảng của Luật Pháp và Trật Tự - hãy tôn trọng Luật Pháp và lực lượng cảnh sát. Cám ơn!"

▪ 3:15 chiều

Ivanka Trump, con gái tổng thống, gọi đám đông là "những người yêu nước" và yêu cầu họ không được bạo động.

▪ 3:31 chiều

Sean Hannity, người dẫn chương trình nổi tiếng của đài Fox, "tuýt" đề nghị tổng thống lên tiếng yêu cầu đám đông rời thủ đô một cách hòa bình.

▪ 3:34 chiều

Một phụ nữ biểu tình, Ashli Babbitt, 35 tuổi, cựu chiến binh, tử vong vì vết thương quá nặng sau khi bị cảnh sát bắn trong lúc tìm cách trèo vào cửa sổ Điện Capitol.

▪ 3:51 chiều

Một ngàn Vệ Binh Quốc Gia thuộc D.C. đã được điều động đến tăng cường cho lực lượng bảo vệ luật pháp địa phương.

▪ 4:05 chiều

Những lãnh tụ quốc hội đã được di tản khỏi Điện Capitol.

▪ 4:17 chiều

Trong một video được "tuýt" ra kéo dài hơn một phút, Trump nói: "Tôi biết nỗi đau của các bạn. Tôi biết các bạn bị thương tổn. Chúng ta đã có một cuộc bầu cử bị kẻ khác ăn cắp. Ai cũng biết đó là một cuộc bầu cử mà chúng ta thắng lớn, nhất là phe bên kia. Nhưng lúc này các bạn nên về nhà. Chúng ta nên bình tĩnh. Chúng ta có luật pháp và trật tự….Vậy, các bạn nên về nhà. Chúng tôi yêu các bạn, các bạn thật tuyệt vời…Tôi biết tấm lòng các bạn. Nhưng hãy về nhà và về nhà trong hòa bình."

Một số "tuýt" Trump gửi cho những người biểu tình bị xóa bỏ. Công ty Twitter cấm tổng thống không được "tuýt" trong vòng 12 tiếng. Lúc đầu, họ chặn đứng các "tuýt" của ông và không cho phép bình luận hay chuyển cho người khác, rồi sau đó, cấm hẳn.

▪ 6:01 chiều

Trump "tuýt", cho biết mọi chuyện xảy ra là vì cuộc bầu cử mà ông thắng vẻ vang đã bị tước đoạt một cách trắng trợn khỏi tay những người yêu nước.

▪ 8:00 tối

Quốc Hội trở lại làm việc, tiếp tục đếm phiếu Cử Tri Đoàn. Trên bàn chủ tọa, Phó Tổng Thống Pence tuyên bố những kẻ làm rối loạn Quốc Hội đã thua.[40]

Thượng Nghị Sĩ Mitch McConnell, trưởng khối đa số Cộng Hòa Thượng Viện gọi những sự kiện xảy ra là một "cuộc bạo loạn thất bại." (a failed insurrection).

Tổng kết: có 5 người chết và ít nhất 68 người bị bắt. Khám phá hai trái bom, một gài tại Ủy Ban Quốc Gia đảng Dân Chủ và một tại Ủy Ban Quốc Gia đảng Cộng Hòa.

Nền dân chủ vĩ đại nhất trên hành tinh đã được bảo vệ!

Nhưng biến cố chính trị mang đầy dấu ấn của Donald Trump này chắc chắn sẽ để lại một di chứng lâu dài trong lịch sử Hoa Kỳ mà hậu quả tiêu cực của nó chưa ai lường trước được. Chính vì thế, Hạ Viện Hoa Kỳ đã thành lập

---

(40) "To those who wreaked havoc in our capitol today, you did not win." (Mike Pence).

"Ủy Ban Hạ Viện Đặc Biệt điều tra cuộc tấn công 6/1 vào trụ sở Quốc Hội Hoa Kỳ" (The U.S. House Select Committee to Investigate the January 6th Attack on the United States Capitol), gọi tắt là "Ủy Ban 6/1" (House Jan. 6 Committeee) gồm có 6 dân biểu Dân Chủ và 2 dân biểu Cộng Hòa. Bắt đầu từ ngày 27/7/2021, Ủy Ban đã tiến hành các cuộc phỏng vấn/thẩm vấn những người đã trực tiếp hay gián tiếp dính líu đến cuộc tấn công Điện Capitol. Tính cho đến tháng 5/2022, Ủy Ban đã lập hơn 125 ngàn hồ sơ qua các cuộc phỏng vấn/thẩm vấn hơn 1000 nhân chứng, bao gồm nhiều khuôn mặt nổi tiếng trên chính trường Hoa Kỳ, trong đó, có cả những thành viên trong gia đình tổng thống Trump như Donald Trump Jr., Ivanka Trump và chồng Jared Kushner, cùng những phụ tá hàng đầu ở Tòa Bạch Ốc thời Trump cũng như các nhân viên cấp dưới đã có mặt trong những cuộc họp quan trọng hoặc có hiểu biết về các sự kiện đặc biệt liên hệ.

Với những gì Ủy Ban thu thập được, theo các nhà làm luật, rất có thể cựu tổng thống Donald Trump sẽ bị truy tố ra tòa vì đã có âm mưu lật ngược kết quả cuộc bầu cử tháng 11/2020. Đó là một điều "khó khăn", nhưng "cần thiết", theo bà Liz Cheney, nữ dân biểu Cộng Hòa, Phó chủ tịch Ủy Ban, con gái của cựu phó tổng thống Dick Cheney. Bà cho rằng, nếu không truy tố Trump, điều này sẽ là một đe dọa lớn hơn cho Hiến Pháp Hoa Kỳ.

*

Đêm hôm đó, tôi thức cho đến 3 giờ 40 sáng ngày hôm sau để chứng kiến cảnh làm việc không biết mệt mỏi của hơn 500 vị dân cử Quốc Hội Hoa Kỳ thông qua phiếu bầu đại cử tri, chính thức xác nhận vị tổng thống thứ 46 của Hoa Kỳ, lòng nhẹ hẳn đi. Chỉ trong có mấy tiếng đồng hồ vào buổi chiều ngày 6/1/2021 và rạng sáng ngày 7/1/2021, chúng ta chứng kiến hai Donald Trump hoàn toàn khác nhau: một Trump bướng bỉnh, hùng hổ, tự tin, đứng trên bục hô hào những người ủng hộ cuồng nhiệt của ông tiến về trụ sở Quốc Hội; và một Trump ôn tồn, dè dặt, thận trọng, đồng ý chuyển quyền (dù không chính thức) một cách trật tự cho đối thủ, sau khi Quốc Hội đã chính thức xác nhận Biden đắc cử.

Tôi không hề mừng vì ông Biden đắc cử mà mừng vì cơ chế dân chủ lâu đời của Mỹ không bị phá vỡ.

Sáng ngày 19/1/2021, trong bài diễn văn từ biệt dài gần 20 phút, tổng thống Trump nói, "Tuần lễ này, chúng ta có chính quyền mới và cầu nguyện cho chính quyền đó thành công trong việc giữ gìn một nước Mỹ an ninh và thịnh vượng. Chúng ta gửi những lời chúc tốt đẹp nhất đến họ và mong muốn họ có nhiều may mắn…" (..) "…bây giờ trong khi tôi sửa soạn giao quyền hành cho chính quyền mới vào trưa thứ Tư, tôi muốn nhắc nhở quý vị là phong trào mà tôi khởi xướng chỉ mới bắt đầu."[41]

Sáng sớm ngày 20/1/2021, tổng thống Donald Trump lặng lẽ rời khỏi tòa Bạch Ốc, trở thành "cựu". Nhìn chiếc trực thăng cất cánh chở ông bay vòng vòng trên bầu trời rồi hướng về phía phi trường, tôi thở dài nhẹ nhõm, pha chút ngậm ngùi. Trong buổi lễ tiễn biệt cảm động ở phi trường Joint Base Andrews, nhiều người tham dự đã rơi nước mắt, kể cả cô con gái cưng Ivanka Trump. Phát biểu tại đó, ông khẳng định, "Chúng ta sẽ trở lại [Tòa Bạch Ốc] dưới một hình thức nào đó." (…) "Tôi mong muốn chính quyền mới gặp nhiều may mắn và đạt nhiều thắng lợi. Tôi nghĩ là họ sẽ thành công lớn." Trả lời phóng viên Alex Wagner, trong

---

(41) Xem: *https://trumpwhitehouse.archives.gov/briefings-statements/ remarks-president-trump-farewell-address-nation/*
hoặc:
Video: *https://www.youtube.com/watch?v=kaXFAuQiR5A*

chương trình truyền hình "The Circus: Inside the Greatest Political Show on Earth", Hogan Gidley, cựu thư ký báo chí tòa Bạch Ốc cho biết, người đứng bên cạnh ông nói là có cảm giác đang dự "một đám tang"; một người khác thì than thở, "đất nước chết rồi."

Ra đi, Trump và những người ủng hộ ông tiếp tục tiến hành công việc chống "bầu cử gian lận" bằng nhiều hình thức khác nhau:

▪ Biến lời tố cáo "gian lận bầu cử" thành một "ý thức hệ": Bằng cách lặp đi lặp lại một cách liên tục, công khai và dứt khoát vào bất cứ tình huống nào lời tố cáo gian lận bầu cử, Trump và những người ủng hộ ông tìm cách bào mòn uy tín và phi pháp hóa chính quyền Biden. Tháng 5/2022, trong một buổi nói chuyện với cử tri, Trump cho biết là ông sẽ viết một cuốn sách với tựa đề "The Crime of the Century" (Tội ác của thế kỷ) phê phán tính cách không liêm chính của hệ thống bầu cử của Mỹ. So sánh với cách bầu cử của Pháp, ở đó, người ta chỉ sử dụng phiếu bầu trực tiếp, bầu ngay trong ngày, cả hai cách bầu bằng thư (absentee voting) và bầu sớm (early voting) của Mỹ đều đưa đến gian lận vì các phiếu bầu có thể dễ dàng sửa đổi khi giữ trong kho. Đó là một trò lừa đảo, ăn cắp, một tội ác, theo ông.[42]

▪ Tiến hành kiểm toán phiếu bầu (election audit): Tuân theo "chỉ thị" của Trump, các nhà lập pháp Cộng Hòa tiến hành việc kiểm toán phiếu bầu không những ở một số tiểu bang tranh chấp mà Trump thua phiếu như Arizona,[43]

---

(42) Xem: *https://www.businessinsider.com/trump-crime-century-says-writing-book-about-stolen-election-lies-2022-5*

(43) Kết quả công bố kiểm toán (audit) ở Arizona do đảng Cộng Hòa thuê vào hôm 23/9/2021 từ "Maricopa County Board of Supervisors", cho thấy không những không có gian lận, mà số phiếu bầu của Biden còn nhiều hơn số cũ 99 phiếu trong lúc Trump mất thêm 261 phiếu.

Philadelphia, Wisconsin, Georgia, mà còn ở cả Texas, nơi ông thắng và thắng lớn.

▪ Tiến hành cải cách bầu cử: Trong khoảng thời gian từ ngày 1 tháng 1 đến ngày 27 tháng 9 năm 2021, ít nhất 19 bang nơi đảng Cộng Hòa chiếm đa số trong quốc hội đã ban hành 33 luật hạn chế quyền tiếp cận phiếu bầu (restrict voting access).[44] Những luật này làm cho việc bỏ phiếu bằng thư và bỏ phiếu sớm (early voting) trở nên khó khăn hơn bằng cách áp đặt các đòi hỏi về kiểm tra ID cử tri khắc nghiệt hơn và nhiều quy định chặt chẽ khác nhằm mục đích hạn chế tối đa việc bầu cử bằng thư. Hơn 400 dự luật với các điều khoản hạn chế quyền tiếp cận bỏ phiếu đã được đưa ra ở 49 bang trong các phiên họp lập pháp năm 2021.

Sau đây là một số điểm chính trong các luật cải cách bầu cử:

▪ Cử tri có ít thời gian hơn và khó khăn hơn khi đòi hỏi phiếu bầu khiếm diện.

▪ Sẽ có những quy định nghiêm ngặt hơn về ID khi đòi hỏi phiếu bầu khiếm diện.

▪ Sẽ là bất hợp pháp nếu các viên chức bầu cử gửi đơn xin phiếu bầu khiếm diện đến cử tri. Ở Texas, các viên chức phụ trách bầu cử có thể đối mặt với truy tố tội hình sự nếu họ khuyến khích cử tri làm đơn xin phiếu bầu bằng thư. Ở Iowa và Kansas, người ta có thể đối mặt với các cáo buộc hình sự vì gửi giúp phiếu bầu nhân danh những cử tri cần giúp đỡ, chẳng hạn như những cử tri có khuyết tật.

Ngoài ra, cũng trong mục đích hạn chế ảnh hưởng của phiếu bầu bằng thư, có những quy định:

---

(44) Xem: *https://www.brennancenter.org/our-work/research-reports/voting-laws-roundup-october-2021*

▪ Giới hạn tối đa số lượng các thùng bỏ phiếu bầu khiếm diện (drop box).

▪ Hạn chế thời gian đi bầu sớm.

▪ Hạn chế việc gia hạn giờ bầu phiếu trong trường hợp có rắc rối xảy ra.

Luật bầu cử mới ở Georgia còn quy định: Không được mang đồ ăn thức uống đến cho cử tri đang sắp hàng đợi vào phòng phiếu. Nghe thì buồn cười, nhưng luật mới không ngoài mục đích hạn chế số cử tri bầu cho đảng Dân Chủ. Ở những khu vực có nhiều cử tri lợi tức thấp (hầu hết là da đen), người đi bầu thường mang theo con cái khi đứng sắp hàng, có khi phải đợi nhiều tiếng đồng hồ mới đến phiên, nên thân nhân phải mang đồ ăn và nước uống đến cho họ. Hiện tượng này hiếm thấy hoặc không hề có ở những cử tri da trắng. Luật cấm mang đồ ăn rõ ràng là để hạn chế số cử tri đi bầu cho đảng Dân Chủ.

Tóm lại, với lý thuyết "bầu cử gian lận", những người ủng hộ Trump tiến hành cùng lúc một chiến dịch quy mô, vừa về tâm lý vừa về luật pháp để thúc đẩy những thay đổi có lợi cho đảng Cộng Hoà, mà mục đích tối hậu là hạn chế tối đa số cử tri có khuynh hướng bỏ phiếu cho đảng Dân Chủ, trong đó, có hình thức bầu cử bằng thư.

Về phương diện cá nhân, Trump tiếp tục củng cố "chủ nghĩa Trump" theo cách của ông. Các Đại Công Ty Công Nghệ, thường được gọi là "Big Tech" như Facebook, Twitter, Google, đình chỉ tài khoản của ông, nhưng không có mấy tác dụng. Ngoài việc lập ra một công ty riêng của mình, Truth Social, ông vẫn xuất hiện dài dài trên tất cả mọi hệ thống truyền thông. Dù không thích Trump hay chống Trump, truyền thông vẫn cần ông. Hễ có dịp phát biểu là ông tố cáo gian lận bầu cử, kể cả khi đi dự một đám cưới,[45] hay khi Putin mang quân tấn công Ukraine.[46]

Rõ ràng là Trump, trong một thời gian ngắn ngủi, đã để lại một dấu ấn riêng biệt, sâu đậm trong chính trường Hoa Kỳ và thế giới. Dù đúng hay sai, hợp lý hay không hợp lý, tiêu cực hay tích cực, những quyết định của Trump đã làm thay đổi bộ mặt nước Mỹ và thế giới. Trump không những không tìm cách tự điều chỉnh mình để thích ứng với thế giới và với vai trò tổng thống của Mỹ như một siêu cường, mà buộc thế giới và nhân dân Mỹ phải thích ứng với chính bản thân Trump. Chính điều này đã làm cho Trump thành công mà đồng thời cũng khiến cho Trump thất bại.

Trump xuất hiện như một người lạ mặt:

Lạ nhân dáng.
Lạ nết người.
Lạ ăn lạ nói.
Lạ đi lạ đứng.
Tóc tai lạ.
Chữ ký lạ.
Ngôn ngữ lạ.
Hành trạng lạ.
Chính sách lạ.
Lúc nào nhìn ông, tôi cũng cảm thấy lạ.
Lạ hơn cả nhân vật tiểu thuyết…hậu hiện đại!

---

(45) Tạp chí "The Week", *Trump takes mic at wedding and talks about election being rigged*, 30/3/2021.
https://www.theweek.in/news/world/2021/03/30/trump-takes-mic-at-wedding-and-talks-about-election-being-rigged.html
(46) Nhật báo "New York Daily News", *Trump says Russia is invading Ukraine because of 'rigged' U.S. election*, 23/2/2022.
https://www.nydailynews.com/news/politics/us-elections-government/ny-trump-russia-ukraine-rigged-election-20220224-pyk3w2uz6bddppsg7sktiavb64-story.html

Donald Trump lạ mặt, rốt cuộc, khiến cho Hoa Kỳ cũng trở thành một nước…lạ mặt!

*

Lời cuối: Bài viết mang nhiều tính chất thời sự này là tổng hợp của bảy (7) bài viết về cựu tổng thống Donald Trump kể từ ngày ông xuất hiện trên chính trường Hoa Kỳ vào năm 2015 cho đến tháng 2/2021 đi trên các trang mạng Da Màu, Văn Việt, Bâu Xít Việt Nam, Diễn Đàn Thế Kỷ, được nhuận sắc và cập nhật với những tin tức mới nhất trong thời gian vừa qua, trong cố gắng dựng lại chân dung sống động của một nhân vật lịch sử đương đại.

(7/2022)

"NỘI CHIẾN" NGÔN NGỮ Ở UKRAINE

Không phải tất cả những gì viết bằng tiếng Nga đều thuộc về văn chương Nga, hoặc thuộc về (nước) Nga. Những nhà văn Ukraine viết tiếng Nga không viết về người Nga mà về người Ukraine.

Andrey Kurkov

Bối cảnh lịch sử và chính trị

Ukraine là nước lớn thứ hai ở Âu châu, sau Nga, với diện tích 603.628 km², xấp xỉ tiểu bang Texas (695.622 km²), gần gấp đôi Việt Nam (331.212 km²). Theo kiểm tra dân số tháng 1/2022 (*www.ukrstat.gov.ua.*), thì Ukraine (không kể bán đảo Crimea đã bị Nga sáp nhập) có 41.167.336 người, trong đó, 77.8 % là người Ukraine và 17.3% là người Nga với 67% nói tiếng Ukraine và 24% nói tiếng Nga.[1]

Dẫu vậy, Tổng thống Nga Vladimir Putin nhiều lần khẳng định "Không hề có một nước gọi là Ukraine"! Ngay từ đầu một bài viết quan trọng của mình, "On the Historical Unity of Russians and Ukrainians" (Về sự thống nhất lịch

---

[1] Wikipedia.

sử của người Nga và người Ukraine)[2] công bố trên trang mạng của điện Kremlin ngày 21/7/2021, Putin không úp mở xác định rằng "người Nga và người Ukraine là một dân tộc - một toàn thể duy nhất,"[3] vì Nga và Ukraine có cùng một gia tài và một vận mệnh chung. Cái gọi là căn cước quốc gia Ukraine hiện nay chỉ là một sản phẩm của các thế lực nước ngoài, theo ông.

Hai nước Ukraine và Nga quả thực đã cùng chia sẻ một lịch sử khá phức tạp, nhưng lập luận này rõ ràng xuất phát từ một ám ảnh lâu đời của tinh thần đế quốc Nga.

Từ thế kỷ thứ 9 đến thế kỷ 13, một quốc gia Đông-Slave (East Slavic) đầu tiên có tên gọi là Kievan Rus' xuất hiện, với một lãnh thổ rộng lớn và đông dân nhất Âu châu thời đó; trung tâm của nó là Kyiv, thủ đô Ukraine hiện nay, mà các nước Belarus, Russia, và Ukraine đều xem là nguồn gốc của họ. Vào thế kỷ 12, trong lúc người Nga dần dần tách khỏi Kievan Rus' và hình thành một quốc gia riêng, thì những cuộc chiến tranh tương tàn cùng với sự xâm lăng của Mông Cổ đã khiến Kievan Rus' suy yếu và cuối cùng, bị sáp nhập vào vương quốc Polish-Lithuanian. Dẫu vậy, di sản văn hóa và tôn giáo của nó là nền tảng cho tinh thần quốc gia Ukraine về sau, giúp hình thành một nước Ukraine mới gọi là Cossack Hetmanate vào thế kỷ thứ 17, sau một cuộc nổi loạn chống người Ba Lan. Quốc gia này giữ vững độc lập trong vòng hơn 100 năm (1648-1764) mặc dầu bị nước Nga ép chế. Đến nửa sau thế kỷ 18, Cossack Hetmanate lại suy đồi và hoàn toàn bị đế quốc

---

(2) Vladimir Putin, *On the Historical Unity of Russians and Ukrainians*. Xem:

http://en.kremlin.ru/events/president/news/66181

(3) Nguyên văn: "During the recent Direct Line, when I was asked about Russian-Ukrainian relations, I said that Russians and Ukrainians were one people – a single whole" (Vladimir Putin).

http://en.kremlin.ru/events/president/news/66181

Nga sáp nhập. Người Ukraine chịu đựng cảnh mất nước thêm gần 200 năm nữa cho đến khi Nga hoàng bị sụp đổ năm 1917: Ukraine được hưởng một thời gian ba năm độc lập ngắn ngủi (1917-1920). Nhưng sau đó, khi chế độ cộng sản Liên Xô vững mạnh, Ukraine hoàn toàn lại nằm dưới sự thống trị của người Nga. Ukraine chỉ giành lại được độc lập hoàn toàn khi chế độ Liên Xô tan rã vào năm 1991.

Dù đất nước triền miên chìm trong khủng hoảng do di sản của chế độ cộng sản hay do tham nhũng, do thiếu khả năng và nhiều vấn đề linh tinh khác, người dân Ukraine vẫn cương quyết theo đuổi lý tưởng dân chủ của mình: từ năm 1991 đến nay, Ukraine có tất cả 6 tổng thống được bầu lên theo thể thức dân chủ.[4] Gay cấn nhất là cuộc bầu cử năm 2004 với hai ứng cử viên đại diện cho hai khuynh hướng đối chọi nhau: Viktor Yushchenko thân Tây phương còn Viktor Yanukovych thân Nga. Yushchenko, do lập trường chống Nga của mình, nên bị tình báo Nga đầu độc, được cứu sống nhưng với một khuôn mặt bị biến dạng. Viktor Yanukovych đắc cử, nhưng bị phát hiện là gian lận, nên dân chúng biểu tình đòi hủy bỏ kết quả. Khi bầu lại, Yushchenko đắc cử. Điều này khiến mâu thuẫn giữa hai nước Nga và Ukraine càng thêm gay gắt.

Trong cuộc bầu cử năm 2010, Yanukovych trở lại chính trường, cam kết đưa Ukraine thân thiện với châu Âu và rồi đắc cử tổng thống sau những năm kinh tế suy sụp dưới thời Yushchenko. Năm 2013, Yanukovych thay đổi lập trường, quay sang thắt chặt quan hệ với Nga. Điều này gây phẫn nộ trong quần chúng, đưa đến những cuộc biểu tình liên tục vào cuối năm 2013 và đầu năm

---

(4) Các tổng thống Ukraine từ 1991- 2022: Leonid Kravchuk (1991-1994), Leonid Kuchma (1994-2005), Viktor Yushchenko (2005-2015), Viktor Yanukovych (2010-2014), Oleksandr Turchynov (quyền tổng thống), Petro Poroshenko (2014-2019), Volodymyr Zelensky (2019-20..)

2014. Yanukovych áp dụng biện pháp mạnh, đàn áp và giết hàng trăm người, nhưng không khuất phục được ý chí của nhân dân Ukraine, lại bị quốc tế lên án, nên cuối cùng, phải chạy trốn qua Nga. Petro Poroshenko, một chính trị gia thân Tây phương, đắc cử tổng thống vào năm 2014, thắt chặt quan hệ trở lại với Tây phương. Đầu năm 2019, giáo hội Chính Thống Giáo Ukraine chính thức cắt đứt quan hệ với giáo hội Chính Thống Nga (Russian Orthodox Church) là tổ chức tôn giáo vốn có quan hệ hết sức chặt chẽ với các chế độ của Nga qua hàng nhiều thế kỷ. Điều này làm Nga càng thêm nổi giận, tố cáo Hoa Kỳ âm mưu xúi giục Ukraine tách khỏi ảnh hưởng Nga, làm suy yếu Nga và quyền lợi của những người nói tiếng Nga ở Ukraine.

Trong cuộc bầu cử vào năm 2019, Volodymyr Zelensky, một diễn viên điện ảnh hài hước, thắng cử tổng thống với hơn 70% phiếu bầu, đánh bại đương kim Tổng thống Petro Poroshenko. Zelensky tiếp tục đường lối của người tiền nhiệm, cam kết đưa Ukraine trở thành thành viên của khối NATO. Zelensky ra lệnh sử dụng những biện pháp mạnh chống lại tay tài phiệt Viktor Medvedchuk, chủ tịch một đảng thân Nga lớn nhất ở Ukraine. Chính phủ cho đóng băng tài sản ba năm, đóng cửa các kênh truyền hình thân Nga, buộc ông ta vào tội phản bội vì cho rằng ông đã chuyển những cơ sở dầu hỏa và khí đốt ở Crimea (mà Nga chiếm năm 2014) cho Nga. Căng thẳng Nga-Ukraine lên đến tột đỉnh.

Và cái gì đến, phải đến: ngày 24/2/2022, Putin ra lệnh mang 150 ngàn quân tấn công Ukraine.

Bối cảnh văn chương

Văn chương Ukraine không có một sự tiến triển bình thường, êm ả, thiếu sự liên tục do chịu ảnh hưởng của chiến tranh và do bị lệ thuộc vào nước ngoài kéo dài suốt cả thiên niên kỷ. Đã thế, ngôn ngữ viết chỉ được sử dụng trong lãnh vực tôn giáo, thay đổi chậm hơn so với ngôn ngữ nói, tạo nên một sự cách biệt càng ngày càng lớn giữa hai cách sử dụng. Tiến trình văn chương Ukraine trải qua nhiều thời kỳ, mỗi thời kỳ mang một sắc thái riêng biệt:[5]

- thời kỳ Kievan Rus' (thế kỷ 9 - 13)
- thời kỳ Cossack Hetmanate (cuối thế kỷ 17 - đầu thế kỷ 18)
- thời kỳ bản ngữ (vernacular/cuối thế kỷ 18 - đầu thế kỷ 20)
- thời kỳ phục hưng (1917 - 1933)
- thời kỳ Liên Xô (thập niên 1930 - 1991)
- thời kỳ độc lập (từ 1991)

Trong một quá trình lịch sử dựng nước và giữ nước bấp bênh và thăng trầm như thế, thì quả tình "Ukraine là một quốc gia bất toàn (incomplete), cho nên văn chương của nó cũng bất toàn. Văn chương bất toàn không thể thỏa mãn tất cả mọi quyền lợi tri thức, nên nó được xem như bị lệ thuộc vào các nền văn chương khác," sử dụng lại một nhận xét của Dmitrij Tschizewski khi bàn về văn chương Ukraine giai đoạn Cổ Điển (Classics).[6]

---

(5) Internet Encyclopedia of Ukraine (Literature), xem:

http://www.encyclopediaofukraine.com/display.asp?linkpath=pages%-5CL%5CI%5CLiterature.htm

(6) Dmitrij Tschizewski, *A History Of Ukrainian Literature* (From The 11th To The End Of The 19th Century), bản dịch tiếng Anh của Dolly Ferguson, Doreen Gorsline, và Ulana Petyk, Second Edition, 1997, nxb The Ukrainian Academy of Arts and Sciences and Ukrainian Academic Press New York and Englewood, Colorado, tr 432.

Khi Đế Quốc Nga thống trị Ukraine vào thế kỷ 18, Nga hoàng cho thay thế tất cả phiên bản tiếng Ukraine trong các tài liệu tôn giáo bằng tiếng Nga, đồng thời ra lệnh cấm lưu hành tất cả các tác phẩm văn chương bằng tiếng Ukraine. Chỉ còn tiếng Ukraine bình dân (ngôn ngữ nói) là vẫn được sử dụng. Mặt khác, hầu hết những gì viết bằng tiếng Ukraine đều là thứ ngôn ngữ sách vở chịu ảnh hưởng mạnh mẽ của tiếng Nga, do đó, tách dần khỏi ngôn ngữ bản địa Ukraine. Văn chương cao cấp Ukraine (high style) trở thành văn chương Nga; kịch và văn xuôi thì pha trộn giữa ngôn ngữ sách vở và ngôn ngữ bình dân (middle style); chỉ có văn chương bình dân (chuyện tục, chuyện cười) mới sử dụng tiếng Ukraine thực sự (vernacular literature). Những tác phẩm viết bằng tiếng Ukraine đầu tiên ở Kievan Rus' từ thế kỷ 11 đến thế kỷ 13 là những tác phẩm tôn giáo, sử dụng ngôn ngữ "Church Slavonic" (Church-Slavonic language), do đó, là tài sản văn chương chung của cả Nga, Belarus và Ukraine. Sau khi bị Mông Cổ xâm lăng, và nước Nga tách ra thành một quốc gia riêng, thì văn chương Ukraine hoàn toàn suy đồi cho mãi đến thế kỷ 16.

Phải đợi đến đầu thế kỷ 19 thì văn chương bằng tiếng bản ngữ Ukraine mới có cơ hội phát triển. Đây là thời kỳ văn chương mang ý thức quốc gia Ukraine mạnh mẽ nhất trong lịch sử Ukraine, bất chấp sự cai trị tàn bạo của đế chế Nga. Ivan Kotlyarevsky, nhà thơ và nhà viết kịch, được xem là người khởi đầu cho truyền thống văn chương Ukraine mới, với *Eneida* (1798), một vở kịch thơ có tính cách giễu nhại, sử dụng ngôn ngữ bình dân, thông tục. Về văn xuôi thì có truyện dài *Marusya* (1834)

Tham khảo thêm "Internet Encyclopedia of Ukraine (Literature): *http://www.encyclopediaofukraine.com/display.asp?linkpath=pages%-5CL%5Cl%5CLiterature.htm* của Hryhorii Kvitka-Osnovianenko. Đặc biệt nhất là Taras Shevchenko, một họa sĩ và một nhà thơ ngoại hạng của văn chương Ukraine mà ở khía cạnh thi ca và ngôn ngữ, có thể so sánh với Nguyễn Du của Việt Nam. Sinh ra trong một gia đình nông nô năm 1814, nhưng được giải thoát khỏi thân phận này vào năm 1838, Shevchenko vào học ở "Viện Hàn Lâm Nghệ Thuật St. Petersburg" (St. Petersburg Academy of Art). Thơ ông lúc đầu mang dấu ấn của chủ nghĩa lãng mạn (Romantics) nhưng sau đó chuyển sang tình cảm yêu nước với lòng hoài vọng đến thời kỳ độc lập của quốc gia Cossack Hetmanate, vẽ lại hình ảnh u tối của một đất nước bị người Nga chiếm đoạt. Đặc biệt, trường ca *Haidamaky* (1841) là một tác phẩm trào phúng, chế giễu và lên án sự đàn áp của người Nga đối với người Ukraine.[7] Ông bị nhà cầm quyền Nga đày đi lao dịch một thời gian, dài đến... 10 năm (1847-1857). Với tinh thần yêu nước nồng nàn và với một sự nghiệp văn chương lớn lao được sáng tác bằng tiếng Ukraine, Taras Shevchenko đã được người dân Ukraine tôn vinh như là người tái thành lập quốc gia Ukraine hiện đại. Tượng đài vinh danh nhà thơ này được tìm thấy ở nhiều trường đại học và công viên trên khắp đất nước Ukraine hiện nay và ngay cả trong các quốc gia Liên Xô cũ. Theo học giả văn chương Tetyana Ogarkova, "Vị Cha Già Dân Tộc [của Ukraine] chẳng phải là một hoàng tử hay Nga hoàng, cũng không phải là triết gia, nhưng là một nhà thơ, đó là Taras Shevchenko."[8]

---

(7) Xem "Ukraine Literature":
https://www.britannica.com/art/Ukrainian-literature
(8) Nguyên văn: The 'Founder of the Nation' is neither Prince nor Tsar, nor philosopher, but rather a poet, Taras Shevchenko."
(Dylan Carter, *Ukraine's linguistic & cultural revival overcomes repression.* Xem:
https://newstral.com/en/article/en/1204495823/ukraine-s-linguistic-cultural-revival-overcomes-repression)

Khoảng thời gian độc lập ngắn ngủi từ năm 1917 và một thập niên sau đó do chế độ Liên Xô còn cởi mở, là thời kỳ nở rộ của các tác phẩm văn chương Ukraine, cả sáng tác lẫn phê bình. Đây là giai đoạn hưng thịnh bất ngờ của văn chương Ukraine. Tiếng Ukraine có dịp được người Ukraine sử dụng sau gần 200 năm bị đẩy vào quên lãng. Cho đến trước năm 1922, không có một tờ báo nào bằng tiếng Ukraine, nhưng từ đó cho đến năm 1933, có đến 372 tờ nhật báo, 89 tạp chí được xuất bản bằng tiếng Ukraine ở Ukraine.[9] Nhưng rồi thời kỳ này bị chấm dứt một cách tàn nhẫn do sự đàn áp của chính quyền Liên Xô. Tất cả mọi tổ chức độc lập đều bị tiêu diệt. Hầu hết các nhà văn Ukraine hoặc chịu phục tùng hoặc bị tù tội, bị thủ tiêu hay tự sát. Ước lượng có đến 250 nhà văn nổi tiếng Ukraine bị giết trong giai đoạn này.

Từ khi được độc lập (1991), văn chương Ukraine bước vào một giai đoạn mới. Do không còn chế độ kiểm duyệt, văn học nghệ thuật Ukraine phát triển một cách mạnh mẽ hầu như trên tất cả mọi lãnh vực từ hội họa, âm nhạc, kịch nghệ cho đến văn chương. Các nhà văn nhà thơ quay sang những đề tài mới mẻ vốn đã từng bị cấm kỵ trước đây như tình dục, nghiện hút, nạn đói dưới thời Liên Xô, mang văn chương Ukraine hòa vào dòng văn chương đương đại thế giới, kể cả xu hướng hậu hiện đại. Giải văn chương "Drahomán Prize" được Văn Bút Ukraine (PEN Ukraine) và Viện Sách Ukraine (Ukrainian Book Institute) thành lập năm 2020, nhằm khuyến khích các dịch giả dịch và phổ biến văn chương Ukraine trên thế giới. Văn chương Ukraine hậu-độc lập là một trong những yếu tố quan trọng góp phần xác định căn cước của những người công dân nước Ukraine.

---

(9) Ukraïner, *What is the Ukrainian language?*, xem:
https://ukrainer.net/what-is-the-ukrainian-language/

Nội chiến ngôn ngữ

Văn chương gắn liền với ngôn ngữ. Sau hàng thế kỷ bị Nga-hóa từ thời Peter the Great (1672-1725), Catherine the Great (1729-1796) rồi Alexander II (1818-1881) cho đến khi chế độ Liên Xô sụp đổ, tiếng Ukraine hầu như bị loại trừ ra khỏi mọi sinh hoạt công cộng trong một thời gian dài. Ở ngoài đường phố hay trong trường học, ai nói tiếng Ukraine thường bị xem là quê mùa. Nhiều người Ukraine đã trải qua thời kỳ thơ ấu bị phân biệt đối xử vì ngôn ngữ. Inna Sovsun, một luật sư, nguyên bộ trưởng Giáo Dục và Khoa Học Ukraine (2014-2016) cho biết là hồi học mẫu giáo, bà thường bị chế giễu khi nói tiếng Ukraine, dù chỉ là nói ở bên ngoài lớp học. Chính vì thế mà trong thời kỳ Liên Xô, có một phong trào trong sinh viên âm thầm vận động người Ukraine nên nói tiếng Ukraine trong giờ giải lao. Đến khi Ukraine giành được độc lập, việc phục hồi ngôn ngữ Ukraine càng ngày càng trở nên cấp thiết. Đó là động lực lớn lao, thúc đẩy sự phát triển mọi mặt của đất nước, kể cả văn chương. Thanh niên Ukraine đã bắt đầu hãnh diện vì mình là người Ukraine, hãnh diện vì ngôn ngữ Ukraine, nhất là khi đối mặt với Nga, vốn là những kẻ "không thừa nhận sự hiện hữu của một quốc gia độc lập, tự do và thực sự mang tính cách Ukraine", theo học giả Tetyana Ogarkova.[10]

Nhiều người Ukraine có tinh thần cực đoan chủ trương thúc đẩy sử dụng tiếng Ukraine cả về chính trị lẫn xã hội và kinh tế. Nhất là những người vốn sống ở bán đảo Crimea mà Nga sát nhập từ năm 2014. Cộng đồng người Ukraine ở đây bị lực lượng Nga chiếm đóng phân biệt đối xử. Vì

---

(10) Dylan Carter, *Ukraine's linguistic & cultural revival overcomes repression.*

không chịu nổi sự áp bức nên nhiều người trốn khỏi Crimea và trở thành những người hăng hái nhất trong cuộc chiến giành giựt ngôn ngữ. Nổi tiếng nhất trong nhóm này là Akhtem Seitablayev (tài tử/giám đốc điện ảnh) và Nariman Aliev (giám đốc điện ảnh). Họ đều sinh trưởng trong một gia đình chỉ nói tiếng Nga, nhưng do sự áp chế cho nên, dù sống ở quê hương (Crimea) mà cảm thấy như sống ở nước ngoài. Họ cực đoan: vận động mọi người không nói, không đọc, không xem bất cứ sản phẩm nào bằng tiếng Nga.[11] Họ chủ trương Ukraine-hóa (Ukrainization) ngôn ngữ vì chỉ như thế mới thực sự đặt nền móng cho một nước Ukraine độc lập, hiện đại, thuộc về Âu châu, tách biệt hẳn ra khỏi Nga và mang lại căn cước chính thức của họ.

Bích chương vận động sử dụng tên của thủ đô Ukraine:
Kyiv (tiếng Ukraine, phát âm: Kee-ef); Kiev (tiếng Nga, phát âm: Kee-yev)

Cuộc vận động Ukraine-hóa ngôn ngữ từng bước giành được thắng lợi. Năm 2017, quốc hội Ukraine thông qua đạo luật giảm thiểu các ngôn ngữ thiểu số, kể cả tiếng Nga, biến tiếng Ukraine thành ngôn ngữ ưu thế trong mọi sinh hoạt công cộng, từ học đường, truyền thông cho đến

____
(11) Dylan Carter, bđd.

các hoạt động kinh doanh. Theo cuộc thăm dò dư luận năm 2017 do tổ chức "Razumkov Center" thực hiện, hơn 2/3 dân Ukraine xem tiếng Ukraine là ngôn ngữ mẹ đẻ; và hơn 50% trong số đó sử dụng tiếng Ukraine ở nhà. Nhiều người Ukraine đã sử dụng tiếng Ukraine trong mọi giao tiếp mà không cảm thấy ngượng nghịu, theo Dylan Carter.[12]

Người Ukraine thì nói tiếng Ukraine, tất nhiên thôi!

Tuy nhiên, vấn đề không đơn giản như thế.

Tiếng Ukraine và tiếng Nga, cả hai đều thuộc cùng ngữ hệ Slavonic, một nhóm ngôn ngữ ở vùng trung và đông châu Âu, bao gồm cả tiếng Ba Lan, tiếng Tiệp và tiếng Bulgaria. Một ngàn năm trước đây, ngôn ngữ nói trong các vùng thuộc Nga và Ukraine là phương ngữ của cùng một ngôn ngữ. Chúng cùng chia sẻ nhiều điểm giống nhau về văn phạm, từ vựng, phát âm, mẫu tự... Nhưng theo thời gian, do ảnh hưởng của các biến cố lịch sử như chiến tranh, di dân, do các giao tiếp về văn hóa, chúng dần dà khác nhau. Riêng về Ukraine, do một thời gian quá dài nằm dưới sự thống trị của người Nga, tiếng Nga trở thành ngôn ngữ phổ thông ở đó và là tiếng mẹ đẻ thứ hai của khoảng 30% công dân Ukraine hiện nay.[13] Hai ngôn ngữ gần gũi và pha trộn lẫn nhau đến nỗi tạo nên một thứ ngôn ngữ lai gọi là Surzhyk, được sử dụng ở nhiều nơi Ukraine. Không lạ gì, vai trò của tiếng Nga, từ lâu, đã là nguồn tranh cãi nóng bỏng về chính trị và văn hóa, nhất là từ khi cuộc chiến ly khai ở vùng Đông Ukraine (Donbas) nổ ra năm 2014.

---

(12) Dylan Carter, bđd.

(13) The Conversation, *Ukrainian and Russian: how similar are the two languages?* Xem:

https://theconversation.com/ukrainian-and-russian-how-similar-are-the-two-languages-178456?utm_medium=ampemail&utm_source=email

Hiện nay, tuy tiếng Ukraine đã trở thành chính thức, nhưng trong các sinh hoạt xã hội, vẫn còn một áp lực vô hình thúc đẩy người Ukraine sử dụng tiếng Nga trong giao tiếp. "Người ta vẫn xem tiếng Nga như một ngôn ngữ quyền lực, ngôn ngữ của nhà giàu, do đó mà người ta vẫn làm y như thể mình thuộc giới này, cho nên nhiều người Ukraine trong thâm tâm vẫn cảm thấy hổ thẹn khi nói tiếng Ukraine trên đường phố."[14] Ngay cả trong trường học, nhiều sinh viên học sinh cho rằng học tiếng Ukraine chỉ là việc thứ yếu. Họ vẫn thích nghiên cứu văn chương Liên Xô và đọc sách Nga văn hơn.

Hiện nay, có ba thành phần:

▪ Thành phần ủng hộ tiếng Nga: đó là những người, hoặc vì họ đã hưởng được mọi ưu đãi do nền giáo dục Nga mang lại, hoặc họ là người Nga chính gốc (hơn 17% người Nga đang sống trong Ukraine), sử dụng tiếng Nga là tiếng mẹ đẻ của mình. Trong vùng Donbas - nơi nhiều người Nga sinh sống - sở dĩ những người thân Nga nổi loạn đòi ly khai khỏi Ukraine vào năm 2014, vì chính phủ ở Kyiv đã vi phạm quyền được nói tiếng Nga của họ.[15]

▪ Thành phần ủng hộ tiếng Ukraine. Đó là những người đầy ắp tinh thần dân tộc chủ nghĩa, xem tiếng Nga là một di sản của chủ nghĩa đế quốc cần phải bị loại trừ.

▪ Thành phần trung dung: có quan điểm dung hòa cho rằng phải dành ưu thế cho tiếng Ukraine,

---

(14) Dylan Carter, bđd.

(15) Xem Mansur Mirovalev, *Language in Ukraine: Why Russian vs. Ukrainian divides so deeply.*
https://www.csmonitor.com/World/Europe/2021/0817/Language-in-Ukraine-Why-Russian-vs.-Ukrainian-divides-so-deeply

nhưng không nên loại bỏ tiếng Nga hoàn toàn, vì dù muốn dù không, tiếng Nga đã là một ngôn ngữ chính thức và cần thiết để sử dụng trong môi trường liên chủng tộc.

Theo Mansur Mirovalev,[16] trong bài viết "Language in Ukraine: Why Russian vs. Ukrainian Divides So Deeply", Ukraine là một đất nước sử dụng nhiều ngôn ngữ kết hợp: tiếng Nga, tiếng Áo-Hung, tiếng Thổ Nhĩ Kỳ, chưa kể đến các ngôn ngữ thiểu số khác như Do Thái, Hy Lạp, Tomani. Tuy thế, Nga ngữ là ngôn ngữ ưu thế suốt thời Liên Xô trong lúc tiếng Ukraine được xem như phương ngữ. 30 năm sau độc lập, tiếng Ukraine trở thành ưu thế với 2/3 người dân Ukraine thừa nhận như là tiếng mẹ đẻ. Từ tháng 1/2021, bộ "Luật Ngôn Ngữ" (Language Law) bắt buộc tất cả mọi nhân viên làm dịch vụ công cộng (cửa hàng, bệnh viện, công sở) chuyển tất cả đối thoại từ tiếng Nga duy nhất sang song ngữ Nga-Ukraine. Một bộ luật khác được Tổng thống Petro Poroshenko đưa ra vào năm 2019 từng bước cho phép cấm các hệ thống truyền hình thân Nga và sách in ở Nga. Nhưng tổng thống hiện nay Volodymyr Zelensky muốn đảo ngược luật này. Zelensky lớn lên trong một gia đình chỉ nói tiếng Nga và lãnh đạo một kịch đoàn sử dụng cả hai thứ tiếng trong các vở kịch hài, bêu riếu xu hướng Ukraine-hóa ngôn ngữ, và ông thường nói tiếng Nga trước công chúng. Ông đưa ra thông điệp thống nhất ngôn ngữ: chấp nhận cả tiếng Ukraine lẫn tiếng Nga. "Chúng ta khác nhau, nhưng cũng rất giống nhau," theo ông. Để chứng minh cho luận điểm của mình, ông luôn phát biểu dưới hình thức song ngữ. Ông cho rằng "Ukraine là một xứ sở chung, nhưng đa dạng, giống như một cửa hàng bán đủ thứ loại hoa, màu sắc và hương thơm khác nhau, nhưng tất cả đều là Ukraine", theo ông. Thông điệp của Zelensky dường

____

(16) Mansur Mirovalev, *bđd.*

như phản ảnh xu hướng của đa số dân Ukraine, nên cuối cùng, Zelensky thắng cử. Nhưng áp lực chung bênh tiếng Ukraine chống tiếng Nga vẫn tiếp tục dưới thời ông.[17]

Bắt đầu từ tháng 7/2021, các chương trình truyền hình và phim ảnh bằng tiếng Nga buộc phải có phụ đề tiếng Ukraine, mặc dầu hàng thập niên dưới chế độ Liên Xô, hầu như mọi người ai cũng hiểu tiếng Nga. Trong thời gian sắp tới, hàng chục ngàn nhân viên y tế, trường học, tòa án, cảnh sát… đều phải thi trắc nghiệm viết và nói tiếng Ukraine để xác nhận trình độ tiếng Ukraine của mình. Tuy nhiên, bộ luật mới khiến người Ukraine bị chia rẽ và thành kiến lẫn nhau. Theo cuộc thăm dò do một tổ chức phi-chính phủ, Space of Freedom, thực hiện vào tháng 11/2020, 53% cho biết là họ chỉ sử dụng tiếng Ukraine ở nhà và 29% thích nói tiếng Nga hơn. Nhiều người cho rằng đàng sau tinh thần quốc gia, "Luật Ngôn Ngữ" mang xu hướng kỳ thị ngôn ngữ. Không những người Nga mà một số người Ukraine cũng cảm thấy bị tổn thương. Theo họ, nói tiếng Nga không phải là một tội, vì đó cũng là tiếng mẹ đẻ. Nhiều người không dám nói tiếng Nga vì bị sợ quy cho là "thân-Nga".[18]

Sự lép vế của tiếng Ukraine đối với tiếng Nga gần như trở thành một quán tính tập thể. Theo Natalka Sniadanko,[19] tiếng Ukraine, do bị Nga hóa, trong tưởng tượng của quần chúng, chỉ là một phương ngữ của tiếng Nga, không thể tự tồn tại một mình. Sau khi Ukraine giành độc lập, những

(17) Nina Jankowicz, *This Ukrainian presidential candidate is challenging language divisions with a message of unity*
https://theworld.org/stories/2019-04-19/ukrainian-presidential-candidate-challenging-language-divisions-message-unity
(18) Mansur Mirovalev, bđd.
(19) Natalka Sniadanko, *Literature as last bastion.* Xem:
https://www.theguardian.com/books/the-writing-life-around-the-world-by-electric-literature/2015/nov/11/literature-as-last-bastion-natalka-sniadanko-on-suppression-solidarity-and-language-in-ukraine

nhà xuất bản đầu tiên của Ukraine tìm cách xuất bản những tác phẩm cổ điển của thế giới bị cấm dưới thời Liên Xô để cho dân Ukraine được thưởng thức, nhưng khổ nỗi, tất cả đều được viết bằng tiếng Nga. Họa hoằn lắm mới xuất bản được một tác phẩm bằng tiếng Ukraine thì điều đó trở thành một biến cố. Biến cố không phải chỉ vì nó hay mà còn vì đó là một hiện tượng bất thường.

Nhà văn nữ Larysa Denysenko, tác giả của 10 tác phẩm, trong "Majority as a Minority" (Đa số như thiểu số) cho biết trong hai thập niên 1970 và 1980 ở thủ đô Kyiv, bất cứ một người nào, dù lớn hay nhỏ, mà nói chuyện bằng tiếng Ukraine, đều bị xem ngay là thuộc loại nông dân, với ý khinh bỉ. Chuyển sang học và nói tiếng Nga là lập tức thay đổi hoàn cảnh và giai cấp, trở thành người thành thị, dễ kiếm việc làm, được có cảm tình và khỏi bị chê là "quê mùa". Hãy tưởng tượng bạn sinh trưởng trong một gia đình nói tiếng Nga, học hành, đọc sách, báo tiếng Nga, nói chuyện và sinh hoạt hoàn toàn trong một môi trường tiếng Nga. Bạn ở trong thành phần "đa số". Rồi đột nhiên, sau 1991, mọi chuyện thay đổi: bạn phải nói tiếng Ukraine, ngôn ngữ của bạn, nhưng lại như kẻ xa lạ, "thiểu số". Yêu nước, từ từ, bạn làm quen với không khí, ngữ cảnh của tiếng Ukraine ở trong nhà trường, trong tòa án, trong công sở, trong các dịch vụ công cộng. Bạn hiểu biết, tin cậy và làm quen với nó. Nhưng "Bạn thực sự không bao giờ bắt đầu nói tiếng Ukraine. Bạn cảm thấy như bạn bị tước đoạt ra khỏi tình trạng đa số, và điều đó làm cho bạn đau đớn. Điều này chẳng hề tan biến một cách nhanh chóng và tự nhiên đâu!"[20]

Yuri Andrukhovych, nhà văn đương đại nổi tiếng, là

____

(20) Volodymyr Yermolenko (biên tập), *Ukraine in Histories and Stories* (Essays By Ukrainian Intellectuals), Ukraine World (UW), Kyiv 2019, tr. 180, 181

tác giả của nhiều tiểu thuyết viết bằng tiếng Ukraine và đoạt nhiều giải thưởng văn chương, tuy ủng hộ tiếng Ukraine, nhưng chấp nhận thực tế: không dễ dàng loại bỏ tiếng Nga. Trong bài phỏng vấn do Volodymyr Yermolenko, người đứng ra biên soạn tuyển tập "Ukraine In Histories And Stories" (Ukraine trong lịch sử và qua các câu chuyện), thực hiện, khi được hỏi một nước Ukraine trong vòng 30-40 năm [sắp tới] có phải là một nước độc lập và song ngữ không, Andrukhovych quả quyết rằng, "Ukraine vẫn còn là một quốc gia nói tiếng Nga đơn ngữ" (a unilingual Russian speaking country). Vì sao? Tiếng Ukraine bây giờ hiện diện ở Kyiv nhiều hơn trước, nhưng luôn luôn đi sau tiếng Nga. Và ngay cả ở những vùng mà tiếng Ukraine chiếm ưu thế, người ta vẫn hướng về chủ nghĩa cơ hội, nghĩa là hướng về tiếng Nga, vì giỏi tiếng Nga thì dễ kiếm việc làm và dễ thành công hơn trong xã hội. Ở những vùng mà thứ tiếng hỗn hợp Nga-Ukraine (surzhyk) được sử dụng, người ta cũng có xu hướng chuyển về tiếng Nga. Theo Andrukhovych, đó là điều "không thể đảo ngược" (irreversible). Điều mà ông hy vọng là tiếng Ukraine sẽ vẫn còn giữ địa vị ngôn ngữ thứ hai (second language). "Tiếng Ukraine không bao giờ có thể loại trừ được tiếng Nga. Tranh đấu để giữ vững tiếng Ukraine có nghĩa là tranh đấu để cho một chế độ song ngữ thực sự."[21]

Trong lúc đó Andrey Kurkov, một nhà văn và nhà báo nổi tiếng khác của Ukraine, tác giả của gần 20 tiểu thuyết viết bằng tiếng Nga, đưa ra một cách nhìn có phần tương tự với Yuri Andrukhovych, nhưng khác về cách lập luận.[22] Theo ông, Ukraine nên chấp nhận nền *văn hóa sử dụng*

---

(21) Volodymyr Yermolenko, tr 65, 66.

(22) Maria Montague, *Ukraine's distinctive Russian-language culture: an evening with Andrey Kurkov.* Xem:

https://ukrainianinstitute.org.uk/ukraines-distinctive-russian-language-culture-an-evening-with-andrey-kurkov/

tiếng Nga (Russian-language culture). Nền văn hóa này khác hẳn thế giới văn hóa của Liên Bang Nga. *Văn chương sử dụng tiếng Nga* không nhất thiết là *văn chương Nga* như chính các tác phẩm của ông đã chứng minh. Ông là một trong những nhà văn Ukraine có tác phẩm bán chạy viết bằng tiếng Nga nhưng ông là nhà văn Ukraine. Sự phân biệt này rất quan trọng, đặc biệt để chống lại khái niệm "Russian World" (Thế Giới Nga) của điện Kremlin. Khái niệm này gộp chung người Nga (Russian) và "những người nói tiếng Nga" (Russian-speaking compatriots) vào một giỏ.

Kurkov cho rằng *văn chương sử dụng tiếng Nga* ở Ukraine có hai đặc điểm:

- ▪ Nó phản ảnh hiện thực xã hội và văn hóa Ukraine, vì nó kể ra những câu chuyện hoàn toàn khác với thứ văn chương của Liên Bang Nga. Điều này có lẽ giống như người Québec (Canada): viết văn bằng tiếng Pháp nhưng không thuộc về văn chương Pháp; hay cũng giống văn nhân Việt ngày xưa: làm thơ chữ Hán nhưng không thuộc văn chương Trung Hoa.
- ▪ Về mặt ngữ học cũng như về mặt văn hóa, ông phân biệt hai loại tiếng Nga: tiếng Nga-Nga (Russian-Russian) là tiếng Nga thuần túy (của người Nga chính gốc); và tiếng Nga-Ukraine (Ukrainian-Russian) là tiếng Nga của người Ukraine. Ukraine có phiên bản riêng của tiếng Nga, khác hẳn với chính tiếng Nga. Tiếng Nga-Ukraine phát triển dưới ảnh hưởng của nhiều ngôn ngữ khác (Hung, Ba Lan, Lỗ Mã Ni, Slovak…) mà ông gọi là "Ukrainianisms" (ngôn ngữ được Ukraine-hóa). Nó không những khác về từ vựng, mà còn về ngữ

pháp (syntax) và ngữ âm (phonetics).[23] Điểm này phần nào tương tự như sự khác biệt giữa tiếng Hán và tiếng Hán-Việt chăng?[24]

Theo Kurkov, nhiều tác giả Ukraine viết bằng tiếng Nga nhưng tác phẩm của họ có gốc rễ sâu trong ngữ cảnh văn hóa Ukraine. "Không phải tất cả những gì viết bằng tiếng Nga đều thuộc về văn chương Nga, hoặc thuộc về (nước) Nga. Những nhà văn Ukraine viết tiếng Nga không viết về người Nga mà về người Ukraine," theo ông. Chẳng hạn, tác phẩm "Death and the Penguin" (1996) của ông viết bằng tiếng Nga, nhưng nhà xuất bản Moscow chỉ đồng ý xuất bản nếu ông thay khung cảnh của truyện từ Kyiv bằng Moscow, bởi vì theo họ, chẳng người nào ở Moscow muốn đọc về đời sống ở Kyiv. Ông không chấp nhận thay đổi và giao tác phẩm này cho nhà xuất bản ở Ukraine. Tương tự, Volodymyr Rafieienko, một nhà văn Ukraine viết tiếng Nga khác, vốn cư ngụ ở Donetsk, cho biết tác phẩm của ông viết về hiện thực Ukraine chứ không về hiện thực Nga. Khi chiến tranh ly khai xảy ra, tách Donetsk khỏi Ukraine, ông chọn sống ở Ukraine hơn là ở Nga.

Kurkov đề nghị thành lập một viện nghiên cứu sự khác biệt ngữ học giữa "Ukrainian-Russian" và "Russian-Russian", khởi đầu bằng cách phân tích các tác phẩm của những nhà văn Ukraine viết tiếng Nga và tìm hiểu cách sử dụng riêng biệt của thứ tiếng Nga mà người Ukraine dùng.

---

(23) Tác giả Trần C. Trí trong bài viết "Tiếng Nga và tiếng Ukraine khác nhau thế nào?" ở Da Màu, đã phân biệt rất rõ sự khác biệt giữa hai thứ tiếng, nhất là về mặt từ vựng. "Tiếng Nga và tiếng Ukraine khác nhau nhiều nhất về mặt từ vựng. Ngoài các từ ngữ giống nhau (…) trong cả hai ngôn ngữ, ước tính có đến 38% từ ngữ trong tiếng Ukrainian khác với tiếng Nga." Xem:

https://damau.org/72732/tieng-nga-v-tieng-ukraine-khc-nhau-the-no

(24) Câu hỏi đặt ra như một gợi ý. Người viết bài này không rành về ngữ học.

Mục đích cuối cùng là phải đòi lại cho Ukraine thứ *văn hóa sử dụng tiếng Nga* của nó (should take ownership of its Russian-language culture). Đồng thời phải thừa nhận những ngôn ngữ khác nằm trong văn hóa của mình, kể cả tiếng Nga.

Quan điểm của Kurkov bị cả hai phía chỉ trích. Phía thân Nga thì cho rằng nghiên cứu phiên bản Ukraine của tiếng Nga là một "philological fantasy" (ảo tưởng ngữ văn). Ngược lại, phía thân Ukraine thì cho rằng Kurkov ủng hộ một hình thức tân-Nga-hóa (a new form of Russification).

*

Quả là rối rắm!

Tính cho đến hôm nay (8/3/2022) khi tôi đang viết bài này, cuộc xâm lăng Ukraine của Nga đã diễn ra gần hai tuần, đẩy đất nước Ukraine an bình càng ngày càng chìm trong khói lửa, chết chóc và tàn phá. Trước sự chống đối của toàn thế giới và trước sức kháng cự anh dũng và bền bỉ của chính quyền và quân đội Ukraine, quân đội Nga đã chững lại, nhưng chưa có dấu hiệu gì cho thấy Putin lùi bước. Có thể tìm thấy lý do ngay trong đầu óc của người lãnh đạo nước Nga hiện nay.

Để chuẩn bị cho cuộc xâm lăng Ukraine, Tổng thống Nga Vladimir Putin, trong bài viết dài "On the Historical Unity of Russians and Ukrainians" vào ngày 21/7/2021 (đã nêu lên từ đầu bài) của ông,[25] đã trưng dẫn nhiều dữ kiện lịch sử để chứng minh (trước) rằng Nga không "xâm lăng" Ukraine, mà chỉ tiến hành một "chiến dịch đặc biệt" để "làm tròn nhiệm vụ" của người Nga ở Ukraine. Theo Putin, Ukraine và Nga đã phát triển như là một hệ thống

---

(25) Vladimir Putin, *On the Historical Unity of Russians and Ukrainians.*

kinh tế qua hàng thế kỷ với nhiều thành tựu. Nhưng do tách rời khỏi Nga nên niềm hãnh diện của Ukraine mà cũng là niềm hãnh diện chung của toàn thể Liên Bang không còn nữa. Vì thế, "Hôm nay, Ukraine trở thành một xứ sở nghèo nhất của châu Âu." (…) "Chính nhà cầm quyền Ukraine đã phung phí và phá hỏng những thành tựu của nhiều thế hệ". Ông cho rằng các nước phương Tây đã trực tiếp can thiệp vào công việc nội bộ của Ukraine và hỗ trợ một cuộc đảo chánh. Cuộc đảo chánh này và những hành động kế tiếp của nhà cầm quyền Kyiv đã kích động sự đụng độ và nội chiến. Từng bước một, Ukraine bị lôi kéo vào một trò chơi chính trị nguy hiểm nhằm biến Ukraine thành một sức bật chống lại nước Nga. Nhà cầm quyền Ukraine tìm cách "viết lại lịch sử, loại bỏ đi những gì vốn đã kết hợp chúng ta", theo ông. Kết luận bài viết, Putin nhắc lại, "Tôi tin rằng chủ quyền thực sự của Ukraine chỉ có thể có được khi cùng cộng tác với nước Nga. Cùng đứng với nhau, chúng ta luôn luôn đã và sẽ nhiều lần mạnh hơn và thành công hơn. *Bởi vì chúng ta là một dân tộc.*"[26] (tôi nhấn mạnh).

Ngoài những dẫn chứng về lịch sử, Putin cũng nêu lên vấn đề ngôn ngữ để chứng minh luận điểm của mình. Chữ "Ukraine", theo Putin, được sử dụng trong ý nghĩa của một từ ngữ Nga cổ là "okraina" tìm thấy trong những văn bản từ thế kỷ 12, có nghĩa là "vùng ngoại biên" quy cho các vùng đất biên giới. Ngoài sự tương đồng về đức tin, truyền thống văn hóa, và "Tôi [Putin] nhấn mạnh một lần nữa rằng – tương đồng ngôn ngữ", nên Ukraine không thể tách rời khỏi Nga. Putin không ngần ngại vơ luôn những nhà văn và nhà thơ yêu nước Ukraine như Ivan Kotlyarevsky, Grigory Skovoroda, và cả thi hào Taras Shevchenko vào với Nga. "Tác phẩm của họ là gia tài văn hóa và văn chương

---

(26) Nguyên văn: Together we have always been and will be many times stronger and more successful. For we are one people. (V. Putin)

chung của chúng ta. Taras Shevchenko làm thơ bằng tiếng Ukraine và văn xuôi chủ yếu viết bằng tiếng Nga."[27] Chả thế mà, ông không ngại ngần quả quyết, "Tất cả những gì kết hợp chúng ta lại bây giờ đang bị tấn công, mà trước hết và trên hết, chính là tiếng Nga."

Trong bài viết "There is no Ukraine": Fact-Checking the Kremlin's Version of Ukrainian History ("Không có nước Ukraine": Kiểm tra sự kiện phiên bản lịch sử Ukraine của điện Kremlin), tiến sĩ Björn Alexander Düben, hiện đang giảng dạy tại đại học King's College London, đã phản bác các luận điểm của Putin. Theo ông, ngôn ngữ riêng biệt của Ukraine đã bắt đầu xuất hiện ngay trong thời gian cuối cùng (thế kỷ 13) ở Kievan Rus', quốc gia cổ của Ukraine. Và sau này, bất chấp nỗ lực liên tục và có hệ thống của các nhà cầm quyền đế quốc Nga nhằm thủ tiêu văn hóa và ngôn ngữ Ukraine, một ý thức quốc gia riêng biệt xuất hiện và củng cố trong suốt thế kỷ 19, nhất là trong giới trí thức và ưu tú, những người đã thực hiện nhiều nỗ lực khác nhau nhằm nuôi dưỡng và bảo tồn ngôn ngữ Ukraine.[28]

Không khác lắm với Björn Alexander Düben, qua một bài viết khác xuất hiện trên trang mạng "Conversation", "Ukrainian and Russian: How Similar Are The Two Languages?" (Tiếng Ukraine và tiếng Nga: Hai ngôn ngữ tương tự như thế nào?), tác giả Neil Bermel cho biết là tiếng Nga và Ukraine, theo cách tính của những nhà ngữ

---

(27) Nguyên văn: Ivan Kotlyarevsky, Grigory Skovoroda, and Taras Shevchenko played a huge role here. Their works are our common literary and cultural heritage. Taras Shevchenko wrote poetry in the Ukrainian language, and prose mainly in Russian.

(28) Björn Alexander Düben, *"There is no Ukraine": Fact-Checking the Kremlin's Version of Ukrainian History* (Web The London School of Economics and Political Science/LSE). Xem:

https://blogs.lse.ac.uk/lseih/2020/07/01/there-is-no-ukraine-fact-checking-the-kremlins-version-of-ukrainian-history/

học, chia sẻ 55% từ vựng, nhưng không đủ để xem chúng là một ngôn ngữ, hay tiếng này là phương ngữ của tiếng kia. Ngay từ lúc Nga kiểm soát Ukraine vào thế kỷ thứ 18, tiếng Nga và tiếng Ukraine đã không còn liên hệ chặt chẽ với nhau nữa. Hai thứ tiếng khác biệt nhau nhiều hơn cái được Putin gọi chỉ là những khác biệt ngôn ngữ vùng (regional language peculiarities), xuất hiện cả ở từ vựng cũng như phát âm và văn phạm. Bằng cách tìm kiếm sự "thống nhất" trong ngôn ngữ giữa Nga và Ukraine, Putin hình thành một lập luận cho phép nước Nga có quyền can thiệp vào cái mà ông ta khẳng định đó là "không gian Nga" (Russian space).[29]

Quả thật là có một cuộc "nội chiến" ngôn ngữ giữa tiếng Ukraine và tiếng Nga. Nhưng đó sẽ không phải là cuộc chiến đấu một còn một mất mà là một tiến trình tất yếu tìm kiếm và khẳng định bản sắc của Ukraine trong chiều dài lịch sử của nó. Ukraine sẽ tồn tại như một quốc gia độc lập với ngôn ngữ riêng biệt của nó, bất chấp mọi ý đồ của Nga muốn tiếp tục thống trị Ukraine như các chế độ Nga hoàng và đế quốc Liên Xô đã làm trước đây.

Cuộc chiến đấu kiên cường hiện nay của chính phủ và nhân dân Ukraine tự nó là một phản bác hùng hồn luận điểm "On the Historical Unity of Russians and Ukrainians" của Vladimir Putin!

(3/2022)

---

(29) The Conversation, *Ukrainian and Russian: how similar are the two languages?*

TỪ CORONAVIRUS ĐẾN "DỊCH HẠCH" CỦA ALBERT CAMUS

Siêu vi: một nghịch lý

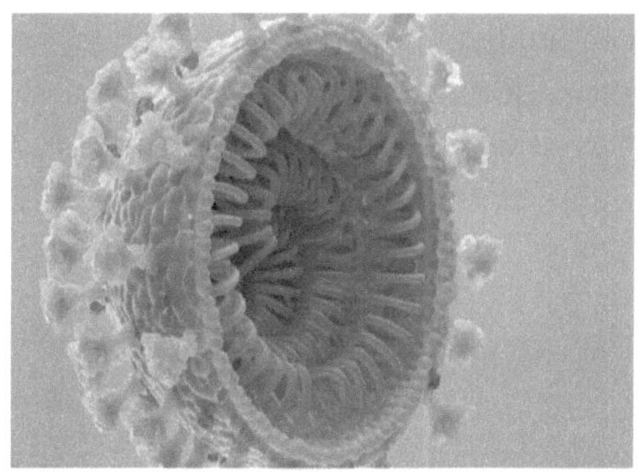

Siêu vi coronavirus
(Hình: Andriy Onufriyenko/Getty Images)

Một tấm hình đẹp của siêu vi *coronavirus* (COVID-19). Cái đẹp chết người!

Siêu vi, dịch từ chữ "virus", có gốc la-tinh là "poison" (chất độc), tuy là một thực thể lan truyền rất nhanh và gây bệnh cho sinh vật nhưng điều lý thú (và khôi hài) là nó lại không được xem là sinh vật (living creature). Vì sao? Nó có mặt hàng tỷ năm trên trái đất với một cách tồn tại nghịch lý: sinh sôi nẩy nở không ngừng, nhưng không hề "sống" (alive), một loại "xác chết cử động" (zombie). Chẳng thế mà nó đã trở thành một đề tài tranh cãi không ngừng kể từ lúc được khám phá vào cuối thế kỷ thứ 19: sinh vật (living) hay phi-sinh-vật (non-living)?

Để là sinh vật, theo các nhà sinh vật học, một thực thể phải có ba yếu tố:

- ▪ Có một bộ máy sinh học riêng để tái sản xuất.
- ▪ Sinh sôi nẩy nở xuyên qua sự phân chia tế bào.
- ▪ Có hiện tượng trao đổi chất (metabolism).

Siêu vi hoàn toàn không có ba đặc tính trên. Hoạt động của nó rất đơn giản: tước đoạt "trang thiết bị" của tế bào chủ và sử dụng nó để sao chép mã di truyền của chính mình và tạo ra những siêu vi mới. Nói một cách lý thuyết, một siêu vi có thể trôi giạt một cách vô định đâu đó cho đến khi nó gặp một tế bào, bám vào, rồi "nhiễm độc" tế bào đó, tạo ra nhiều bản sao của chính nó và phát tán đi khắp nơi. Và cứ thế, siêu vi tự tồn tại mà chẳng cần cái gì cả. Đó là một mặt.

Nhưng mặt khác, siêu vi trực tiếp trao đổi thông tin di truyền với sinh vật, và có sinh sản, tức là phải nằm trong mạng lưới đời sống. Như thế, theo Gary Whittaker, giáo sư siêu vi học tại Cornell University, siêu vi nằm giữa sinh vật và phi sinh vật, giữa hóa học (chemistry) và sinh học (biology), nghĩa là, giữa "sống" và "không sống".

Vậy siêu vi có tiến hóa không? Đây cũng là đề tài tranh cãi.

Theo Charles Darwin, "các nguyên tắc chính yếu trong lý thuyết 'biến thể di truyền xuống thế hệ tương lai' nói chung là:

▪ Sự biến thể xảy ra thường xuyên trong thiên nhiên giữa thế hệ cha mẹ và con cháu.

▪ Mọi sinh vật trong một môi trường sống đều tranh đấu không ngừng để sinh tồn.

▪ Sự tranh đấu để sống còn dẫn đến sự chọn lọc tự nhiên: chỉ có những biến thể có ích lợi sẽ được bảo tồn và di truyền xuống các thế hệ tương lai.

▪ Những biến thể này tích tụ chồng chất dần dần tạo ra những chủng loại mới. Những chủng loại mới này càng lúc càng tiến hóa phức tạp và thích ứng hơn với môi trường sống của chúng."[1]

Một số nhà sinh vật học cho rằng, dù chỉ là những "gien" (gene) phiêu dạt của tế bào chủ, suy đồi thành vật ký sinh qua hàng tỷ năm, nhưng sự tồn tại và phát triển vô cùng nhanh chóng của rất nhiều loại khác nhau, siêu vi là nguồn suối hàng đầu của sự đổi mới "gien" di truyền - nghĩa là chúng luôn luôn "phát minh" ra những "gien" mới - khiến cho họ không thể phủ nhận vai trò của siêu vi trong sự tiến hóa. Tuy nhiên, do siêu vi không hẳn là sinh vật, cho nên, đối với hầu hết các nhà sinh vật học, siêu vi không đáng được xem xét một cách nghiêm túc dưới lý thuyết tiến hóa. Rốt cuộc, họ đành phải xếp chúng vào loại "có ảnh hưởng vào sự tiến hóa" (như khí hậu chẳng hạn) mà thôi.

Đúng là lắm chuyện! Sinh vật hay không-sinh-vật, tiến hóa hay không tiến hóa thì đã sao?! Siêu vi vẫn cứ là siêu vi. Các "xác chết cử động" này vẫn tiếp tục làm phiền nhân loại; lần này, bằng một chủng loại mới kinh hoàng: *coronavirus*.

____

(1) Nguyễn Nhân Trí, "*Lược thuật và luận giảng tác phẩm nguồn gốc chủng loại*" của Darwin, phần "Tóm lược và kết luận."

https://damau.org/50867/luoc-thuat-va-luan-giang-tac-pham-nguon-goc-chung-loai-chuong-14

Coronavirus, kích thước rất nhỏ, nhỏ hơn những vi khuẩn nhỏ nhất, cỡ bằng một phần ngàn (1/1000) bề dày của sợi lông mi, là một bộ "gien" (gene) chứa thông tin di truyền, bên ngoài là một vỏ chất đạm (protein) gồm những gai có dạng bông (spike proteins = protein gai) nhô lên trên một màng nhầy bọc quanh một cái lõi tròn. Theo Jan Carette, giáo sư vi sinh học và miễn dịch học tại đại học Y Khoa Stanford, khi còn ở bên ngoài, các *coronavirus* nằm bất động một thời gian nào đó trong trạng thái "không sống". Không có một quá trình sinh học nào diễn ra bên trong "cơ thể" của chúng: không vận động, không trao đổi chất dinh dưỡng, không bài tiết chất thải, vân vân. Các nghiên cứu cho thấy mặc dù bị suy đồi trong vòng vài phút cho đến một vài giờ khi nằm chơi vơi ở ngoài, một số phần tử của chúng có thể sống còn trên bề mặt các tấm cạc tông đến 24 tiếng, trên bề mặt các tấm plastic và đồ kim loại đến ba ngày, để…chờ dịp. Khi tiếp xúc được với những tế bào vật chủ (host's cells), chúng sử dụng ngay các gai có dạng bông trên vỏ ngoài của chúng như những cái "chân", móc vào các tế bào đó, mở khóa và đột nhập vào bên trong. Các chất đạm trương nở từ trong ra ngoài, đưa đến sự sát nhập giữa siêu vi và tế bào vật chủ, cho phép siêu vi phóng thích và sao chép mã di truyền của chính mình, chiếm đoạt hẳn bộ máy hoạt động bên trong của tế bào. Sau đó, chúng vứt bỏ lớp khoác ngoài, chuyển tế bào thành một nhà máy, bắt đầu sản sinh ra triệu triệu phiên bản của chính nó. Đó là những siêu vi mới, sẵn sàng lây lan khắp nơi.

Coronavirus rất "tài năng": bám vào nơi dễ bám nhất ở trên cơ thể mà chủ nhân không hề nhận biết, vì chẳng gây ra triệu chứng gì hết. Đến khi những triệu chứng đầu tiên xuất hiện và được nhận biết thì chúng đã truyền phiên bản của chúng khắp nơi trong cơ thể rồi và bắt đầu chuyển sang người kế tiếp qua các tiếp xúc thông thường trong cuộc sống hàng ngày. Chúng "ranh ma" và "xảo quyệt" (hơn các siêu vi đàn anh như SARS chẳng hạn): ở người này thì chúng gây nên chết chóc vì chúng trú ẩn sâu trong phổi, phá hỏng hoạt động hô hấp; nhưng ở người khác thì chỉ tạo nên những triệu chứng nhẹ vì chúng nằm ở phần trên của hệ thống hô hấp như mũi, cổ họng, nơi dễ lây lan sang người khác. Chúng giấu kỹ khả năng gây chết người của chúng đủ để tạo thành cơn đại dịch, trước khi con người tìm ra cách chặn đứng. Nhờ sự đánh lừa tinh vi đó mà chỉ trong vài tháng, chúng đã có mặt khắp hành tinh, thay đổi hẳn mọi mặt hoạt động của con người.

Tóm lại, siêu vi nói chung và *coronavirus* nói riêng, hoạt động xuyên qua cơ thể chúng ta. Vì không có bộ máy riêng của chúng như tế bào, nên chúng tồn tại bằng cách đan bện vào và hóa thân thành các tế bào trong cơ thể con người. Chất đạm của chúng cũng là chất đạm của cơ thể. Nhược điểm của chúng cũng là nhược điểm của cơ thể. Và vì thế, thuốc dùng để hại chúng thì đồng thời cũng hại chính cơ thể. Đó là vấn đề nan giải trong nỗ lực đối phó với cơn dịch *coronavirus* hiện nay.

Nhân loại đành chịu thua chăng? Chắc chắn là không. Hiện nay các nhà khoa học đang chạy đua với thời gian để tìm ra cách trị loại siêu vi ngổ ngáo này, chặn đứng tầm lây lan của nó. Trong cơn khủng hoảng, nhà siêu vi học Karla Kirkegaard (đại học Stanford)[2] đưa ra một cái nhìn lạc quan, đúng hơn, đó là một hy vọng. Hy vọng này không nằm ở đâu xa mà trong chính con siêu vi. Tại sao? Theo bà, dù mang trong nó một tài năng quỷ quái và hiệu quả trong việc lây lan chết người, "loại siêu vi này thực sự không

---

(2) Dẫn theo Sarah Kaplan, William Wan and Joel Achenbach, *The Coronavirus Isn't Alive. That's Why It's so Hard to Kill*, https://www.washingtonpost.com/health/2020/03/23/coronavirus-isnt-alive-thats-why-its-so-hard-kill/

muốn giết hết chúng ta. Vì nếu chúng ta được hoàn toàn khỏe mạnh thì có lợi cho chúng và cho dân số của chúng hơn." Nói theo lẽ tiến hóa, nếu mục đích cuối cùng của siêu vi là lây lan thì đồng thời chúng cũng phải nhẹ tay với tế bào chủ của nó, bớt đi hành vi chiếm đoạt có tính phá hoại mà thay vào đó, đóng vai trò của một người khách lịch sự khi trú ẩn ở trong cơ thể con người.

Xuyên qua cái nhìn này, thì *coronavirus* hiện nay đang ở chặng đầu trong cuộc xâm lăng của chúng: sao chép và phát triển bằng quá trình phá hủy cái mà chúng cần là cơ thể con người. Nếu cứ tiếp tục như thế thì có nghĩa là đến một lúc nào đó, chúng cũng sẽ phải bị tiêu diệt vì mất đi môi trường tồn tại. Đó là lý do đã khiến các siêu vi SARS và Ebola đi đến chỗ tự tiêu hủy trước đây. Để tránh tình huống này, cách tốt nhất giúp *coronavirus* tiếp tục sống còn là: ngừng tiêu diệt các tế bào chủ. Dần dà, theo thời gian, mã di truyền của chúng sẽ thay đổi. Cho đến một lúc nào đó, chúng sẽ trở lại hàng năm và mang lại cho con người một cơn cảm lạnh bình thường mà thôi.

Một lạc quan đầy…thụ động!

Dịch hạch

Trong cơn sốt ruột trước sự hoành hành của dịch *coronavirus*, tôi tìm đến một cơn đại dịch hư cấu, nhưng không kém hiện thực, tiểu thuyết "La Peste" (Dịch hạch)[3]

---

(3) Albert Camus, *La Peste,* Les Éditions Gallimard, 347e édition 1947. Xem bản điện tử PDF của trang mạng Bouquineux.com:
http://www.bouquineux.com/?telecharger=381&Camus-La_Peste
hay trang mạng Anthropomado:
https://www.anthropomada.com/bibliotheque/CAMUS-La-peste.pdf

của Albert Camus (1913-1960),[4] một trong những nhà văn hàng đầu của Pháp, giải Nobel văn chương năm 1956. Phiên bản tiếng Anh của nó, *The Plague*, do nhà xuất bản Penguin tái bản đã bán sạch chỉ trong một thời gian ngắn trên Amazon vào cuối tháng 2/2020.

Khác với đại dịch *coronavirus*, dịch hạch là do vi khuẩn tạo ra, trước hết, trong con chuột, sau đó lây lan sang người. Bối cảnh của câu chuyện xảy ra ở Oran, một thành phố của Algeria, thuộc địa Pháp, vào đầu thập niên 1940. Vào tháng Tư năm đó, đột nhiên, người ta thấy có những con chuột chết rải rác đó đây trong thành phố, lúc đầu chỉ một, hai con rồi dần dà, mỗi ngày mỗi nhiều. Chẳng mấy ai lưu tâm, đã thế, có người còn xem đó là một trò chơi khăm, kể cả bác sĩ Bernard Rieux, nhân vật chính của câu chuyện. Nhưng khi người gác cổng bệnh viện, nơi ông làm việc, đột ngột đau và chết với một cơn sốt lạ thường, thì Rieux biết rằng thành phố đang có bệnh dịch hạch. Không ai tin. Phải một thời gian sau, khi cơn dịch đã trở nên trầm trọng với nhiều bằng chứng không thể phủ nhận, lúc bấy giờ, nhà cầm quyền mới bắt đầu ra lệnh đặt toàn thành phố dưới sự cách ly để kiểm dịch. Từ đó, mọi cửa ra vào thành phố bị đóng chặt, nội bất xuất ngoại bất nhập. Mọi người được lệnh phải ở trong nhà, chịu sự kiểm soát nghiêm ngặt. Ngay cả người chết cũng phải có nhân viên hữu trách giám sát. Mọi dịch vụ công cộng ngưng trệ, ngay cả các trạm thư tín cũng đóng cửa vì sợ lây lan. Nếu có gặp nhau đâu đó, người ta quay lưng lại với nhau, tránh mọi tiếp xúc, đụng chạm. Dân thành phố sống những ngày vô mục đích, chán nản, tuyệt vọng; một số người hoảng loạn, sinh ra làm càn.

"Vào thời kỳ này, thời gian như ngừng hẳn lại (...) Chỉ trong vòng bốn ngày, cơn sốt tạo ra bốn bước nhảy

---

(4) Albert Camus, nhà văn Pháp, sinh năm 1913, Nobel văn chương năm 1957, mất năm 1960 trong một tai nạn xe hơi.

kinh hoàng: mười sáu người chết, hai mươi bốn, hai mươi tám và ba mươi hai. Đến ngày thứ tư, người ta thông báo việc mở bệnh viện phụ trong một trường mẫu giáo. Đồng bào chúng tôi vốn vẫn ngụy trang nỗi lo âu của mình dưới những lời bông đùa, giờ đây, tỏ ra chán nản hơn và lặng lẽ hơn."[5]

Dân thành phố cảm thấy đột nhiên bị nhốt vào trong tù với nỗi đau khổ vì xa cách bạn bè, người thân. "Một trong những hậu quả đáng kể nhất của việc đóng cửa thành phố là sự chia cách bỗng nhiên rơi vào những con người không hề được chuẩn bị."[6]

Kẻ ở lại thoát ra ngoài thành phố không được mà những người đi xa cũng chẳng thể nào về. Không ai có thể cứu giúp ai, không ai làm gì được cho ai. Những chữ vốn vẫn thường được dùng một cách bình thường như "dàn xếp" (transiger), "ân huệ" (faveur) hay "ngoại lệ" (exception) bỗng trở thành vô nghĩa. Giữa không khí chết chóc và tuyệt vọng đó, trong lúc chính quyền thành phố không đảm đương nổi vì quá tải, bác sĩ Bernard Rieux, dù có vợ ốm đau được gửi đi dưỡng bệnh ở một thành phố khác từ trước đó, bất chấp mối hiểm nguy lây bệnh, đứng ra tổ chức cuộc chiến đấu chống cơn dịch bệnh: lập ra những nhóm thiện nguyện, tự làm bệnh viện dã chiến, tự điều chế thuốc, làm vệ sinh thành phố, chuyên chở và chữa trị người bệnh, lo mai táng người chết, vân vân. Sự tận tụy của Rieux đã thuyết phục nhiều người khác cùng tình nguyện tham gia chống dịch.

Họ xuất thân từ nhiều hoàn cảnh, nghề nghiệp, cá tính và xu hướng rất khác nhau.

---

(5) Albert Camus, *La Peste*, tr. 75.
(6) Sđd, tr. 79.

Chẳng hạn ký giả trẻ Raymond Lambert. Anh đến từ Paris, bị kẹt vì lệnh phong tỏa, nên tìm mọi cách trốn thoát khỏi thành phố, kể cả bằng con đường đi chui, nhưng đến khi nguyện vọng được thỏa mãn thì anh ta thay đổi thái độ, tình nguyện ở lại.

Chẳng hạn cha Paneloux. Lúc đầu, vị linh mục dòng Tên này không tin ở công việc của bác sĩ Rieux. Vào lúc cao điểm của cơn dịch, khi có đến 500 người chết một tuần, ông vẫn giải thích với con chiên rằng cơn dịch là một cách Thượng Đế trừng phạt những kẻ có tội và khuyên họ chấp nhận sự trừng phạt đó, qua một bài thuyết giảng hùng hồn. Ông nói:

"Hỡi các anh chị em, cuối cùng, chính ở đây thể hiện lòng Chúa nhân từ, ngài đã mang vào mọi vật cái thiện và cái ác, sự giận dữ và lòng xót thương, bệnh dịch hạch và sự giải thoát. Chính cái tai họa đã làm các anh chị em tổn thương, nó nâng anh chị em lên và chỉ đường cho anh chị em."[7]

Nhưng về sau, chứng kiến cái chết thương tâm của một đứa bé vô tội, cha Paneloux thay đổi hoàn toàn thái độ, tình nguyện vào nhóm thiện nguyện, cuối cùng, nhiễm bệnh và chết.

Rõ ràng là "Dịch hạch" mang rất nhiều nét khá tương tự với cơn đại dịch *Coronavirus* hiện nay. Tuy nhiên, tác phẩm không chỉ viết về một trận dịch như nó là, mà chứa đựng nhiều ẩn dụ: cuộc xâm lăng tàn bạo của chủ nghĩa Đức Quốc Xã trong thế chiến thứ 2, sự lan truyền độc hại của các ý thức hệ đối chọi nhau làm nhiễm độc xã hội. Nhưng sâu xa hơn hết, đó là ẩn dụ về con người như một thân phận. Con người, trong cái nhìn của Camus, là một cái gì mong manh, rất dễ tổn thương, có thể bị tiêu diệt bất

____

(7) Sđd, tr. 115

cứ lúc nào, bởi một thiên tai đột ngột xảy ra, hay bởi hành vi lầm lỗi của chính mình, hay thậm chí, bởi một thứ vô cùng nhỏ nhoi: con vi khuẩn. Nhưng dân thành phố Oran không thừa nhận điều này. Ngay việc sử dụng chữ "dịch hạch" để gọi cho đúng tên của cơn dịch mà người ta cũng không muốn chấp nhận. Rieux dứt khoát ngay từ đầu cơn dịch: nói gì thì nói, điều trước tiên là "Phải gọi căn bệnh này đúng như tên của nó,"[8] trước khi nói đến chuyện đối phó với nó.

Khi những dấu hiệu đầu tiên của cơn dịch xuất hiện, mọi người đều cho rằng đó là trách nhiệm của một ai đó, chẳng dính dáng gì đến mình. Thậm chí ngay cả khi chứng kiến một phần tư (1/4) cư dân lăn ra chết, những người còn sống vẫn tin rằng tai họa sẽ không xảy ra cho bản thân họ. Ai cũng muốn giữ cho mình sự bình an, không muốn thay đổi thói quen và những gì mình đang hưởng, nên chẳng hề quan tâm đến người khác, đến cộng đồng. Trong suốt cơn dịch, Camus nhấn mạnh đến thái độ hờ hững và phủ nhận hiện thực của cư dân Oran đối với tai họa như là một ẩn dụ siêu hình. Tai họa, theo ông, là của chung, nhưng không mấy ai chấp nhận nó. Họ cho nó là phi thực, là một cơn ác mộng sẽ chóng qua đi, cho đến khi nó rơi ngay trên đầu mình. Phải lâu lắm về sau, trải qua nhiều tháng sống như bị lưu đày, nhiều cư dân thành phố mới dần dà hiểu ra rằng tai ương không phải là của riêng ai, mà liên quan đến tất cả mọi người. Nỗi đau cơn dịch là nỗi đau chung cần được được chia sẻ, nên mọi người đành quên đi nỗi đau cá nhân và cùng tham gia vào công cuộc chiến đấu chống dịch.

Nhân vật chính, bác sĩ Rieux, làm việc hết mình để giảm bớt sự đau khổ ở chung quanh, trông giống như những anh hùng nào đó trong truyện cổ, thực ra, là hình ảnh khác

---

(8) Nguyên văn: Il faut appeler les choses par leur nom. Sđd, tr. 51.

của một nhân vật thần thoại Hy Lạp, Sisyphe, được Camus bàn đến trong tiểu luận "Le Mythe de Sisyphe".[9] Sisyphe phạm tội, bị các thiên thần phạt phải làm một công việc vô cùng vô ích: lăn một tảng đá lên đỉnh núi, chờ cho nó rớt xuống, lại lăn lên, cứ như thế cho đến…vĩnh cửu. Thay vì than thở và nguyền rủa, Sisyphe quyết định sống hình phạt của mình một cách đầy ý thức. Hắn biến hình phạt thành sự chọn lựa, chọn lựa làm cái công việc hoàn toàn vô ích đó để làm chủ số mệnh của mình. Thái độ đó khiến Camus xem Sisyphe là "người anh hùng phi lý" (le héros absurde) trong chủ thuyết phi lý của mình, vốn đã được triển khai qua nhiều tác phẩm khác nhau của ông: L'Étranger (Người xa lạ), Caligula, Le Malentendu (Ngộ nhận).

Nói phi lý, nghe nó …phi lý, nghĩa là tiêu cực. Thực ra, theo Camus, phi lý ở đây không phải là cái gì vô lý. Phi lý chỉ một tình trạng *như-nó-là*, một cái gì có sẵn đó, không thể thay đổi. Khác với Jean-Paul Sartre quan niệm rằng tình trạng phi lý lệ thuộc vào một thế giới vắng mặt ý thức, Camus cho rằng phi lý là hậu quả trực tiếp của sự vắng mặt của Thượng Đế, hay nói cho đúng hơn, vắng mặt ý thức về Thượng Đế. Trong trường hợp Sisyphe, mà Camus sử dụng như một ẩn dụ, hình phạt mà hắn chịu đựng là sự đã rồi, là điều hiển nhiên. Nó không đúng hay sai, tốt hay xấu. Như cơn dịch hạch: nó đến là nó đến. Như cái chết của đứa bé: nhiễm bệnh là phải chết. Đẩy xa hơn, đã là con người thì phải chết, dù là chết bệnh, chết già, chết tai nạn hay chết bất đắc kỳ tử. Chết là chết. Không có một ý nghĩa duy lý hay đạo đức nào nằm đàng sau cơn dịch, đàng sau cái chết hay đàng sau hình phạt, nếu xem đó là một hình phạt. Tính

---

(9) Albert Camus, *The Myth of Sisyphus and Other Essays*, Justin O'Brien dịch, New York, Vintage Books, 1991. Xem bản điện tử:
https://www2.hawaii.edu/~freeman/courses/phil360/16.%20Myth%20 of%20Sisyphus.pdf

cách độc đoán của cơn dịch đi song hành với tính phi lý của hiện hữu. Chỉ có một cách là chấp nhận cái phi lý một cách đầy ý thức, để tìm cách đối phó với nó, cách này hay cách khác. Theo Camus, phi lý không ở trong con người cũng không ở trong thế giới mà được sinh ra từ sự đụng độ giữa nhu cầu con người và sự im lặng phi lý của thế giới, tức là nằm trong sự cùng hiện diện của chúng. Con người sống một kinh nghiệm, một số phận, chính là chấp nhận hoàn toàn nó. "Sống, chính là là làm cho cuộc sống trở thành phi lý,"[10] theo Camus. Hiểu như thế, phi lý mang ý nghĩa tích cực.

Nhân vật Rieux sống với cái phi lý của cơn dịch, của số phận riêng của mình và của thành phố. Chính vì thế, ông chọn phải xa vợ (và sau này, khi hết dịch thì vợ chết), chọn ở lại chiến đấu chống cơn dịch như một bổn phận phải hoàn tất chứ không để trở thành anh hùng. Khi thảo luận về cha Paneloux và qua đó, về vai trò của Thượng Đế trong cơn dịch, Rieux phát biểu:

"…nhưng vì trật tự của thế giới được quy định bởi cái chết, nên có lẽ tốt hơn cho Thượng Đế là người ta không nên tin ở ngài mà phải nỗ lực hết mình chiến đấu chống lại cái chết, để khỏi mất công hướng lên trời [cầu nguyện] nơi mà ngài hoàn toàn im lặng."[11]

Cơn dịch đưa đến đau khổ. Và giống như cơn dịch, đau khổ là đau khổ, chẳng cần nguyên nhân gì cả và chẳng cần biết là con người có thích hay không. "Đau khổ được phân chia một cách ngẫu nhiên, nó vô nghĩa, nó đơn giản là phi lý và đó là điều đáng nói nhất mà người ta có thể bàn

---

(10) Nguyên văn: Living is keeping the absurd alive (Nguyên văn tiếng Pháp: Vivre, c'est faire vivre l'absurde). Albert Camus, tài liệu đã dẫn, tr. 18.
(11) Albert Camus, sđd, tr. 149.

về nó," theo Alain de Botton,[12] trong một tiểu luận viết về "Dịch hạch" của Albert Camus. Giải thích rõ hơn về điều này, Sean Illing, trong một tiểu luận khác cũng bàn về bài học mà Camus để lại qua tác phẩm này, viết, "Tất cả chúng ta đều bị giữ làm con tin bởi những điều chúng ta không hề kiểm soát."[13]

Cuối cùng, sau hơn một năm, cơn dịch chấm dứt ở thành phố Oran. Cuộc sống trở lại bình thường. Dân thành phố hân hoan reo mừng. Nhưng Camus cảnh báo rằng như thế không có nghĩa là con người đã hết bị đe dọa. Kết thúc truyện, ông viết:

"...vi trùng dịch hạch không bao giờ chết cũng không bao giờ biến mất, nó có thể nằm ngủ yên hàng chục năm trong đồ đạc và quần áo, nó kiên nhẫn chờ đợi trong các phòng ốc, dưới tầng hầm, trong rương, trong những chiếc khăn tay và trong đống giấy má và có lẽ đến một ngày nào đó, vừa để gây tai họa cũng như để dạy bài học cho con người, cơn dịch hạch sẽ lại đánh thức đàn chuột của nó dậy và rồi gửi chúng ra nằm chết trong một thành phố đang tràn trề hạnh phúc nào đó."[14]

*

---

(12) Alain de Botton, *Albert Camus on the Coronavirus.*
https://www.nytimes.com/2020/03/19/opinion/sunday/coronavirus-camus-plague.html
(13) Sean Illing, *This Time for Solidarity.*
https://www.vox.com/2020/3/13/21172237/coronavirus-covid-19-albert-camus-the-plague

(14) Nguyên văn: "Car il savait ce que cette foule en joie ignorait, et qu'on peut lire dans les livres, que le bacille de la peste ne meurt ni ne disparaît jamais, qu'il peut rester pendant des dizaines d'années endormi dans les meubles et le linge, qu'il attend patiemment dans les chambres, les caves, les malles, les mouchoirs et les paperasses, et que, peut-être, le jour viendrait où, pour le malheur et l'enseignement des hommes, la peste réveillerait ses rats et les enverrait mourir dans une cité heureuse." Albert Camus, La Peste, tr. 357-358.

Nếu xem đó là một lời tiên tri, thì lời tiên tri đã trở thành sự thật: *coronavirus*!

Cơn dịch không phải chỉ trong một thành phố, mà trên toàn thế giới.

Như trong "Dịch hạch", *coronavirus* mang lại chết chóc và đau khổ.

Như trong "Dịch hạch", lúc đầu chẳng ai tin là *coronavirus* sẽ đến nơi mình đang ở và trực tiếp de dọa đến mạng sống của mình và gia đình mình.

Nhưng rồi *coronavirus* đến, càng ngày càng dữ dội, càng hung hăng. Những cái xác biết cử động đó, *zoombie*, cuối cùng, không còn ở xa chúng ta nữa mà đã đến ở ngay cạnh chúng ta, chực chờ trước cửa, trên đồ ăn, trong áo quần và từ những người bạn, người thân, sẵn sàng xâm nhập vào cơ thể mỗi người, không phân biệt sang hèn giàu nghèo hay da đen da trắng da vàng. Chúng tấn công "con người". Con người kinh hoàng tự hỏi: Tại sao lại *coronavirus*? Chúng từ đâu đến? Chúng gây bệnh để làm gì? Lúc nào chúng biến mất?

Cả nhân loại đang sống trong cõi phi lý của Albert Camus!

Đâu đó trên toàn thế giới, đang có hàng ngàn, hàng chục ngàn và hàng triệu người chết; và cũng đang có hàng ngàn, hàng chục ngàn hay hơn nữa những Bernard Rieux, những Raymond Lambert, những linh mục Paneloux…; và không thiếu những Cottard, một kẻ cơ hội, tìm cách làm giàu nhờ cơn dịch.

Alain de Botton viết: "Camus nói với chúng ta trong thời đại riêng của chúng ta, không phải vì ông là một nhà tiên tri có phép thần thông có thể báo cho biết trước những điều mà những nhà dịch tễ học giỏi nhất không thể làm, nhưng vì ông đã nắm bắt đúng bản chất con người. Trong khi chúng ta chẳng biết gì, thì ông nhận ra rằng 'mọi người đều mang cái dịch bệnh này trong chính mình, bởi vì không ai, không một ai trong thế giới là được miễn nhiễm cả.'"[15]

Coronavirus rồi sẽ qua đi.

Nhưng cơn dịch – cái phi lý - thì vẫn còn nằm đó.

(3/2020)

---

(15) Alain de Botton, bđd.

CHUYỆN TRÁI TIM

Tim là một khối cơ và là khối cơ nhạy cảm: một bộ máy xúc động. Khi gặp tình huống gây cảm xúc, não bộ gửi một tín hiệu vào tuyến thượng thận, tuyến này sẽ phóng thích một số kích thích tố vào cơ thể, khiến gia tăng lượng máu chảy từ tim và gây ra cảm giác hưng phấn vào trung tâm não bộ, làm tăng nhịp đập của tim khiến cơ thể đổ mồ hôi và má đỏ lên.

Tim, vì thế, không chỉ là tim. Cái khối cơ đo đỏ trông ngon lành đó, khi nhảy vào ngôn ngữ, thì biến dạng. Trở thành "quả": *quả* tim. Trở thành "trái": *trái* tim. Lắm khi, trở thành một cái gì nhỏ nhoi, tém tủm, gọn nhẹ và nghe có vẻ…yêu kiều: *con* tim

- Tỏ tình, cua kéo, tán tỉnh: *gõ cửa trái tim*

- Yêu là yêu, bất chấp tất cả: *mệnh lệnh con tim*

- Gặp rồi mà phải rời xa: *"anh đã để quên con tim"* (Đức Huy).

▪ Muốn tỏ tình mà không dám nói: *"tim anh băng giá đang ngại ngùng câu năm tháng mong chờ."* (Nguyễn Văn Tý).

▪ Khi bị cô bồ bỏ ngang: *trái tim đàn bà*

▪ Chung thủy đến cùng: *trái tim son sắt*

▪ Khi toan tính hơn thiệt: *trái tim đàn ông*

▪ Bị đe dọa bằng bạo lực: *"Đem bục công an đặt giữa trái tim người"* (Lê Đạt).

▪ Bị khước từ tình yêu: *trái tim đau, trái tim vỡ nát, trái tim vụn vỡ*

▪ Yêu đại, yêu ẩu bất chấp hậu quả: *trái tim khờ dại, trái tim lầm lỡ*

▪ Yêu nhiều mà rồi bị phản bội nên không thèm yêu nữa: *trái tim hóa đá, trái tim câm, trái tim khép lại*

▪ Dửng dưng, không biết rung động: *trái tim sắt đá*

▪ Yêu bao dung, yêu nhè nhẹ: *trái tim dịu dàng*

▪ Yêu hoài yêu mãi một người suốt đời và từ kiếp trước đến kiếp sau: *trái tim ngục tù* (Đức Huy).

▪ Yêu muộn, yêu chậm để người khác cướp đoạt trái tim trước, nên không còn biết rung động với người đến sau: *trái tim mùa đông, trái tim khô* (Trúc Hồ).

▪ Yêu mà không dám yêu, vừa yêu vừa sợ: *trái tim bé bỏng, trái tim thỏ đế*

▪ Đang yêu: *trái tim có chủ*

▪ Chưa hề yêu: *trái tim vô chủ*

▪ Gặp ai cũng yêu: *trái tim hoang đàng*

▪ Yêu mà bị phản bội te tua: *con tim rướm máu*

▪ Đi vòng vòng để tìm tình: *trái tim đi hoang*

Còn nữa: con tim thổn thức, con tim bối rối, con tim loang lổ, con tim thật thà, con tim khát khao, con tim dối lừa, đánh cắp con tim, trái tim hai mặt, trái tim muộn phiền, trái tim bụi đường, trái tim xấu số, trái tim đa đoan, trái tim chín chắn, trái tim ưu phiền …

Quả là có phân biệt đối xử ở đây: chỉ thấy "trái" và "con" mà không thấy "quả". Quả cũng là trái, trái cũng là quả, ấy thế mà nói "trái tim dại khờ" hay "con tim khờ dại" thì nghe …có vẻ khờ dại hơn là "quả tim dại khờ"! Đố ai tìm ra giúp một câu thơ hay một bài thơ có "quả tim đi hoang" hay "quả tim bé bỏng" hay "quả tim hóa đá"…?

Tiếng Anh không đến nỗi rắc rối như tiếng Việt. Heart là heart, không "trái", không "con" mà cũng chẳng "quả" gì hết. Những nhóm chữ Anh-Việt xếp song song dưới đây không phải là dịch, mà chỉ là để so sánh cách nói liên hệ đến chữ "tim" của hai ngôn ngữ.

- Heartless/have no heart: trái tim tàn nhẫn, trái tim khô

- win heart: chiếm được con tim

- A false heart: trái tim giả dối, trái tim phản trắc, trái tim lừa lọc, trái tim đàn bà

- A hard heart: trái tim sắt đá

- Break my heart: vỡ nát tim tôi

- Heart-broken: con tim tan nát

- Heart-rending: con tim đau đớn

- A change of heart: trái tim phản trắc

- A heart of stone: trái tim sắt đá

- Heart-burning: trái tim hằn học, trái tim hận thù

- Hearts-ease: trái tim thanh thản

• heart-free: trái tim vô chủ

• heart-throb: trái tim rung động

vân vân.

Trong chữ Hán, tim là "tâm". Tâm là chữ tượng hình, có hình tựa tựa trái tim, ở trên có ba dấu chấm, có lẽ là tượng trưng cho các cuống tim, ở dưới trông giống như cái túi chứa máu. Tâm có nghĩa khá rộng.

Tâm ghép với vài bộ phận trong cơ thể hay với một số chữ khác, được sử dụng với nghĩa rất tổng quát để chỉ phần bên trong của con người, liên hệ đến các lãnh vực tư tưởng, suy tư, tình cảm, xúc động và ý chí: tâm hồn, tâm huyết, tâm can, tâm trí, nội tâm, tâm khảm, tâm địa, tâm cảnh, tâm tình, tâm tư, tâm tưởng, tâm sự, tâm linh, tâm lý; hoặc để mô tả các trạng thái khác nhau của nó: vọng tâm, chân tâm, an tâm, tà tâm, ác tâm, nhẫn tâm, hảo tâm, thiện tâm, từ tâm, quan tâm, thương tâm, tâm giao.

Tâm cũng được hiểu là lòng hay bụng: tấc lòng, tấm lòng, hết lòng, cạn lòng, (những điều trông thấy mà) đau đớn lòng, nặng lòng, nhẹ lòng, não lòng, yếu lòng, mủi lòng, tốt bụng, xấu bụng, định bụng, buộc bụng, bấm bụng, bụng dạ, vân vân.

Trong tiếng Anh, "heart" cũng được sử dụng với nghĩa tổng quát để diễn tả tình cảm, ý chí hay cảm xúc của con người:

- Take heart: lấy can đảm
- Lose heart: mất can đảm hay sờn lòng, mất lòng
- Bottom of my heart, at heart: từ đáy lòng
- Open up my heart: mở lòng, trải lòng
- With all my heart: với tất cả tấm lòng
- A heart of gold: tấm lòng vàng
- My heart goes out: tôi thông cảm, đồng cảm
- A heavy heart: nặng lòng
- To lose one's heart to: phải lòng

Nhưng nói gì thì nói, có lẽ biểu hiện cao nhất của trái tim là tình yêu. Thử đọc một truyện "kinh dị" sau đây:

"Nguyễn ghé quán "Trăng" trong trạng thái hưng phấn. Anh gọi Phượng, cô gái tiếp viên có vẻ đẹp trầm mặc anh thầm yêu. Ánh sáng hồng mờ mờ. Nhạc êm dịu. Không khí đẫm hương hoa hồng. Nguyễn ghì đầu Phượng vào ngực, si mê thì thầm trong tóc nàng:

- Anh yêu em, Phượng.

Nàng tránh vòng tay Nguyễn, trỏ ngón tay vào trán chàng duyên dáng:

- Chờ xin xăm à!

Nguyễn kéo Phượng sát lại, tha thiết:

- Em có yêu anh không, Phượng?

- Anh biết mà!

- Anh không biết.

Phượng vừa cắn hạt dưa vừa nghiêng đầu, hiếng mắt nhìn Nguyễn, cười cười:

- Lấy tim em ra mà xem nhá?

Nguyễn vớ lấy con dao trong đĩa trái cây.

- Thật không?

Nàng cười:

- Thật!

Phượng kêu lên thất thanh. Lưỡi dao cắm sâu vào tim. Máu loang đẫm ngực thanh tân.

Nàng ngã vào vai Nguyễn, thì thào:

- Anh…biết…Phượng…yêu anh mà. Phượng… yêu…anh."[1]

Ghê! Kinh Dương Vương đã sự-kiện-hóa, truyện-hóa hay nói cho đúng, (*trái*) *tim-hóa* một chuyện tình: tim là yêu. Yêu là yêu bằng tim, yêu trong tim, yêu với tim.

Từ ngàn xưa, con người đã chuộng hình thức ví von này.

Theo Marilyn Yalom,[2] trong thời Hy Lạp cổ, thi ca trữ tình đã gắn liền tình yêu với trái tim. Nhà thơ Sappho, sống vào khoảng thế kỷ thứ 7 trước Công nguyên ở trên hòn đảo Lesbos đã làm những câu thơ say đắm:

> *Love shook my heart,*
> *Like the wind on the mountain*
> *Troubling the oak-trees.*
> *(Tình yêu day dứt tim tôi*
> *Như gió núi lay động những cây sồi)*

---

(1) Kinh Dương Vương, *"Phượng"*, Da Màu.
 https://damau.org/14448/truyen-chop-kinh-duong-vuong
(2) Marilyn Yalom, *How Did The Human Heart Become Associated With Love? And How Did It Turn Into The Shape We Know Today?*
https://ideas.ted.com/how-did-the-human-heart-become-associated-with-love-and-how-did-it-turn-into-the-shape-we-know-today/

Triết gia Platon đề cao vai trò ưu thế của lồng ngực trong tình yêu và trong những tình cảm xúc động như sợ hãi, giận dỗi, đau khổ. Aristotle đi xa hơn, cho rằng trái tim nằm ở vị trí cao nhất của tình cảm con người.

Vào năm 1344, hình ảnh đầu tiên được nhìn thấy về biểu tượng trái tim nằm trong bản thảo tập *The Romance of Alexander*, do Lambert le Tor và sau đó là Alexandre de Bernay, viết bằng phương ngữ tiếng Pháp vùng Picardy. Với hàng trăm trang bằng tranh vẽ màu mè, tác phẩm này là một trong những sách truyện bằng tranh đầu tiên thời Trung Cổ. Một trong những bức tranh có tựa đề "The Heart Offering" (Dâng hiến trái tim) vẽ hình một phụ nữ nâng cao một vật với hai cái thùy và một dấu chấm ở giữa tựa như trái tim mà nàng nhận được từ người đàn ông đứng trước mặt nàng như một món quà trong khi người đàn ông chỉ vào ngực trái nơi có trái tim.

Dâng Hiến Trái Tim (The Heart Offering)[3]

---

(3) Hình minh họa trong The Romance of Alexander, Bodleian Library, Oxford, England. Dẫn theo Marylin Yalom.

Từ đó, trong suốt thế kỷ thứ 15, ở Pháp và lần lượt khắp Âu châu, biểu tượng này được phổ biến cùng khắp, xuất hiện trên sách vở cũng như trên những đồ trang sức hay trang hoàng như trâm, cài, dây chuyền, huy hiệu, con bài, áo quần, chuôi gươm, vân vân, hầu hết đều liên hệ đến tình yêu. Pierre Sala (Pháp) góp thêm vào lịch sử của trái tim tình yêu với một tập sách nhỏ có thể để vừa trong lòng bàn tay, *Emblèmes et Devises d'amour,* in ở Lyon vào khoảng cuối thế kỷ 15 đầu thế kỷ 16. Đó là một sưu tập gồm 12 bài thơ tình và các hình minh họa. Một trong số đó vẽ hai phụ nữ đang cố gắng bắt một bầy trái tim đang bay (flying hearts) vào trong một cái lưới giăng giữa hai thân cây. Những trái tim có cánh này mượn từ hình ảnh các thiên thần cho thấy đó là biểu tượng đầu tiên diễn tả thứ tình yêu thăng hoa. Vào cuối thế kỷ 18 ở Anh, hình trái tim cùng với các biểu tượng truyền thống khác về tình yêu như hoa lá, chim chóc được tô màu kèm theo những câu thơ tình được in trên giấy hoặc khắc vào gỗ, trở thành quà tặng phổ biến trong ngày lễ tình nhân (Valentine's Day). Vào đầu thế kỷ 20, loại thiệp mừng lễ tình nhân được sản xuất hàng loạt với hình vẽ thần ái tình được bọc bằng trái tim.

Năm 1977, biểu tượng trái tim lại kinh qua một lần chuyển hóa đầy ấn tượng khác: trở thành "động từ" (verb). Vào thời gian đó, thành phố New York đang phải hứng chịu một cơn khủng hoảng toàn diện gần như đang trên đà phá sản: tội phạm tràn lan, rác thải chất đầy trên đường phố không ai dọn. Để cứu vãn tình hình, thành phố thuê nhà đồ họa Milton Glaser vẽ một hình ảnh biểu trưng nào đó nhằm nâng cao tinh thần của cư dân. Ông thiết kế một *logo* khá đơn giản:

I ♥ NY = I love New York.

Với *logo* này, Milton Glaser mang cho trái tim một ý nghĩa mới, vươn ra ngoài giới hạn tình yêu trai gái hạn hẹp và đơn thuần của nó để trở thành một thứ tình cảm bao quát hơn và có tính quần chúng hơn.

Từ đó, ♥ chẳng *quả*, chẳng *trái*, cũng không *con*, nghĩa là không còn là danh từ mà là động từ: to love. Nó vượt khỏi New York để đi vào ngôn ngữ thế giới:

I ♥ you!

Hai mươi hai năm sau, 1999, một hình thức đồ họa mới xuất hiện, đưa trái tim đi vào một lãnh vực hoàn toàn mới. Công ty Nhật NTT DoCoMo[4] cho ra đời những *emojis* (xúc hình) đi kèm với các lời nhắn đơn giản để diễn tả xúc cảm, dành cho các giao tiếp bằng điện thoại di động. Trong tổng số 176 biểu tượng, có 5 biểu tượng trái tim: một, toàn màu đỏ; hai, gồm những vết trắng gợi nên hình ảnh ba chiều; ba, trái tim gãy đôi; bốn, trái tim đang bay; năm, hai trái tim nhỏ đi cùng nhau. Số lượng xúc hình bằng trái tim càng ngày càng gia tăng, hiện nay, đã lên đến con số 30, diễn tả đủ loại xúc cảm khác nhau của con người, từ đau khổ, sầu muộn, nhớ nhung cho đến hy vọng, hạnh phúc…

Biểu tượng trái tim bây giờ trở thành một động từ đa nghĩa: sầu nhớ, bâng khuâng, đau khổ, giận hờn, vui vẻ, hân hoan…

(4) Viết tắt của "Do Communication Over the Mobile Network

Riêng đối với nhà văn Hoàng Ngọc Biên (1938-2019), trái tim có lẽ vẫn còn nguyên vẹn là một khối cơ trong con người:

Tôi đứng trên cầu, thơ thẩn nhìn ra phía sông nước cuối dòng. Chân trời nhuộm một màu đỏ chói chang. Mây không tím không hồng. Tôi bỗng nghe một tiếng động nhỏ sau lưng, tưởng có người bạn loanh quanh đâu đó nhìn thấy mình, tò mò ghé lại tăm. Tôi quay người và nhận một cú đấm long trời lở đất vào ngực, bất thần, ngay trái tim. Bàn tay xuyên vào bên trong ngực, đẩy trái tim tôi ra khỏi lưng, rơi xuống sông, Trước sau tôi chỉ nghe một tiếng nước bắn tung toé, tiếng nhỏ và ngọt như tiếng một hòn sỏi rơi, từ dưới sâu vọng lên. Mọi việc tiếp tục như không có gì xảy ra. Bàn tay biến mất. Tôi rảo bước qua bên kia cầu, trong người nhẹ nhõm, vì không còn ôm trái tim trước ngực, để lúc nào cũng phải thấy lòng nặng trĩu.

(Chuyện một người không có trái tim).

Không chỉ là khối cơ. Trái tim Hoàng Ngọc Biên không hình không dáng không đen không đỏ không hồng. Chỉ là một cái gì đó tồn tại như một nghịch lý. Nhẹ nhàng và nặng trĩu.

Câu chuyện là một "nghịch dụ".[5]

Thâm trầm!

(2/2020)

---

(5) Oxymoron: từ tiếng Hy Lạp cổ, oxúmōros. Oxús: sắc bén, thông minh, nhọn; mōrós: ngu xuẩn, dại dột. Thuật ngữ kết hợp hai từ ngữ đối nghịch để tạo một hiệu ứng kịch tính cho câu văn: sự im lặng chói tai (a deafening silence), sự hỗn độn quy củ (controlled chaos"), nỗi dịu dàng cay đắng, một ánh lửa lạnh lẽo, một ông già còn trẻ (un jeune vieillard), vân vân.

TÀI LIỆU THAM KHẢO

Hiện tượng chống Mỹ

1• Baudrillard, Jean, *L'esprit du terrorisme*, Le Monde, 2/11/2001.
www.jiscmail.ac.uk/lists/cyber-society-live.html
2• Ceaser, James W., *A genealogy of anti-Americanism*, Archived Issue - Summer 2003.
http://www.thepublicinterest.com/ archives/2003summer/article1.html
3• Chomsky, Noam, *Hegemony or Survival: America's Quest for Global Dominance*, Metropolitan Books, Henry Holt and Company, New York, 2003
4• Chomsky, Noam, *The Culture of Terrorism*, South End Press, Boston, 1988
5• Chomsky, Noam, *What Uncle Sam Really Wants.* *http://www.zmag.org/chomsky/sam/sam-3-5.html*
6• Chomsky, Noam, *The Responsibility of Intellectuals*, The New York Review of Books, 23/2/1967.
http://www.chomsky.info/articles/19670223.htm
7• Chazelle, Bernard, *Anti-Americanism: A Clinical Study.*
http://www.cs.princeton.edu/~chazelle/politics/ antiam.html
8• Europe, Revue litteraire mensuelle, n°756, Avril 1992, *L'Invention de l'Amérique.*
9• Heidegger, Martin, *An Introduction to Metaphysics*, bản dịch Anh Văn do Ralph Manheim, Yale University Press, 1959.

10▪ Kroes, Rob, *Anti-Americanism as a Subtext: French Views of the World Wide Web.* *http://www.lboro.ac.uk/research/changing. media/Paper-Kroes.htm*

11▪ Leonard, Ira, *Violence is the American Way*, AlterNet.org, Posted April 22, 2003. *http://alternet.org/story/15665*

12▪ Lipset, Seymour Martin, *American Exceptionalism: A Double-Edged Sword.* *http://www.washingtonpost.com/wp-srv/style/ longterm/books/chap1/americanexceptionalism.htm*

13▪ Lacorne, Denis, *Anti-Americanism and Americanophobia: A French Perspective – 3/2005.* *http://www.ceri-sciences-po.org*

14▪ Mead, Walter Russell, *Why Do They Hate Us?*, Foreign Affairs, March/April 2003.

15▪ Pew Research Center, *Anti-Americanism: Causes and Characteristics.* *http://people-press.org/commentary/ display,php3?AnalysisID=77*

16▪ Ross, Andrew & Kristin (biên tập), *Anti-Americanism*, nhiều tác giả, New York University Press, 2004.

17▪ Revel, Jean-François, *Anti-Americanism*, bản dịch Anh Văn do Diarmid Cammell, nxb Encounter Books, San Francisco, 2000.

18▪ Revel, Jean-François, *Europe's Anti-American Obsession.* *http:// http://www.theamericanenterprise.org/ issues/articleid.17764/article_detail.asp*

19▪ Rubin, Judith Colp, *The Five Stages of Anti-Americanism.* *http://www.fpri.org/enotes/20040904.americawar. colprubin.5stagesantiamericanism.html*

20▪ Shadroui, George, *Dissecting Chomsky and Anti-Americanism.* *http://www.intellectualconservative.com/ article3754.html*

21▪ Todd, Emmanuel, *After the Empire: the Breakdown of the American Order*, C. Jon Delogu dịch, nxb Columbia University Press, 2004.

22▪ Windschuttle, Keith, *The hypocrisy of Noam Chomsky*, The New Criterion Vol. 21, No. 9, May 2003.
23▪ Wikipedia, *Anti-Americanism.*
http://en.wikipedia.org/wiki/Anti-americanism

Vấn đề tự do diễn đạt

1▪ Catholic Encyclopedia, *Censorship of Books.*
http://www.newadvent.org/cathen/03519d.htm
2▪ Chế Lan Viên, *Ai? Tôi?*
https://www.thica.net/2008/03/15/ai-toi/
3▪ Hồng Vinh, *Tự do báo chí ở Việt Nam.*
http://www.vietnamjournalism.com/module.
html?name=News&file=article&sid=828
4▪ Hagstrom, Aurelie, *The Catholic Church and Censorship in Literature, Books, Drama, and Film,* Analytic Teaching Vol. 23, No 2.
https://journal.viterbo.edu/index.php/at/article/
view/789/553
5▪ Lenin, Vladimir, *Collected Works*, 1st English Edition, Progress Publishers, Moscow, 1965, Volume 32.
6▪ Milton, John, *Areopagitica, a Speech for the Liberty of Unlicensed Printing, to the Parliament of England.*
*http://www.dartmouth.edu/~milton/reading_*
room/areopagitica/
7▪ Newth, Mette, *The Long History of Censorship.*
http://www.beaconforfreedom.org/about_project/
history.html
8▪ Nguyễn Khải: *Đi tìm cái tôi đã mất.*
*http://www.viet-studies.info/NguyenKhai_*
DiTimCaiToiDaMat.htm
9▪ Phan Ngọc (dịch) *Sử ký Tư Mã Thiên.*
http://www.avsnonline.net/library/ebooks/vn/
SuKy/index.htm

10▪ Smith, William, *A Dictionary of Greek and Roman Antiquities*, John Murray, London, 1875
http://penelope.uchicago.edu/Thayer/E/Roman/Texts/secondary/SMIGRA/Censor.html*

Khía cạnh ngôn ngữ trong "Phong trào Dù" Hồng Kông

1▪ Badcanto Blog, "Politically Incorrect Views from Hong Kong", *Chinese students wage war on Cantonese in Hong Kong City University,* October 14, 2013.
https://badcanto.wordpress.com/2013/10/14/chinese-students-wage-war-on-cantonese-in-hong-kong-city-university/

2▪ BBC News China, *Hong Kong advert calls Chinese mainlanders 'locusts'*, February 1, 2012.
http://www.bbc.com/news/world-asia-china-16828134

3▪ Free Hong Kong: Independence is the ONLY Way to Save Hong Kong (Blog), *ANGRY! 70% of Students in HK's Universities are Mainland Chinese!!!,* May 2, 2013.
https://freehongkong.wordpress.com/2013/05/02/angry-70-of-students-in-hks-universities-are-mainland-chinese/

4▪ Guilford, Gwynn, *How Hong Kong's Umbrella Movement protesters are using their native language to push back against Beijing*, Quartz, October 22, 2014.
http://www.hongkongforum.net/news/how-hong-kongs-umbrella-movement-protesters-are-using-their-native-quartz/

5▪ Hayoun, Massoud, *Hong Kong's protesters distance themselves from anti-mainland movement*, Al Jazeera America, September 29, 2014.
http://america.aljazeera.com/articles/2014/9/29/hong-kong-occupy.html

6▪ Klein, Lucas, *Letters from Hong Kong: Occupy translation*, Web: Asian Review of Books *http://www.asianreviewofbooks.com/ new/?ID=2043&utm_source=dlvr.it&utm_ medium=facebook*

7▪ Lau, Mimi, *Guangzhou locals seek 'Cantonese Day' to help preserve mother tongue*, South China Morning Post, July 25, 2014. *http://www.scmp.com/news/china/ article/1558497/guangzhou-locals-seek- cantonese-day-help-preserve-mother- tongue?page=all*

8▪ Shadbolt, Peter, *Hong Kong protests take aim at 'locust' shoppers from mainland China*, CNN, March 7, 2014.

http://www.cnn.com/2014/03/07/world/asia/ hong-kong-china-visitors-controversy/

9▪ Sonmez, Felicia, *China Is Forcing Its Biggest Cantonese-Speaking Region To Speak Mandarin*, Agence France Presse, Aug. 25, 2014.

http://www.businessinsider.com/china-is-forcing- its-biggest-cantonese-speaking-region-to-speak- mandarin-2014-8

10▪ Tharoor, Ishaan, *Hong Kong's students want you to stop calling their protest a 'revolution*, The Washington Post, October 4, 2014. *http://www.washingtonpost.com/blogs/ worldviews/wp/2014/10/04/hong-kongs-students- want-you-to-stop-calling-their-protest-a- revolution/*

Về một đất nước mang tên
Việt Nam Cộng Hòa

1▪ Bùi, Michael, Lucky Ride *luckyride9@yahoo. com* [ThoVan] *thovan@yahoogroups.com*, April 25th, 2020.

2▪ Dương Thu Hương, *Chốn vắng*, tiểu thuyết.

3▪ Đoan Trang & Nguyễn Hữu Long, *Chính trị Việt Nam: một thập kỷ nhìn lại*, Luật Khoa tạp chí. *https://www.luatkhoa.org/2019/12/chinh-tri-viet- nam-mot-thap-ky-nhin-lai/*

4▪ Gibbs, Jason, *Nhạc vàng "hóa vàng"*, Nguyễn Trương Quý dịch, Talawas.

http://www.talawas.org/talaDB/showFile. php?res=4775&rb=0206

5▪ Huỳnh Như Phương, Tạp chí *Nghiên cứu văn học*, Viện Văn học – Viện Hàn lâm Khoa học xã hội Việt Nam, số 4 – 2015.

http://khoavanhoc-ngonngu.edu.vn/nghien-cuu/ văn-học-việt-nam/5393-chin-tranh-xa-hi-tieu-th-va-th-trng-vn-hc-min-nam-1954-1975.html

6▪ Hạnh Nguyên, *Ứng xử với văn học miền nam trước 1975.*

https://www.nhandan.com.vn/cuoituan/ item/30680502-ung-xu-voi-van-hoc-mien-nam-truoc-1975.html

7▪ Hoàng Hưng, Phỏng vấn, Diễn Đàn Thế Kỷ.

8▪ Kiva, *Trận chiến nhạc vàng*, trang mạng âm nhạc.

https://amnhac.fm/tan-nhac/6260-tran-chien-nhac-vang

9▪ Lê Hiếu Đằng, Suy nghĩ trong những ngày nằm bệnh, TiVi Tuần San.

https://tvtsonline.com.au/vi/chuyen-nganh-vi/ lich-su-chinh-tri-ton-giao-van-hoa/le-hieu-dang-suy-nghi-trong-nhung-ngay-nam-binh/

10▪ Nguyễn Văn Trung, "Nhìn Lại Những Chặng Đường Đã Qua", Tạp chí Văn Học (Cali) số 174.

https://issuu.com/nvthuvien/docs/tapchivanhoc_174?-mode=window&viewMode=doublePage

11▪ Nguyễn Văn Trung, *Hướng về Miền Nam Việt Nam*, Khởi Hành số 92, tháng 6/2004.

12▪ Nguyễn Lương Hải Khôi, *Đại Học Vạn Hạnh được tiếp quản như thế nào sau 1975?*

https://baotiengdan.com/2018/12/21/the-nao-la-giai-phong-sau-1975-dh-van-hanh-duoc-tiep-quan-nhu-the-nao/

13▪ Nguyễn Đăng Thường, *Trả lời Túy Vân*, Talawas.

http://www.talawas.org/talaDB/showFile. php?res=9603&rb=0102

14▪ Phạm Hoài Nam, *Những bài hát bị cấm*, VNExpress, 6/10/2019.
https://vnexpress.net/nhung-bai-hat-bi-cam-3987828.html

15▪ Thụy Khuê, *Văn Học miền Nam 1954-1975*.
http://vanviet.info/van-hoc-mien-nam/van-hoc-mien-nam/

16▪ Tiếng Dân (Tạp chí mạng).
https://baotiengdan.com/2020/04/23/cong-ham-257-hc-nam-2016-viet-nam-gui-lhq-da-khang-dinh-VNCH-la-mot-chinh-the-doc-lap/

17▪ Trần Doãn Nho, "*Tính văn học trong Văn Học Miền Nam*", Da Màu.
https://damau.org/34977/tinh-van-hoc-trong-van-hoc-mien-nam

18▪ Vương Trí Nhàn (FB), *Từng có một nơi hoàn cảnh không thể làm hỏng con người*.
https://www.facebook.com/permalink.php?story_fbid=2333771996898058&id=100007958417043

Donald Trump, kẻ lạ mặt

1▪ Atkin, Emily, *What Language Experts Find so Strange About Donald Trump*, Sep 15, 2015.
https://archive.thinkprogress.org/what-language-experts-find-so-strange-about-donald-trump-2f067c20156e/

2▪ Bershidsky, Leonid, *Trump's Risky Bet Against Political Correctness*, Bloomberg View, August 7/2015.
http://www.bloombergview.com/articles/2015-08-07/donald-trump-s-risky-bet-against-political-correctness

3▪ Crouere, Jeff, *Donald Trump Wins in Battle Against Political Correctness.*
http://www.christianpost.com/news/donald-trump-wins-in-battle-against-political-correctness-141154/

4▪ Berdyaev, Nikolai, *Words and Reality in Societal Life*, Berdyaev (1874-1948).
http://www.berdyaev.com/berdiaev/berd_lib/1915_206.html

5▪ Daily Mail, *Donald Trump's Language Could Win Him the Presidency*, March 21, 2016.
http://www.dailymail.co.uk/sciencetech/article-3502925/Donald-Trump-s-language-win-presidency-Candidates-use-emotional-words-votes-times-crisis.html

6▪ Cummings, William, *Trump is a master of language*. 17/2/2017.
https://www.usatoday.com/story/news/politics/2017/02/17/trump-rhetoric-techniques/97463770/

7▪ D'Antonio, Michael, *The Little Boy President,* CNN 12/5/2017.
https://www.cnn.com/2017/05/11/opinions/little-boy-president-opinion-dantonio/index.html

8▪ Hansen, Bue & Stahl, Rune, *The Fallacy of Post-Truth.*

9▪ Haq, Husna, *Poll finds Trump 'most electable Republican for 2016.' Really?,* The Chritian Science Monitor, 15/10/2015.
https://www.csmonitor.com/USA/USA-Update/2015/1015/Poll-finds-Trump-most-electable-Republican-for-2016.-Really

10▪ Hoàng Ngọc Hiến, *Về một đặc điểm của văn học nghệ thuật ở ta trong giai đoạn vừa qua*, tạp chí Văn Nghệ, Hà Nội 9/6/1979.

11▪ Kay, Katty, *Why Trump's Supporters Will Never Abandon Him.*
https://www.bbc.com/news/world-us-canada-41028733

12▪ Lakoff, George và Durán, Gil, *Trump is using Twitter to manipulate the country. Here's how to stop falling for it.*

13▪ Lakoff, George, *Understanding Trump's use of language.*

14▪ Lakoff, George, *"A Minority President: Why the Polls Failed, and What the Majority Can Do."*

15▪ Oxford Dictionaries.

16▪ Tannenbaum, Melanie, *Decoding Trump-Mania*, Scientific American.
http://blogs.scientificamerican.com/psysociety/decoding-trump-mania-the-psychological-allure-of-hating-political-correctness-part-2/

17▪ Salon.com, *Jerk, idiot,buffoon: Voters choose brutal words to describe Donald Trump.*
http://www.salon.com/2015/09/30/jerk_idiot_buffoon_voters_choose_brutal_words_to_describe_donald_trump/

"Nội chiến" ngôn ngữ ở Ukraine

1▪ Düben, Björn, *"There is no Ukraine": Fact-Checking the Kremlin's Version of Ukrainian History* (Web The London School of Economics and Political Science/LSE).
https://blogs.lse.ac.uk/lseih/2020/07/01/there-is-no-ukraine-fact-checking-the-kremlins-version-of-ukrainian-history/

2▪ Bermel, Neil, *Ukrainian and Russian: How Similar Are The Two Languages?*
https://theconversation.com/ukrainian-and-russian-how-similar-are-the-two-languages-178456?utm_medium=ampemail&utm_source=email

3▪ Tschizewski, Dmitrij, *"A History of Ukrainian Literature (From The 11th to The End of The 19th Century)"*, bản dịch tiếng Anh của Dolly Ferguson, Doreen Gorsline, và Ulana Petyk, Second Edition, 1997, nxb The Ukrainian Academy of Arts and Sciences and Ukrainian Academic Press New York and Englewood, Colorado.

4▪ Internet Encyclopedia of Ukraine (Literature).
http://www.encyclopediaofukraine.com/display.asp?linkpath=pages%5CL%5CI%5CLiterature.htm

5▪ Ukrainian Literature.
https://www.britannica.com/art/Ukrainian-literature

6▪ Carter, Dylan, *Ukraine's Linguistic & Cultural Revival Overcomes Repression.*
https://newstral.com/en/article/en/1204495823/ukraine-s-linguistic-cultural-revival-overcomes-repression

7▪ Ukraïner, *What is the Ukrainian Language?*
https://ukrainer.net/what-is-the-ukrainian-language/

8▪ Mirovalev, Mansur, *Language in Ukraine: Why Russian vs. Ukrainian Divides so Deeply.*
https://www.csmonitor.com/World/Europe/2021/0817/Language-in-Ukraine-Why-Russian-vs.-Ukrainian-divides-so-deeply

9▪ Sniadanko, Natalka, *Literature as Last Bastion.*
https://www.theguardian.com/books/the-writing-life-around-the-world-by-electric-literature/2015/nov/11/literature-as-last-bastion-natalka-sniadanko-on-suppression-solidarity-and-language-in-ukraine

10▪ Yermolenko, Volodymyr (biên tập), *Ukraine in Histories and Stories* (Essays By Ukrainian Intellectuals), Ukraine World (UW), Kyiv 2019.

11▪ Montague, Maria, *Ukraine's Distinctive Russian-Language Culture: An Evening With Andrey Kurkov.*
https://ukrainianinstitute.org.uk/ukraines-distinctive-russian-language-culture-an-evening-with-andrey-kurkov/

12▪ Putin, Vladimir, *On the Historical Unity of Russians and Ukrainians.*
http://en.kremlin.ru/events/president/news/66181

Từ Coronavirus đến "Dịch hạch" của Albert Camus

1▪ Britannica
https://www.britannica.com/science/virus

2▪ Bryner, Jeanna, *The Coronavirus Did Not Escape From a Lab. Here's How We Know.*
https://www.livescience.com/coronavirus-not-human-made-in-lab.html

3▪ Camus, Albert, *La Peste.*
http://www.bouquineux.com/?telecharger=381&Camus-La_Peste

4▪ Camus, Albert, *The Myth of Sisyphus and Other Essays*, Justin O'Brien dịch, New York, Vintage Books, 1991. Bản điện tử:

https://www2.hawaii.edu/~freeman/courses/phil360/16.%20Myth%20of%20Sisyphus.pdf

5▪ De Botton, Alain, *Albert Camus on the Coronavirus.*

https://www.nytimes.com/2020/03/19/opinion/sunday/coronavirus-camus-plague.html

6▪ Illing, Sean, *This Is a Time for Solidarity. What Albert Camus's "The Plague" Can Teach Us about Life in a Pandemic.*

https://www.vox.com/2020/3/13/21172237/coronavirus-covid-19-albert-camus-the-plague

7▪ Kaplan, Sarah; Wan, William & Achenbach, Joel, *The Coronavirus Isn't Alive. That's Why It's so Hard to Kill.*

https://www.washingtonpost.com/health/2020/03/23/coronavirus-isnt-alive-thats-why-its-so-hard-kill/

8▪ Lanese, Nicoletta, *What Is a Coronavirus?*

https://www.livescience.com/what-are-coronaviruses.html

9▪ Marcus, Hannah, *What the Plague Can Teach Us About the Coronavirus*

https://www.nytimes.com/2020/03/01/opinion/coronavirus-italy.html

10▪ Nguyễn Nhận Trí, *Lược thuật và luận giảng tác phẩm "Nguồn gốc chủng loại"*

https://damau.org/49810/luoc-thuat-va-luan-giang-tac-pham-nguon-goc-chung-loai-mo-dau

11▪ Port, Jake, *Why Are Viruses Considered to be Non-Living?*

https://cosmosmagazine.com/biology/why-are-viruses-considered-to-be-non-living

12▪ Schillinger, Liesl, *What We Can Learn (and Should Unlearn) From Albert Camus's The Plague*

https://lithub.com/what-we-can-learn-and-should-unlearn-from-albert-camuss-the-plague/

13▪ Ziadie, Mandolin, *How to Know the Difference Between Bacteria and Viruses*

https://www.wikihow.com/Know-the-Difference-Between-Bacteria-and-Viruses

Chuyện trái tim

1▪ Hoàng Ngọc Biên, *Chuyện một người không có trái tim,* Văn Việt.

http://vanviet.info/van/hai-truyen-cuc-ngan-cua-hong-ngoc-bin/

2▪ Kinh Dương Vương, *"Phượng"*, Da Màu.

https://damau.org/14448/truyen-chop-kinh-duong-vuong

3▪Marilyn Yalom, *How Did The Human Heart Become Associated With Love? And How Did It Turn Into The Shape We Know Today?*

https://ideas.ted.com/how-did-the-human-heart-become-associated-with-love-and-how-did-it-turn-into-the-shape-we-know-today/

4▪ Bodleian Library, *The Romance of Alexander*, Bodleian Library, Oxford, England

https://iiif.bodleian.ox.ac.uk/iiif/viewer/60834383-7146-41ab-bfe1-48ee97bc04be/#?c=0&m=0&s=0&cv=343&r=0&xywh=-4924%2C0%2C15030%2C7519

TÁC GIẢ & TÁC PHẨM

Trần Doãn Nho, bút hiệu, sử dụng khi sáng tác; Trần Hữu Thục, tên thật, sử dụng khi viết tiểu luận. Sinh trưởng tại Huế. Theo học đại học Huế và Sài Gòn, tốt nghiệp ngành Triết. Trước 1975, dạy học: Phụ khảo Triết Đại Học Văn Khoa Huế; đi lính: khóa 6/70 Sĩ Quan Thủ Đức; viết: cộng tác với các tạp chí văn học Sài Gòn: Văn, Tân Văn, Bách Khoa, Vấn Đề, Khởi Hành, Đối Diện. Sau 1975, ở tù đến 1981. Định cư ở Hoa Kỳ 1993, làm việc cho Sở Giáo Dục Công Lập Thành Phố Worcester, bang Massachusetts. Cộng tác với các tạp chí văn học giấy hải ngoại: Văn Học, Văn, Hợp Lưu, Thế Kỷ 21 và các tạp chí mạng: Da Màu, Gió-O, Talawas, Diễn Đàn Thế Kỷ, Diễn Đàn Forum, Bauxite Việt Nam, Văn Việt. Đã xuất bản 12 tác phẩm:

- *Vết xước đầu đời,* tập truyện ngắn, nxb Thanh Văn, California 1995

- *Căn phòng thao thức,* tập truyện ngắn, nxb Thanh Văn, California 1997

- *Viết và Đọc,* tiểu luận văn học, nxb Văn Học, California 1999

▪ *Loanh quanh những nẻo đường,* ký và tùy bút, nxb Văn Mới, California 2000; Thư Ấn Quán tái bản năm 2014

▪ *Dặm trường,* truyện dài, nxb Văn Mới, California 2001; Thư Ấn Quán tái bản 2018 (để tặng thân hữu)

▪ *Tác giả, tác phẩm và sự kiện,* biên khảo văn học, nxb Văn Mới, California 2005

▪ *Từ Ảo đến Thực,* tạp bút, nxb Văn Mới, California 2006

▪ *Ẩn dụ, cuộc phiêu lưu của chữ,* biên khảo, nxb Người Việt, California 2015

▪ *Thơ Trần Doãn Nho,* thơ, Thư Ấn Quán 2018

▪ *Chữ nghĩa văn chương cuộc đời,* tạp bút, nxb Văn Học Press, California 2020

▪ *Đi. Trong một buổi sáng,* tập truyện ngắn, nxb Văn Học Press, California 2021

▪ *Cõi chữ cõi người,* biên khảo tập I: Văn chương - văn học, nxb Nhân Ảnh, California 2022

▪ *Cõi chữ cõi người,* biên khảo tập II: Chính trị - văn hóa – xã hội – ngôn ngữ, nxb Nhân Ảnh, California 2022

Ngoài ra, bút ký *Một đêm* (One Night) trong tập Loanh quanh những nẻo đường được dịch đăng ở tạp chí văn học Meanjin, Melbourne University, số 2, 2015, dịch giả: Tôn Thất Quỳnh Du.

Hiện cư ngụ tại Dallas, thuộc tiểu bang Texas, Hoa Kỳ.

Liên lạc: *trandoanho@yahoo.com*

Nhân Ảnh
2022

Liên lạc với tác giả
TRẦN HỮU THỤC - TRẦN DOÃN NHO
Email: trandoanho@yahoo.com

Liên hệ Nhà xuất bản
Nhân Ảnh
E.mail: han.le3359@gmail.com
(408) 722-5626